ലോകം ഒറ്റനോട്ടത്തിൽ
ഭാഗം 2

lokam ottanottathil
bhagam 2

•

parakkodu unnikrishnan

•

first edition
may 2012

•

second edition
march 2017

•

typesetting & published
chintha publishers, thiruvananthapuram

•

cover
sudheer p y

വിതരണം
ദേശാഭിമാനി ബുക്ക് ഹൗസ്
H O തിരുവനന്തപുരം–695 035
phone: 0471-2303026, 6063026
www.chinthapublishers.com
chinthapublishers@gmail.com

ബ്രാഞ്ചുകൾ

ഹെഡ്ഡാഫീസ് ബ്രാഞ്ച് കുന്നുകുഴി • സ്റ്റാച്യു തിരുവനന്തപുരം • കെ എസ് ആർ ടി സി ബസ് സ്റ്റേഷൻ ആലപ്പുഴ • കെ എസ് ആർ ടി സി ബസ് സ്റ്റേഷൻ എറണാകുളം • മച്ചിങ്ങൽ ലെയ്ൻ തൃശൂർ • ഐ ജി റോഡ് കോഴിക്കോട് • മാവൂർ റോഡ് കോഴിക്കോട് • എൻ ജി ഒ യൂണിയൻ ബിൽഡിങ് കണ്ണൂർ • സെൻട്രൽ ബസ് ടെർമിനൽ കോംപ്ലക്സ് താവക്കര കണ്ണൂർ

CR - VV. 99 / 1698 / 4314
ISBN - 978-93-82167-16-7

ലോകം ഒറ്റനോട്ടത്തിൽ
ഭാഗം 2

പറക്കോട് ഉണ്ണികൃഷ്ണൻ

ചിന്ത പബ്ലിഷേഴ്സ്
തിരുവനന്തപുരം-695 001

പറക്കോട് ഉണ്ണികൃഷ്ണൻ

പത്തനംതിട്ട ജില്ലയിൽ പറക്കോട് പതിശ്ശേരിൽ വീട്ടിൽ യശ ശ്ശരീരനായ പി കെ മാധവനുണ്ണിത്താന്റെയും സരോജിനി ക്കുഞ്ഞമ്മയുടെയും മകൻ. കവരത്തി ഗവൺമെന്റ് ജവ ഹർലാൽ നെഹ്റു കോളേജിൽ അധ്യാപകനായി ഔദ്യോ ഗിക ജീവിതം തുടങ്ങി. 1988 മുതൽ ആകാശവാണിയിൽ പ്രോഗ്രാം എക്സിക്യൂട്ടീവായി ജോലി ചെയ്യുന്നു. മലയാളം പ്രക്ഷേപണത്തിലെ മികച്ച ജനപ്രിയ പരിപാടിയായ 'പ്രഭാ തഭേരി'യുടെ ശിൽപ്പി.

വിലാസം   : പതിശ്ശേരിൽ
               ഉദയഗിരി നഗർ
               തിരുമല, തിരുവനന്തപുരം – 6
email   : uunnithan@gmail.com

ഉള്ളടക്കം

ബർക്കിനാ ഫാസോ
(Burkina Faso)

പശ്ചിമ ആഫ്രിക്കയിലെ ഈ രാജ്യം ബർക്കിനാ എന്ന പേരിലും അറിയപ്പെടുന്നു. വടക്ക് മാലി, കിഴക്ക് ബെനിൻ, തെക്ക് ടോഗോ, ഘാന, കോട്ട് ഡ ലയർ തെക്ക് പടിഞ്ഞാറ് എന്നിങ്ങനെ അയൽരാജ്യങ്ങൾ. റിപ്പബ്ളിക്ക് ഓഫ് വോൾട്ടാ എന്നറിയപ്പെട്ടിരുന്ന ഈ രാജ്യത്തെ ബർക്കിനാ ഫാസോ എന്ന് 1984 ആഗസ്റ്റ് 4 ന് പ്രസിഡന്റ് തോമസ് ശങ്കാര നാമകരണം ചെയ്തു-പ്രാദേശിക ഭാഷകളായ മോർ, ഡിയൗള എന്നീ ഭാഷകളിൽ സത്യസന്ധരായ ആളുകളുടെ നാട് എന്നാണ് ഇതി നർഥം.

ചരിത്രം

ബർക്കിനാ ഫാസോയിൽ വളരെ പുരാതനകാലം മുതൽ തന്നെ വേട്ടയാടി ഉപജീവനം കഴിച്ചിരുന്ന ജനങ്ങളുണ്ടായിരുന്നതായി 1973 ൽ കണ്ടെടുത്ത പുരാതന ആയുധങ്ങൾ സൂചന നൽകുന്നു. രാജ്യത്തിന്റെ മധ്യ ഭാഗത്ത് വഗാദോഗോ (Vagadogo) യതംഗാ (Yatanga) എന്നീ രാജ വംശങ്ങൾ 6-ാം നൂറ്റാണ്ടിൽ ഭരിച്ചിരുന്നു. ഇംഗ്ലീഷ്, ഫ്രെഞ്ച് അധിനിവേ ശകരുമായി നിരന്തരം നടന്ന കരാറുകളുടെയും യുദ്ധങ്ങളുടെയും ഒടു വിൽ 1896 ൽ വഗാദോഗോ രാജവംശത്തെ പരാജയപ്പെടുത്തി ഫ്രെഞ്ചു കാർ ബർക്കിനാ ഫാസോയെ തങ്ങളുടെ സംരക്ഷണയിലാക്കി. 1898 ജൂൺ 14 ന് ഇംഗ്ലണ്ടും ഫ്രാൻസും തങ്ങളുടെ കോളനികളുടെ അതിർത്തി പുനർനിർണയിച്ച കരാറിനെ തുടർന്ന് 1904 ൽ വോൾട്ടാ ബേസിൻ ഫ്രെഞ്ച് പശ്ചിമാഫ്രിക്കൻ കോളനിയായിരുന്ന അപ്പർ സെനഗലിനോടും നൈജ റിനോടും കൂട്ടിച്ചേർത്തു. സാമ്പത്തിക കാരണങ്ങളാൽ സായുധ കലാ പമുണ്ടായേക്കുമെന്ന് ഭയന്ന് 1919 മാർച്ച് ഒന്നിന് ഫ്രെഞ്ച് സർക്കാർ ഈ

പ്രദേശങ്ങളെ അപ്പർ സെനഗലിൽനിന്നും നൈജറിൽനിന്നും വേർപെ
ടുത്തി, ഫ്രഞ്ച് അപ്പർ വോൾട്ടാ എന്ന പുതിയ കോളനി പ്രദേശം ഹൗട്ട്
വോൾട്ടാ എന്ന പേരിൽ രൂപീകരിച്ചു. 1932 സെപ്റ്റംബർ 5 ന് കോളനി
വിഭജിപ്പിച്ച് കോട്ട് ഡ്ഐവയറിന്റെയും ഫ്രഞ്ച് സുഡാന്റെയും നൈജ
റിന്റയും ഭാഗമാക്കി. രണ്ടാം ലോകമഹായുദ്ധാനന്തരമുണ്ടായ കോളനി
വിരുദ്ധ പ്രക്ഷോഭത്തെ തുടർന്ന് ഹൗട്ട് വോൾട്ടായുടെ പൂർവസ്ഥിതി
പുനഃസ്ഥാപിപ്പിച്ചു. 1958 ഡിസംബർ 11ന് അപ്പർ വോൾട്ടായ്ക്ക് സ്വയം
ഭരണം നൽകുകയും 1960 ൽ അപ്പർ വോൾട്ടാ ഫ്രാൻസിൽനിന്നും പൂർ
ണ സ്വതന്ത്രമാവുകയയും ചെയ്തു.

വോൾട്ടായിക്ക് ഡെമോക്രാറ്റിക് യൂണിയൻ നേതാവ് മൗറീസ്
യമേഗോ ആദ്യ പ്രസിഡന്റായി. 1966 ൽ ബഹുജന പ്രക്ഷോഭത്തെ
തുടർന്ന് സൈന്യം ഇടപെട്ട് യമേഗോ സർക്കാരിനെ പുറത്താക്കി ദേശീയ
അസംബ്ലി പിരിച്ചുവിട്ട് ലഫ്റ്റ്. കേണൽ സംഗൗലെ ലമിസാനയെ അധി
കാരത്തിലേറ്റി. പുതിയ ഭരണഘടന രൂപീകരിക്കുന്നതിനുള്ള ശ്രമങ്ങൾ
മുറയ്ക്ക് നടന്നെങ്കിലും ലമിസാന ഭരണത്തലവനായി തുടർന്നു. 1977 ൽ
ഒരു പുതിയ ഭരണഘടന രൂപീകരിക്കുകയും തുടർന്നു നടന്ന തെര
ഞ്ഞെടുപ്പിൽ ലമിസാന വീണ്ടും അധികാരത്തിലേറുകയും ചെയ്തു. ലമി
സാന ഗവൺമെന്റിനെതിരെ ട്രേഡ് യൂണിയനുകൾ പ്രക്ഷോഭം ആരം
ഭിച്ചു. സൈനിക അട്ടിമറിയിലൂടെ കേണൽ സെയി സെർബോ സൈനിക
ഭരണത്തലവനായി അധികാരത്തിലേറി. ട്രേഡ് യൂണിയനുകളിൽ
നിന്നുതന്നെയുള്ള എതിർപ്പിനെ തുടർന്ന് കേണൽ സെർബോയെ അട്ടി
മറിച്ച് 1982 നവംബർ ഏഴിന് മേജർ ഡോ. ജീൻ ബാപ്പിസ്റ്റ് ഔഡ്രാവോഗോ
കൗൺസിൽ ഓഫ് പോപ്പുലർ സാൽവേഷന്റെ നേതൃത്വത്തിൽ അധി
കാരത്തിലേറി. കൗൺസിൽ ഓഫ് പോപ്പുലർ സാൽവേഷനിലെ അന്ത
ഛിദ്രങ്ങളെ തുടർന്ന് 1983 ജനുവരിയിൽ ക്യാപ്റ്റൻ തോമസ് ശങ്കാര
പ്രധാനമന്ത്രിയായി അധികാരമേറ്റു. അതേവർഷം ആഗസ്റ്റ് 4 ന് നടന്ന
വിഫലമായ സൈനിക അട്ടിമറിയെ തുടർന്ന് ശങ്കാര പ്രസിഡന്റായി
സ്ഥാനമേറ്റു.

ഭരണക്രമം

1991 ജൂൺ രണ്ടിന് രൂപീകരിച്ച ഭരണഘടന പ്രകാരം അർദ്ധ പ്രസി
ഡൻഷ്യൽ സമ്പ്രദായമാണ് ബർക്കിനോ ഫാസോയിലുള്ളത്. ഏഴുവർഷ
മാണ് പ്രസിഡന്റിന്റെ ഭരണകാലാവധി. പാർലമെന്റിന് നാഷണൽ
അസംബ്ലി എന്ന അധോമണ്ഡലവും പ്രതിനിധി സഭ എന്ന ഉപരിമണ്ഡ
ലവും ഉണ്ട്. 10 അംഗ ഭരണഘടനാ ചേമ്പറും ഇതോടൊപ്പം ഉണ്ട്.

ഭൂപ്രകൃതിയും കാലാവസ്ഥയും

രാജ്യത്തിന്റെ ഭൂരിഭാഗവും നിമ്നോന്നത പ്രദേശങ്ങളാണ്. തെക്കു
പടിഞ്ഞാറുഭാഗം ചുണ്ണാമ്പുകല്ലു നിറഞ്ഞ പർവതപ്രദേശമാണ്. കറുത്ത

വോൾട്ടാ, വെള്ള വോൾട്ടാ, ചുവപ്പു വോൾട്ടാ എന്നിങ്ങനെ മൂന്ന് പ്രധാന നദികളുള്ളതിനാൽ അപ്പർ വോൾട്ടാ എന്നതായിരുന്നു ബർക്കിനോ ഫാസോയുടെ ആദ്യകാല പേര്. തടാകങ്ങളും നദികളും ധാരാളമായുള്ള ബർക്കിനോ ഫാസോയിൽ ഉഷ്ണമേഖലാ കാലാവസ്ഥ അനുഭവപ്പെടുന്നു. മാംഗനീസ്, ചുണ്ണാമ്പുകല്ല്, മാർബിൾ, ഫോസ്ഫേറ്റുകൾ, അഗ്നി പർവത ശില, ഉപ്പ്, ചെറിയ തോതിലുള്ള സ്വർണനിക്ഷേപം എന്നിവയാണ് പ്രധാന ധാതുക്കൾ.

സമ്പദ്ഘടന

ആളോഹരി വരുമാനം ഏറ്റവും കുറഞ്ഞ ലോകത്തെ ദരിദ്രരാജ്യങ്ങളിലൊന്നാണ് ബർക്കിനാ ഫാസോ. 80 ശതമാനം ജനങ്ങളും കൃഷിയെ ആശ്രയിക്കുന്നു. തൊഴിലില്ലായ്മ രൂക്ഷമാണ് ഇവിടെ. രാജ്യത്തെ ഭൂരിഭാഗം സാമ്പത്തിക പ്രവർത്തനങ്ങളും അന്തർദേശീയ സഹായത്താൽ നടന്നുവരുന്നു.

ബൊളീവിയ
(Bolivia)

മധ്യ-ലാറ്റിൻ അമേരിക്കൻ രാജ്യം. വടക്കും കിഴക്കും ബ്രസീൽ, തെക്ക് പരാഗ്വെയും അർജന്റീനയും, പടിഞ്ഞാറ് ചിലിയും പെറുവും എന്നിവയാണ് അയൽ രാജ്യങ്ങൾ. 1839 മുതൽ സുക്രെ(Sucre)യാണ് ഗവൺമെന്റ് ആസ്ഥാനവും തലസ്ഥാനവും. എന്നാൽ 1898 ൽ ഭരണപരമായ തലസ്ഥാനം ലാ പാസ് (La Paz)ലേക്കു മാറ്റി.

ചരിത്രം

ഏകദേശം രണ്ടായിരം വർഷത്തോളം വിദേശാധിപത്യത്തിലായിരുന്ന പ്രദേശമാണ് ഇന്നത്തെ ബൊളീവിയ. തെക്കേഅമേരിക്കയിലെ തദ്ദേശീയ ജനവിഭാഗമായ ഐമരാ (Aymara) രണ്ടായിരം വർഷങ്ങൾക്കു മുമ്പ് പശ്ചിമ ബൊളീവിയ, ദക്ഷിണ പെറു, വടക്കൻ ചിലി എന്നീ പ്രദേശങ്ങളിൽ കുടിയേറി താമസമുറപ്പിച്ചിരുന്നു. ഇന്നത്തെ ഐമരാക്കാർ പ്രധാനമായും പശ്ചിമ ബൊളീവിയയിലെ ടിവാനകു (Tiwanaku) പ്രദേശത്ത് അധിവസിച്ചിരുന്നവരുടെ പിന്മുറക്കാരാണെന്ന് വിശ്വസിക്കപ്പെടുന്നു. എ ഡി 600 മുതൽ 800 വരെയുള്ള കാലയളവിൽ ഈ ജനവിഭാഗം നഗരവൽകൃത സംസ്കാരമായി വളരുകയും ദക്ഷിണ ആൻഡസ് പ്രദേശത്തെ നിർണായക ശക്തിയായി വളരുകയുമുണ്ടായി. ടിവാനകു സമീപസ്ഥമായ എല്ലാ സംസ്കാരങ്ങളിൽ നിന്നും ഗുണപരമായ മൂല്യങ്ങൾ ഉൾക്കൊണ്ടുകൊണ്ട് വളർന്നു വികസിച്ചു. അടുത്തുള്ള നഗരങ്ങളുമായി വ്യാപാരബന്ധത്തിലേർപ്പെട്ട് ടിവാനകു തങ്ങളുടെ സാമ്രാജ്യം ശക്തമാക്കി. കൃഷിയും കാർഷികാനുബന്ധ പ്രവർത്തനങ്ങളും പ്രധാന സാമ്പത്തികശക്തിയായി മാറി ഈ കാലഘട്ടത്തിൽ. എന്നാൽ ദീർഘ കാലം നീണ്ടുനിന്ന വരൾച്ചയും പ്രതികൂല കാലാവസ്ഥയും മൂലം

കാർഷികവൃത്തി നശിച്ചു. ഇത് ടിവാനകുവിന്റെ നാശത്തിൽ കലാശിച്ചു. ഏകദേശം ആയിരാമാണ്ടോടെ ടിവാനകു ഏതാണ്ട് പൂർണമായും ഇല്ലാതായി.

1438 മുതൽ 1527 വരെ ഇൻകാൻ(Incan)സാമ്രാജ്യം ഇന്നത്തെ പശ്ചിമ ബൊളീവിയയുടെ ഭാഗത്ത് ശക്തിയാർജിച്ചിരുന്നു. പശ്ചിമ ബൊളീവിയ കൂടാതെ ഇക്വഡോർ, പെറു, വടക്കൻ ചിലി, വടക്കുപടിഞ്ഞാറൻ അർജന്റീന എന്നിവിടങ്ങളിലായി തെക്കേഅമേരിക്കയിൽ 2000 കിലോമീറ്റർ നീണ്ടുകിടന്നു ഇൻകാൻ സാമ്രാജ്യം. 1532 ൽ സ്പെയിൻകാർ ബൊളീവിയയിലെത്തി. 1534 ൽ ബൊളീവിയയിൽ സ്പാനിഷ് കുടിയേറ്റം തുടങ്ങി. സ്പെയിനിന്റെ കോളനിയായിത്തീർന്ന ബോളീവിയ അപ്പർ പെറു അഥവാ ചാർക്കാസ് (Charcas) എന്നാണ് അറിയപ്പെട്ടിരുന്നത്.

സ്വാതന്ത്ര്യപ്രക്ഷോഭം 1809 ൽ തുടങ്ങിയെങ്കിലും 16 വർഷം നീണ്ടു നിന്ന യുദ്ധത്തിന് ശേഷം 1825 ആഗസ്റ്റ് 6 നാണ് ബൊളീവിയ സ്വതന്ത്ര റിപ്പബ്ലിക്കാവുന്നത്. ആൻഡ്രേസ് ഡി സാന്താക്രൂസിന്റെ ഭരണകാലം ബൊളീവിയൻ ചരിത്രത്തിലെ സുവർണ കാലമായിരുന്നു. ആഭ്യന്തര രാഷ്ട്രീയത്തിലെ പ്രശ്നങ്ങളിൽ സജീവമായി അദ്ദേഹം ഇടപെട്ട് പെറുവിനെയും ബൊളീവിയയെയും ചേർത്ത് ഒരു കോൺഫെഡറേഷൻ രൂപീകരിച്ചു. എന്നാൽ ഈ കോൺഫെഡറേഷന് അയൽ രാജ്യങ്ങളുമായി നിരന്തരം യുദ്ധത്തിലേർപ്പെടേണ്ടതായി വന്നു. ഒടുവിൽ ചിലിയൻ സൈന്യം യുങ്ഗെ (Yungay) യുദ്ധഭൂമിയിൽ വച്ച് കോൺഫെഡറേഷൻ സൈന്യത്തെ പരാജയപ്പെടുത്തി. തുടർന്ന് ഏകദേശം അറുപത് വർഷക്കാലത്തോളം ബൊളീവിയയിൽ ഭരണ അസ്ഥിരതയുടേയും സൈനിക അട്ടിമറിയുടേയും കാലമായിരുന്നു. സാമ്പത്തികമായും രാഷ്ട്രീയമായും തകർന്ന രാജ്യത്തെ തകർച്ചയിൽനിന്നും കരകയറ്റിയത് രാജ്യത്ത് സുലഭമായിരുന്ന വെള്ളിയുടെ വിപണനമായിരുന്നു. ഇരുപതാം നൂറ്റാണ്ടിന്റെ ആദ്യകാലത്ത് വെള്ളിയിൽനിന്നും ടിന്നിലേക്ക് രാജ്യത്തിന്റെ വ്യാപാരം മാറി.

ഇരുപതാം നൂറ്റാണ്ടായപ്പോഴേക്കും രാജ്യത്തെ അവസ്ഥ പരിതാപകരമായി മാറി. ജനസംഖ്യയിൽ പകുതിയോളം വന്നിരുന്ന തദ്ദേശീയരുടെ ജീവിതം ദുരിതപൂർണമായിരുന്നു. 1932–35 കാലഘട്ടത്തിൽ നടന്ന യുദ്ധത്തിൽ പരാഗ്വേയോട് ബൊളീവിയ പരാജയപ്പെട്ടതോടെ തദ്ദേശീയരായ ജനങ്ങളിൽ രാഷ്ട്രീയ ബോധം ഉടലെടുത്തു തുടങ്ങി. മെക്സിക്കൻ വിപ്ലവത്തിന്റെ ചുവടുപിടിച്ച് ബൊളീവിയയിൽ രൂപംകൊണ്ട റവലൂഷണറി നാഷണലിസ്റ്റ് മൂവ്മെന്റ് ബൊളീവിയയുടെ പ്രശ്നങ്ങൾക്ക് മാർക്സിസമാണ് പരിഹാരമെന്ന് കണ്ടെത്തി. 1943 മുതൽ 1946 വരെ ഭരണത്തിലിരുന്ന ഗ്വാൽബർട്ടോ വില്ലാറോയലിന്റെ സൈന്യത്തിലും സിവിലിയൻ ഭരണത്തിലും റവലൂഷണറി നാഷണലിസ്റ്റ് മൂവ്മെന്റ് പങ്കാളിയായി, 1946ൽ ഭരണത്തിൽ നിന്നും പുറത്തായ പാർട്ടി ഒളിപ്രവർത്ത

നത്തിലേക്കുമാറി. 1949 ൽ രക്തരൂഷിതമായ ഒരു ആഭ്യന്തരയുദ്ധത്തിനു പാർട്ടി തുടക്കമിട്ടെങ്കിലും പരാജയം നേരിടേണ്ടിവന്നു. തുടർന്ന് ഒളിവിൽ പോയ പാർട്ടി 1951 ൽ നടന്ന തെരഞ്ഞെടുപ്പിൽ വമ്പിച്ച വിജയം കരസ്ഥ മാക്കി. എന്നാൽ പ്രതിപക്ഷം ഈ വിജയത്തെ അംഗീകരിക്കാൻ തയ്യാ റായില്ല 1952 ഏപ്രിൽ 9ന് പ്രസിഡന്റ് വിക്ടർ പാസ് എസ്റ്റേൺസ്റ്റോറോ (Víctor Paz Estenssoro)യുടെ നേതൃത്വത്തിൽ പാർട്ടി ബൊളീവിയൻ നാഷണൽ റവലൂഷൻ വിജയകരമായി നടപ്പാക്കി. എന്നാൽ ഈ ഭരണ പരിഷ്കാരങ്ങൾ രാജ്യത്ത് വമ്പിച്ചതോതിൽ വിഭാഗീയത വളർത്തുന്ന തിന് കാരണമായി. 1964 ൽ നടന്ന സൈനിക അട്ടിമറിയിലൂടെ പ്രസി ഡന്റ് എസ്റ്റേൺസ്റ്റോറോ അധികാരഭ്രഷ്ടനായി. തുടർന്ന് 20 വർഷക്കാലം ബൊളീവിയ സൈനികഭരണത്തിൽ തുടർന്നു. 1985 ൽ നടന്ന തെരഞ്ഞെ ടുപ്പിൽ ജനറൽ ബെൻസർ (Benzer) നയിച്ച നാഷണൽ ഡെമോക്രാ റ്റിക് ആക്ഷൻ പാർട്ടി കേവലഭൂരിപക്ഷം നേടി. എന്നാൽ തെരഞ്ഞെടു പ്പിൽ രണ്ടും മൂന്നും സ്ഥാനങ്ങളിലെത്തിയ മുൻപ്രസിഡന്റ് പാസ് എസ്റ്റേ ൺസ്റ്റോറോയുടെ എം എൻ ആർ പാർട്ടിയും മുൻ വൈസ് പ്രസിഡന്റ് ജയ്മെ പാസ് സമോറാ (Jaime Paz Zamora)യുടെ റവലൂഷണറി ലെ ഫ്റ്റ് മൂവ്മെന്റും ഒത്തുചേർന്ന് അധികാരത്തിലേറി. 1997 ൽ നടന്ന തെര ഞ്ഞെടുപ്പിൽ ജനറൽ ഹ്യൂഗോ ബെൻസർ (Hugo Benzer) പ്രസിഡന്റാ യി. 2001 ൽ ഹ്യൂഗോ ആരോഗ്യപരമായ കാരണങ്ങളാൽ സ്ഥാനമൊ ഴിഞ്ഞ് വൈസ് പ്രസിഡന്റായിരുന്ന ജോർഗെ ക്വിറോഗ (Jorge Quiorga) യെ പ്രസിഡന്റായി നിയമിച്ചു. 2002 ൽ നടന്ന തെരഞ്ഞെടുപ്പിൽ സാഞ്ചസ് ഡി ലൊസാഡ (Sanchez de Lozada) പ്രസിഡന്റായെങ്കിലും 2003 ൽ പൊട്ടിപ്പുറപ്പെട്ട ബഹുജന പ്രക്ഷോഭത്തെ തുടർന്ന് 2005 മാർച്ച് 7 ന് അദ്ദേഹത്തിന് രാജിവയ്ക്കേണ്ടതായി വന്നു. 2005 ഡിസംബർ മാസത്തിൽ നടന്ന തെരഞ്ഞെടുപ്പിൽ ഇവോ മൊറേൽസ് പ്രസിഡന്റായി. ബൊളീവി യൻ ജനതയുടെ ദീർഘകാലമായുള്ള ആവശ്യമായിരുന്ന പ്രകൃതിവാ തക പാടങ്ങളുടെ ദേശസാൽക്കരണം മൊറേൽസ് 2006 മേയ് ഒന്നിന് നടപ്പാക്കി. 2009 ഫെബ്രുവരിയിൽ പുതിയ ഭരണഘടനയ്ക്ക് മൊറേൽസ് അംഗീകാരം നൽകി.

ഭരണക്രമം

1967 ൽ രൂപംനൽകിയ ഭരണഘടന 1994 ൽ ഭേദഗതി ചെയ്ത് എക്സി ക്യൂട്ടീവ്, ജുഡീഷ്യറി, ലെജിസ്ലേച്ചർ എന്നിവയ്ക്ക് തുല്യ അധികാരങ്ങൾ നൽകി. 2009 ഫെബ്രുവരിയിൽ പുതിയ ഭരണഘടനയ്ക്ക് അംഗീകാരം നൽകി. ജുഡീഷ്യറിയിൽ സുപ്രീം കോടതി, ഡിപ്പാർട്ടുമെന്റൽ കോടതികൾ, കീഴ്കോടതികൾ എന്നിവ ഉൾപ്പെടുന്നു. ജനങ്ങൾ നേരിട്ട് തെരഞ്ഞെടു ക്കുന്ന കൗൺസിലർമാരും മേയർമാരുമാണ് നഗരങ്ങളും പട്ടണങ്ങളും ഭരിക്കുന്നത്. പ്രസിഡന്റിനെ അഞ്ചുവർഷത്തേക്ക് തെരഞ്ഞെടുക്കുന്നു.

ഭൂപ്രകൃതി

ഭൂവിസ്തൃതിയിൽ ലോകരാഷ്ട്രങ്ങളിൽ 28 ാംസ്ഥാനമാണ് ബൊളീ വിയയ്ക്കുള്ളത്. കടൽത്തീരം തീരെയില്ലാത്ത രാജ്യമാണിത്. പരാഗ്വേ നദിയിലൂടെ അറ്റ്ലാന്റിക് സമുദ്രംവരെ എത്തിച്ചേരാനാകുമെന്നതാണ് കടലുമായി ബൊളീവിയയെ ബന്ധപ്പെടുത്തുന്ന ഏകമാർഗം. രാജ്യ ത്തിന്റെ സിംഹഭാഗവും പർവതപ്രദേശമാണ്. കിഴക്ക് ആമസോൺ മഴ ക്കാടുകളാൽ സമൃദ്ധമാണ്.

സമ്പദ്ഘടന

പ്രകൃതി വിഭവങ്ങളാൽ സമ്പന്നമാണ് ബൊളീവിയ എങ്കിലും തെക്കേഅമേരിക്കയിലെ ഏറ്റവും ദരിദ്രരാജ്യമാണിത്. 2002 ലെ രാജ്യ ത്തിന്റെ ജി ഡി പി 7.9 ബില്യൺ ഡോളറായിരുന്നു. കഴിഞ്ഞ മൂന്നുദശ കങ്ങളായി വിവിധകാരണങ്ങളാൽ സമ്പദ്ഘടന തകർച്ചയെ നേരിടുന്നു. ആയിരത്തിതൊള്ളായിരത്തി എൺപതുകളിൽ പ്രധാന വ്യവസായമാ യിരുന്ന ടിൻ പ്രതിസന്ധിയിലായത് സമ്പദ്ഘടനയെ തകർത്തു. 1980 കളിലും തൊണ്ണൂറുകളുടെ തുടക്കത്തിലും ഉണ്ടായ ശീതസമരം സാമ്പ ത്തിക തകർച്ചയ്ക്ക് ആക്കം കൂട്ടി. 1985 മുതൽ ബൊളീവിയൻ ഗവൺ മെന്റ് ഏർപ്പെടുത്തിയ സാമ്പത്തിക പരിഷ്കാരങ്ങൾ വിലനിലവാരം പിടി ച്ചുനിർത്തുന്നതിനും സുസ്ഥിരവളർച്ചയ്ക്ക് നാന്ദികുറിക്കുന്നതിനും കാര ണമായി.

ബോസ്നിയയും ഹെർസിഗോവ്നയും
(Bosnia and Herzigovina)

ദക്ഷിണ യൂറോപ്പിലെ ബാൽക്കൺ ഉപദ്വീപിൽപ്പെട്ട രാജ്യം. 51129 ചതുരശ്രകിലോമീറ്റർ വിസ്തൃതിയുള്ള ബോസ്നിയ ഹെർസിഗോ വ്നയുടെ വടക്കും തെക്കുപടിഞ്ഞാറും ക്രൊയേഷ്യയും(Croatia) കിഴക്ക് സെർബിയയും (Serbia)തെക്ക് മോണ്ടിനെഗ്രോ (Montinegro)യുമാണ് അയൽ രാജ്യങ്ങൾ. 26 കിലോമീറ്റർ അഡ്രിയാട്ടിക്ക് സമുദ്രത്തിന്റെ തീര പ്രദേശവുമുണ്ട്. രാജ്യത്തിന്റെ ഭൂരിഭാഗവും ബോസ്നിയൻ പ്രദേശമാ ണ്. തെക്കേയറ്റത്തുള്ള ചെറിയ പ്രദേശമാണ് ഹെർസിഗോവ്ന. തല സ്ഥാനം സരയാവോ (Sarajevo).

ജനസംഖ്യയിൽ ഭൂരിഭാഗവും തദ്ദേശീയരായ ബോസ്നിയാക്കു (Bosniaks) കളാണ്. സെർബുകളും (Serbs) ക്രൊയേറ്റു (Croats)കളു മുണ്ട്.

ചരിത്രം

ചരിത്രാതീത കാലം മുതൽക്കേ ബോസ്നിയയിൽ ജനവാസമുണ്ടാ യിരുന്നു. നിയോലിത്തിക് കാലഘട്ടത്തിലുണ്ടായിരുന്ന ജനങ്ങളെ വെങ്ക ലയുഗത്തിൽ ഇല്ലിറിയൻസ് (Illrians)എന്നറിയപ്പെടുന്ന ഇൻഡോ-യു റോപ്യൻ ആദിമസമൂഹം കീഴ്പ്പെടുത്തി. ബി സി 229 മുതൽ തന്നെ ഇല്ലിറി യനുകളും റോമാക്കാരും തമ്മിൽ സംഘർഷം ഉടലെടുത്തു. എ ഡി 9 ാം നൂറ്റാണ്ടുവരെ ഈ പ്രദേശം പൂർണമായും റോമാക്കാരുടെ നിയന്ത്രണ ത്തിലായിത്തീർന്നില്ല. എന്നാൽ പിന്നീട് റോമാസാമ്രാജ്യത്തിന്റെ അധീ നതയിലായിത്തീർന്ന ഈ പ്രദേശം 337 മുതൽ 395 വരെ നടന്ന റോമാ സാമ്രാജ്യത്തിന്റെ വിഭജനത്തെ തുടർന്ന് ഡൽമാഷ്യാ (Dalmatia)യും പന്നോണ്യ (Pannonya)യും പശ്ചിമ റോമാസാമ്രാജ്യത്തിന്റെ ഭാഗമായി.

6 ാം നൂറ്റാണ്ടിൽ ജസ്റ്റീനിയൻ ചക്രവർത്തി ഈ പ്രദേശം ബൈലന്റൈൻ സാമ്രാജ്യത്തിന് വേണ്ടി പിടിച്ചെടുത്തു കിഴക്കൻയൂറോപ്പിൽ നിന്നും കുടി യേറിയ സ്ലാവ്സ് (Slavs) കൊണ്ടുവന്ന സാമൂഹ്യക്രമമാണ് ഈ പ്രദേ ശത്ത് ഭൂവുടമാ സമ്പ്രദായത്തിന് കാരണമായത്. 9 ാം നൂറ്റാണ്ടിന്റെ ഉത്ത രാർഥത്തിൽ സ്ലാവ്സ് ക്രിസ്തുമതം സ്വീകരിച്ചു. ഒമ്പതും പത്തും നൂറ്റാ ണ്ടുകളിൽ സെർബിയയും ക്രോയേഷ്യയും ബോസ്നിയ ഹെർസിഗോ വ്നയുടെ നിയന്ത്രണത്തിൽ നിന്നും മോചിതമായി. ബോസ്നിയയിലെ ആദ്യകാലത്തെ ശ്രദ്ധേയനായ ഭരണാധികാരി ബാൽ കുലിൻ (Bal Kulin) ആയിരുന്നു. ഇദ്ദേഹത്തിന്റെ ഭരണകാലത്ത് ക്രൈസ്തവസഭകളായ റോമൻ കത്തോലിക്കരും സെർബിയൻ ഓർത്തഡോക്സും തമ്മിൽ അധികാരത്തർക്കം മൂർഛരിച്ചു.

പതിനാലാം നൂറ്റാണ്ടിന്റെ ആദ്യഘട്ടം വരെ ബോസ്നിയൻ ചരിത്രം സുബിക് (Subic) കൊട്രോമാനിക് (Kotromanic) എന്നീ രണ്ട് രാജകു ടുംബങ്ങൾ തമ്മിലുള്ള അധികാര വടംവലികൊണ്ട് കലുഷിതമായിരുന്നു. 1322 ൽ സ്റ്റീഫൻ II കൊട്രോമാനിക് (Stjepan II Kotromanic) അധികാ രമേറിയതോടെ കുടുംബ അധികാരത്തർക്കത്തിന് വിരാമമായി. തുടർന്ന് കുറച്ചുകാലം ബോസ്നിയയിൽ ശാന്തിയും പുരോഗതിയും നിലനിന്നു വന്നു. എന്നാൽ 1931 ഓടെ ബോസ്നിയ ദീർഘകാലം നീണ്ടുനിന്ന തകർച്ചയിലേക്ക് വഴുതിവീണു.

ഒട്ടോമൻ കാലഘട്ടം (1463–1878)

ഒട്ടോമൻ ഭരണകാലം ബോസ്നിയൻ ചരിത്രത്തിലെ പ്രധാന കാല ഘട്ടമായിരുന്നു. രാഷ്ട്രീയവും സാംസ്കാരികവുമായ മുന്നേറ്റം ഒട്ടോ മൻ ഭരണകാലത്ത് കൈവന്നു. നവീന ഭൂമി കൈവശാവകാശം, ഭരണ നവീകരണം,തുടങ്ങി നിർണായകമായ പലമാറ്റങ്ങളും ഒട്ടോമൻ ഭരണ കാലത്ത് നടന്നു. ഇസ്ലാം മതമാറ്റം, 'ജൂതന്മാരുടെ കുടിയേറ്റം', ക്രിസ്തു മത സംരക്ഷണം എന്നിങ്ങനെ മതങ്ങളുടെ വളർച്ചയ്ക്കും ഈ കാല ഘട്ടം സാക്ഷ്യം വഹിച്ചു. എന്നാൽ 17 ാംനൂറ്റാണ്ടിന്റെ അവസാനഘട്ടമാ യപ്പോഴേക്കും ബോസ്നിയ വീണ്ടും പ്രതിസന്ധിയിലായി. സൈനികശ ക്തി ക്ഷയിച്ച് ആഭ്യന്തരകലാപം മൂർഛരിച്ച് രോഗപീഡകളാൽ ദുരിതം വന്ന് ബോസ്നിയ തകർന്ന് തുടങ്ങി. കർഷകകലാപം കൂടി രൂക്ഷമായ തോടെ ഒട്ടോമൻഭരണത്തിന് പിടിച്ചുനിൽക്കാനായില്ല. 1878 ൽ ബർലിൻ കരാറിലൂടെ ഒട്ടോമൻ ഭരണകൂടം ബോസ്നിയയെ ആസ്ട്രിയ-ഹംഗറി യുടെ ഭരണത്തിന് കൈമാറി.

ആസ്ട്രോ-ഹംഗറി ഭരണം (1878-19198)

ആസ്ട്രോ ഹംഗേറിയൻ ഭരണകാലത്ത് ബോസ്നിയ ഹെർസിഗോ വ്ന ബോൾഷെവിക്കുകളുമായി കരാറിലേർപ്പെട്ടു. തുടർന്ന് സ്ലാവിക് വിമ തരുടെ കുടിയേറ്റവുമുണ്ടായി. സാമ്പത്തിക സാമൂഹിക പരിഷ്കാരങ്ങ

ലിലൂടെ രാജ്യത്ത് ഈ കാലഘട്ടത്തിൽ വൻപുരോഗതിയുണ്ടായി. 1910 കളുടെ അവസാനത്തോടെ ദേശീയത ബോസ്നിയൻ രാഷ്ട്രീയത്തിൽ ആഴത്തിൽ വേരൂന്നി. 1908 ൽ ബോസ്നിയ ഹെർസിഗോവ്നയെ കൂട്ടി ച്ചേർക്കാനുള്ള ആസ്ട്രോ-ഹംഗേറിയൻ സർക്കാരിന്റെ തീരുമാനത്തെ റഷ്യ എതിർത്തു. ഒടുവിൽ റഷ്യ ഇതിന് അംഗീകാരം നൽകി.

യൂഗോസ്ലോവിയയുടെ രൂപീകരണം (1918-1941)

ഒന്നാം ലോകമഹായുദ്ധാനന്തരം ബോസ്നിയ ഹെർസിഗോവ്ന സെർബ്, ക്രൊയേട്ട്സ്, സ്ലോവൻസ് എന്നീ സ്ലാവ് സാമ്രാജ്യങ്ങളോട് ചേർന്നു. പിന്നീട് യൂഗോസ്ലോവ്യ എന്ന് നാമകരണംചെയ്തു. വിവിധ ജനതതികളുടെ കൂട്ടായ്മയായിരുന്ന യൂഗോസ്ലോവ്യയിൽ വംശീയ സ്പർധ തുടർ സംഭവമായി മാറി. 1929 ൽ യൂഗോസ്ലോവ്യൻ സാമ്രാജ്യം രൂപീകൃതമായതോടെ രാജ്യത്തെ വംശീയാതിർത്തികൾ ഭരണപരമായ സൗകര്യാർഥം ബെനേറ്റുകളായി (Benates) വിഭജിച്ചു. 1939 ൽ നടന്ന സെറ്റ്കോവിക് മാക്കെക്ക് കരാർ (Creetkovic-Macek Agreement)പ്ര കാരം ക്രൊയേഷ്യൻബെനറ്റ് രൂപീകൃതമായി. ഇതു മൂലം ബോസ്നിയ ക്രൊയേഷ്യയെന്നും സെർബിയയെന്നും വിഭജിക്കപ്പെട്ടു. 1941 ഏപ്രിൽ 6ന് ജർമനി യൂഗോസ്ലോവ്യയെ കീഴടക്കി. തുടർന്ന് ബോസ്നിയയുടെ എല്ലാ പ്രദേശങ്ങളും സ്വതന്ത്രക്രൊയേഷ്യയുമായി കൂട്ടിച്ചേർത്തു. ഇതേ കാലയളവിൽ നാസിഭരണകൂടം ജൂതന്മാരെ കൂട്ടക്കൊലചെയ്തു. രണ്ടാം ലോകമഹായുദ്ധം അവസാനിച്ചതോടെ സോഷ്യലിസ്റ്റ് ഫെഡറൽ റിപ്പ ബ്ലിക്ക് ഓഫ് യൂഗോസ്ലോവ്യ രൂപീകൃതമായി. ബോസ്നിയും ഹെർ സിഗോവ്നയും ഈ റിപ്പബ്ലിക്കിന്റെ ആറ് ഘടകങ്ങളിൽ ഒന്നായി. യൂഗോ സ്ലോവ്യൻ ഫെഡറേഷന്റെ കേന്ദ്രസ്ഥാനത്ത് ബോസ്നിയ സ്ഥിതിചെ യ്യുന്നതിനാൽ എല്ലാ അടിസ്ഥാനസൗകര്യങ്ങളും സൈനികസൗകര്യ മുൾപ്പടെ അവിടെ കേന്ദ്രീകൃതമായി. 1990 ൽ നടന്ന പാർലമെന്റ് തെര ഞ്ഞെടുപ്പിൽ കമ്യൂണിസ്റ്റ് ഭരണത്തെ പുറത്താക്കാൻ രൂപീകൃതമായ മുന്നണി വിജയിച്ചു. തുടർന്ന് ക്രൊയേഷ്യയും സ്ലോവേനിയയും സ്വാത ന്ത്ര്യം പ്രഖ്യാപിച്ചു. ഇങ്ങനെ ഫെഡറേഷനിലെ ഓരോഘടകങ്ങളും സ്വതന്ത്രരാഷ്ട്രവാദവുമായി മുന്നോട്ടുവന്നു. 1991 ഒക്ടോബറിൽ ബോ സ്നിയയും ഹെർസിഗോവ്നയും സ്വതന്ത്രപരമാധികാര രാഷ്ടങ്ങളായി പ്രഖ്യാപിച്ചതിനെ തുടർന്ന് യൂഗോസ്ലോവ്യ നടത്തിയ റഫറണ്ടത്തിൽ സ്വതന്ത്രതാവാദം അംഗീകരിക്കപ്പെട്ടു. പിന്നീടുള്ള കാലം യുദ്ധത്തിന്റെ യും കലാപത്തിന്റെതുമായിരുന്നു. സെർബ് ഭൂരിപക്ഷപ്രദേശങ്ങൾ തങ്ങൾക്കു വേണമെന്ന ആവശ്യവുമായി സെർബുകൾ പലസ്ഥലത്തും അക്രമം തുടങ്ങി.

ബോസ്നിയയെയും ഹെർസിഗോവ്നയെയും അന്താരാഷ്ട്രസ മൂഹം അംഗീകരിച്ചതോടെ യൂഗോസ്ലോവ്യക്ക് റിപ്പബ്ലിക്കിൽനിന്നും പിന്മാ റേണ്ടിവന്നു. അതേസമയം ബോസ്നിയയ്ക്കെതിരെയുള്ള സെർബുക

ളുടെ യുദ്ധം തുടർന്നുവന്നു. കൂട്ടക്കൊലയും വംശഹത്യയുംകൊണ്ട്‌ കലാപകലുഷിതമായ യുദ്ധം 2005 വരെ തുടർന്നു. തുടർന്ന് അന്താരാ ഷ്ട്രസമൂഹത്തിന്റെ ഇടപെടലിനെ തുടർന്നാണ് യുദ്ധം അവസാനിച്ചത്.

ഡൈനാരിക് ആൽപ്സ്

ഭൂമിശാസ്ത്രം

മധ്യഡൈനാരിക് ആൽപ്സ് (Dinaric Alps) ഉൾപ്പെട്ട പർവതപ്ര ദേശമാണ് ബോസ്നിയ. കടലോരം കേവലം ഇരുപത് കിലോമീറ്റർമാ ത്രമാണ്. ബോസ്നിയ ഹെർസിഗോവ്‌ന എന്നിങ്ങനെ രണ്ടുപ്രദേശങ്ങ ളുണ്ടെങ്കിലും അതിർത്തി പൊതുവെ അവ്യക്തമാണ്. രാജ്യത്തിന്റെ നാലിൽ അഞ്ചുഭാഗവും ഉൾപ്പെടുന്ന ഉത്തരമേഖല ബോസ്നിയയും ബാക്കി തെക്കുഭാഗം ഹെർസിഗോവ്‌നയുമാണ്. തെക്കൻ ബോസ്നിയ യിൽ മെഡിറ്ററേനിയൻ കാലാവസ്ഥയുള്ള കാർഷികമേഖലയാണ്. കിഴക്ക് ഡ്രീനാ (Drina) നദീതടം നിബിഡവനമാണ്. രാജ്യത്തിന്റെ അമ്പത് ശതമാനം പ്രദേശവും വനഭൂമിയാണ്. വടക്ക് സാവാ (Sava) നദീതടം വളരെ ഫലഭൂയിഷ്ഠമായ കൃഷിഭൂമിയാണ്.

ഭരണക്രമം

ഭരണസൗകര്യാർഥം രാജ്യത്തെ രണ്ട് മേഖലകളായി വിഭജിച്ചിരി ക്കുന്നു. ബോസ്നിയ ഹെർസിഗോവ്‌നയുടെ അമ്പത്തൊന്ന് ശതമാനം ഭൂവിഭാഗമുൾപ്പെടുന്ന ബോസ്നിയ ഹെർസിഗോവ്‌ന ഫെഡറേഷനും നാൽപ്പത്തൊമ്പത് ശതമാനം റിപ്പബ്ലിക്ക സ്രപ്സ്ക(Srpska)യും. 1995 ലെ ഡൈറ്റൺ (Dyton)സമാധാന ഉടമ്പടിസമയത്ത് നിലനിന്നിരുന്ന വിരു ദ്ധവിഭാഗങ്ങളെ അടിസ്ഥാനമാക്കിയാണ് ഇത്തരത്തിൽ ഭരണപരമായി

രാജ്യത്തെ വിഭജിച്ചത്. വൃത്യസ്തതലങ്ങളുള്ള ഫെഡറൽ സംവിധാന മാണ് രാജ്യത്ത് നിലനിൽക്കുന്നത്, ഫെഡറേഷനും റിപ്പബ്ലിക്ക സ്രപ്സ്ക യും കഴിഞ്ഞാൽ മൂന്നാമത്തെ തലം പ്രാദേശികസർക്കാരുകളാണ്. ഈ പ്രാദേശിക സർക്കാരുകൾ ഫെഡറേഷന്റെ നിയമമനുസരിച്ച് പ്രവർത്തി ക്കുന്നു. നാലാമത് തലം മുൻസിപ്പാലിറ്റികളാണ്. രാജ്യത്താകെ 133 മുൻസിപ്പാലിറ്റികളുണ്ട്.

ബോസ്നിയ ഹെർസിഗോവ്ന പ്രസിഡൻസിയുടെ അധ്യക്ഷപദവി ബോസ്നിക്, ക്രോയേട്ട്സ്, സെർബ് എന്നീ വിഭാഗങ്ങളിൽനിന്നും തെര ഞ്ഞെടുക്കപ്പെട്ട അംഗങ്ങൾ മാറിമാറി വഹിക്കും. രാജ്യത്തെ നിയമനിർമാ ണസഭ പാർലമെന്ററി അസംബ്ലിയാണ്. പാർലമെന്റിന് ജനസഭയെന്നും ജനപ്രതിനിധിസഭയെന്നും രണ്ടുമണ്ഡലങ്ങളുണ്ട്.

സമ്പദ്ഘടന

തുടർച്ചയായ യുദ്ധങ്ങൾ താറുമാറാക്കിയ സമ്പദ്ഘടനയാണ് ബോസ്നിയ ഹെർസിഗോവ്നയുടേത്. വളരെ ഉൽപ്പാദനക്ഷമത കുറഞ്ഞ കാർഷികമേഖല പരമ്പരാഗതമായി സ്വകാര്യഉടമസ്ഥതയിലുള്ളതാണ്. ആയിരത്തിതൊള്ളായിരത്തിതൊണ്ണൂറുകളിലെ യുദ്ധത്തെ തുടർന്ന് രാജ്യ ത്തിന്റെ ജി ഡി പി 75 ശതമാനം ഇടിഞ്ഞു. എന്നാൽ 2003–2004 കാല ഘട്ടത്തിൽ ഇതിൽ നേരിയ വളർച്ച രേഖപ്പെടുത്തി. വർദ്ധിച്ചുവരുന്ന തൊഴിലില്ലായ്മയും വാണിജ്യകമ്മിയും സമ്പദ്ഘടനയ്ക്ക് ഭീഷണി യാണ്.

ബോട്സ്വാന
(Botswana)

ദക്ഷിണാഫ്രിക്കൻ രാജ്യം. തെക്കും തെക്കുകിഴക്കും ദക്ഷിണാ ഫ്രിക്ക, പടിഞ്ഞാറ് നമീബിയ, വടക്ക് സാംബിയ, വടക്കുകിഴക്ക് സിംബാവ്വേ എന്നിങ്ങനെ അയൽ രാജ്യങ്ങൾ. ബോട്സ്വാനയുടെ 70 ശതമാനം പ്രദേശവും കലഹാരി മരുഭൂമിയാണ്. 1966 സെപ്റ്റംബർ 30 ന് സ്വതന്ത്രമാകുമ്പോൾ ബോട്സ്വാന ആഫ്രിക്കയിലെ ഏറ്റവും ദരിദ്ര മായ രാജ്യമായിരുന്നു. എന്നാൽ ഇന്ന് സുസ്ഥിരമായ ഒരു സമ്പദ്ഘടന ഇവിടെ നിലനിൽക്കുന്നു.

ചരിത്രം

ആദിമജനങ്ങളും കുടിയേറ്റക്കാരും തമ്മിലുള്ള സംഘർഷങ്ങളുടെ ചരിത്രമാണ് എന്നും ബോട്സ്വാനയ്ക്കുണ്ടായിരുന്നത്. പത്തൊമ്പതാം നൂറ്റാണ്ടിൽ ബോട്സ്വാനയിലെ തദ്ദേശീയരായിരുന്ന സ്വാനക്കാരും ന്ഡബലി ആദിവാസികളും തമ്മിൽ വടുക്കുകിഴക്കൻ അതിർത്തിപ്രദേ ശത്തിനായി സംഘർഷം നിലനിന്നിരുന്നു. യൂറോപ്പിൽ നിന്നുള്ള കുടി യേറ്റക്കാരായ ബോയർമാരുമായി കിഴക്കൻ പ്രദേശത്ത് സംഘർഷം നില നിന്നിരുന്നു. 1885 മാർച്ച് 31 ന് ബ്രിട്ടീഷ് ഗവൺമെന്റ് ഇടപെട്ട് ഉണ്ടാ ക്കിയ ഉടമ്പടിപ്രകാരം വടക്കൻ പ്രദേശങ്ങൾ ബച്ചുവാലാന്റ് സംരക്ഷി തപ്രദേശമായും തെക്കുഭാഗങ്ങൾ കേപ്പ്കോളനിയുടെ ഭാഗമായും മാറി. ബച്ചുവാലാന്റാണ് ആധുനിക ബോട്സ്വാനയായത്.

1910 ൽ ദക്ഷിണാഫ്രിക്കൻ യൂണിയൻ രൂപീകൃതമായപ്പോൾ ബോട്സ്വാനയുടെ പ്രദേശങ്ങൾ അതിലുൾപ്പെടുത്തിയിരുന്നില്ല. ദക്ഷി ണാഫ്രിക്കൻ സർക്കാർ ഈ പ്രദേശങ്ങൾ തങ്ങൾക്ക് കൈമാറ്റം ചെയ്തു കിട്ടണമെന്ന് ആവശ്യപ്പെട്ടിട്ടും ബ്രിട്ടൺ പലകാരണങ്ങളാൽ അത് നീട്ടി

ക്കൊണ്ട് പോയി. 1964 ൽ ബോട്സ്വാനയിൽ ജനാധിപത്യ സ്വയംഭരണം സ്ഥാപിക്കുന്നതിനുള്ള നിർദേശം ബ്രിട്ടൺ അംഗീകരിച്ചു. 1966 ൽ സ്വതന്ത്ര ബോട്സ്വാനയിൽ നടന്ന പൊതുതെരഞ്ഞെടുപ്പിൽ സ്വാതന്ത്ര്യ പ്രസ്ഥാനത്തിന്റെ നേതാവായിരുന്ന സെറിറ്റ്സെ ഘാമ (Seretse Ghama) ആദ്യ പ്രസിഡന്റായി. തുടർന്ന് രണ്ടുപ്രാവശ്യം ഘാമ പ്രസിഡന്റായി തെരഞ്ഞെടുക്കപ്പെട്ടു. 1984 ൽ വൈസ് പ്രസിഡന്റായിരുന്ന ക്വറ്റ് മസ യർ പ്രസിഡന്റായി. 1989 ലും 1994 ലും മസയർ വീണ്ടും പ്രസിഡന്റായി. തുടർന്ന് ഫെസ്റ്റസ് മൊഗാവെ 1999ലും 2004ലും പ്രസിഡന്റായി. 2008 ൽ ഇയാൻ ഘാമ പ്രസിഡന്റ് പദം ഏറ്റെടുത്തു.

കലഹാരി മരുഭൂമി

ഭൂപ്രകൃതി

ബോട്സ്വാനയുടെ 70 ശതമാനം പ്രദേശവും കലഹാരി മരുഭൂമി യാണ്. ലോകത്തെ ഏറ്റവും വലിയ ഉൾനാടൻ നദീമുഖമായ മുക്കോൺ തുരുത്ത്, ഒകാംഗോ ഡെൽറ്റാ ബോട്സ്വാനയുടെ വടക്കുപടിഞ്ഞാറു ഭാഗത്താണ്. ഡെൽറ്റാ, മരുഭൂമി എന്നീ പ്രദേശങ്ങൾ കൂടാതെ പുൽമേ ടുകൾ സെവാന എന്നീ ഭാഗങ്ങളും ബോട്സ്വാനയുടെ ഭൂപ്രകൃതിയുടെ ഭാഗമാണ്. ജൈവവൈവിധ്യത്താൽ സമ്പന്നമായ ഈ പ്രദേശത്താണ് ആഫ്രിക്കൻ ആനകൾ കൂടുതലുള്ള ചോബ് ദേശീയോദ്യാനം.

ഭരണ സംവിധാനം

പ്രാതിനിധ്യ ജനാധിപത്യ റിപ്പബ്ലിക്കൻ സംവിധാനമുള്ള ബോട്സ്വാ നയിൽ രാജ്യത്തിന്റെയും സർക്കാരിന്റെയും തലവൻ പ്രസിഡന്റാണ്.

ബഹുകക്ഷി ഭരണക്രമത്തിൽ എക്സിക്യൂട്ടീവ് അധികാരം ഗവൺ മെന്റിൽ നിക്ഷിപ്തമാണ്. സ്വാതന്ത്ര്യലബ്ധിക്കുശേഷം ബോട്സ്വാന ഡെമോക്രാറ്റിക്ക് പാർട്ടിക്കാണ് മുൻതൂക്കം.

സമ്പദ്ഘടന

സ്വാതന്ത്ര്യ സിദ്ധിക്കു ശേഷം വളർച്ചാനിരക്കിൽ ലോകത്ത് ഒന്നാം സ്ഥാനമാണ് ബോട്സ്വാനയ്ക്കുള്ളത്. ആഫ്രിക്കയിൽതന്നെ ഏറ്റവും കൂടുതൽ ആളോഹരി വരുമാനമുള്ള രാജ്യമാണിത്. 1966 മുതൽ 1999 വരെയുണ്ടായ ശരാശരി വളർച്ചാനിരക്ക് 9 ശതമാനമാണ്. സാമ്പത്തിക സ്വാതന്ത്ര്യവും സുസ്ഥിരതയുള്ള സമ്പദ്ഘടനയുമാണ് ബോട്സ്വാന യ്ക്കുള്ളത്. വൈരക്കൽ, ധാതുക്കൾ എന്നിവയാണ് പ്രധാന ധാതുക്കൾ.

ബ്രസീൽ
(Brazil)

വലിപ്പത്തിൽ ലോകത്തെ അഞ്ചാം സ്ഥാനത്തുള്ള ദക്ഷിണഅമേ രിക്കൻ രാജ്യം. ജനസംഖ്യയിലും ലോകരാജ്യങ്ങളിൽ അഞ്ചാം സ്ഥാന മാണ് ബ്രസീലിനുള്ളത്. കിഴക്ക് അറ്റ്ലാന്റിക്ക് സമുദ്രം, വടക്കുപടിഞ്ഞാറ് കൊളംബിയ, പടിഞ്ഞാറ് ബൊളീവിയ, പെറു, തെക്ക് പടിഞ്ഞാറ് അർജന്റീന, പരാഗ്വെ, തെക്ക് ഉറുഗ്വേ എന്നിവ അയൽ രാജ്യങ്ങൾ.

ചരിത്രം

ഹിമയുഗത്തിന്റെ അവസാനം ഏകദേശം 9000 ബി സി യിൽ വട ക്കൻ ഏഷ്യയിൽനിന്നും കുടിയേറിയവരുടെ പിൻമുറക്കാരാണ് ബ്രസീ ലിലെ ജനങ്ങൾ എന്ന് വിശ്വസിക്കപ്പെടുന്നു. 1500 മുതൽ 1822 വരെ ബ്രസീൽ പോർട്ടുഗീസ് കോളനിയായിരുന്നു. നിരവധി ആദിവാസി ഗോത്രങ്ങളും ഉപഗോത്രങ്ങളും നിലനിന്നിരുന്നു അക്കാലത്ത് ബ്രസീ ലിൽ. നരമാംസഭോജനമുൾപ്പടെയുള്ള അപരിഷ്കൃതരീതികളും ഗോത്ര യുദ്ധങ്ങളും കൊണ്ട് കാലം കഴിച്ചിരുന്ന ജനസമൂഹമായിരുന്നു പോർട്ടു ഗീസുകാർ എത്തുമ്പോൾ ബ്രസീലിൽ ഉണ്ടായിരുന്നത്. ഈ ജനവിഭാ ഗത്തെ പരിഷ്കൃതരാക്കാനുള്ള ഉദ്യമങ്ങളൊന്നും പോർട്ടുഗീസുകാരുടെ ഭാഗത്തുനിന്നും കാര്യമായുണ്ടായില്ല. കാരണം അവർക്ക് കോളനികളാ യിരുന്ന ഇന്ത്യ, ചൈന, ജപ്പാൻ, ഇൻഡോചീന എന്നീ പ്രദേശങ്ങളിൽ നിന്നുള്ള കോളനി വ്യാപാരമായിരുന്നു കൂടുതൽ ലാഭകരമായിരുന്നത്.

1530 മുതൽ പാരമ്പര്യ നാടുവാഴിത്ത ഭരണക്രമമാണ് പോർട്ടുഗീ സുകാർ ബ്രസീലിൽ നടപ്പാക്കിവന്നത്. എന്നാൽ നാടുവാഴി സമ്പ്രദായ ത്തിന്റെ പരാജയത്തെ തുടർന്ന് പോർട്ടുഗീസ് സർക്കാരിന്റെ നേരിട്ടുള്ള ഭരണത്തിൻ കീഴിലായി ബ്രസീൽ. കരിമ്പുകൃഷിക്ക് തൊഴിലാളികളായി

വന്നവർ ബ്രസീലിൽ സ്ഥിരതാമസക്കാരായി. യൂറോപ്പിലേക്കുള്ള കയ റ്റുമതി ലക്ഷ്യമാക്കിയുള്ള കാർഷികോൽപ്പാദനത്തിനാണ് പോർട്ടുഗീസു കാർ ബ്രസീലിൽ മുൻതൂക്കം നൽകിയത്. 17 ാം നൂറ്റാണ്ടിൽ സാവോ പോളോയിൽനിന്നുള്ള നാടുവാഴികൾ ബ്രസീലിന്റെ ഉൾനാടുകളിൽ വാണിജ്യാവശ്യങ്ങൾക്കെത്തുകയും തദ്ദേശീയരെ അടിമകളാക്കുകയും ചെയ്തു. ഇവരാണ് ബ്രസീലിൽ സ്വർണത്തിന്റെയും വൈരത്തിന്റെയും നിക്ഷേപം കണ്ടെത്തിയത്. സ്വർണ ഖനനത്തിൽനിന്നുള്ള സമ്പത്ത് പോർട്ടുഗീസുകാർ തങ്ങളുടെ സാമ്രാജ്യം ലോകമെമ്പാടും വിപുലപ്പെ ടുത്തുന്നതിനായി വിനിയോഗിച്ചു. ഇതിനെതിരായാണ് ടിറാൻഡസ് (Tirandus) പോലെയുള്ള സ്വാതന്ത്ര്യമുന്നേറ്റങ്ങൾ ബ്രസീലിലുണ്ടായത്.

നെപ്പോളിയന്റെ സൈന്യം മധ്യയൂറോപ്പിന്റെ ഏതാണ്ടെല്ലാ പ്രദേ ശങ്ങളോടൊപ്പം പോർച്ചുഗലും പിടിച്ചടക്കിയപ്പോൾ അവിടെനിന്നും പലാ യനം ചെയ്ത പോർട്ടുഗീസ് ഭരണകൂടം ബ്രസീലിലെ റിയോ ഡി ജനേ റോയിൽ തങ്ങളുടെ ആസ്ഥാനം സ്ഥാപിച്ച് ഭരണം തുടർന്നു. 1805 മുതൽ 1815 വരെ റിയോ ഡി ജനേറോ പോർച്ചുഗലിന്റെ ആസ്ഥാനമായിരുന്നു. പെനിൻസുലാർ യുദ്ധത്തിൽ ഫ്രഞ്ച് സൈന്യത്തെ യൂറോപ്പിൽ നിന്നും തുരത്തിയതിനെ തുടർന്ന് 1815 മുതൽ 1825 വരെ ലിബ്സൺ കേന്ദ്ര മാക്കി യുണൈറ്റഡ് കിങ്ഡം ഓഫ് പോർച്ചുഗൽ, ബ്രസീൽ, അൾഗാർ വ്സ് (Algarves) രൂപീകരിച്ചു.

1822 സെപ്റ്റംബർ 7 ന് പോർച്ചുഗലിൽനിന്നു ബ്രസീൽ സ്വതന്ത്ര മായി. ഡിസംബർ 1ന് ഡോം പെഡ്രോ (Dom pedro) യെ ബ്രസീലിലെ ആദ്യപ്രസിഡന്റായി നിയമിച്ചു. 1825 ൽ പോർച്ചുഗൽ ബ്രസീലിനെ സ്വത ന്ത്രരാജ്യമായി അംഗീകരിച്ചു. ഡോം പെഡ്രോയുടെ ഭരണകാലത്ത് ബ്രസീൽ സാമ്പത്തികമായും ഭരണപരമായും തകർച്ചയെ നേരിട്ടു. പെഡ്രോ നടപ്പാക്കാനുദ്ദേശിച്ച ഭരണ പരിഷ്കാരങ്ങൾ പരാജയപ്പെട്ടു. രാഷ്ട്രീയ സമ്മർദ്ദങ്ങളെ തുടർന്ന് പെഡ്രോ 1830 ഏപ്രിൽ 7 ന് സ്ഥാന മൊഴിഞ്ഞു. പെഡ്രോ പോർച്ചുഗലിലേക്ക് തിരിച്ചു പോയി. അന്ന് കേവലം രണ്ടുവയസുമാത്രം പ്രായമായിരുന്ന മകൻ പെഡ്രോ(രണ്ടാമൻ) പ്രായ പൂർത്തിയാകുന്നതുവരെ (1831 മുതൽ 1840 വരെ) ബ്രസീലിൽ ഏജന്റ് ഭരണമായിരുന്നു. ഇക്കാലത്ത് ബ്രസീലിൽ നിരവധി പ്രാദേശിക കലാ പങ്ങൾ നടന്നു. അമേരിക്കൻ ഭൂഖണ്ഡത്തിൽ നടന്ന ഏറ്റവും വലിയ അടിമമുന്നേറ്റമായ മാലേ റിവോൾട്ട് (Male Revolt) ഇതിൽ പ്രധാനമാ ണ്. 1840 ജൂലൈ 23 ന് പെഡ്രോ-2 രാജാവായി വാഴിക്കപ്പെട്ടു. കയറ്റുമ തിചെയ്യുന്ന കാപ്പിയുടെ വില വർദ്ധിപ്പിക്കുക, അമേരിക്കയിൽ നിന്നുള്ള അടിമവ്യാപാരം അവസാനിപ്പിക്കുക തുടങ്ങി നിരവധി ഭരണപരിഷ്കാ രങ്ങൾക്ക് പെഡ്രോ-2 തുടക്കമിട്ടു. കത്തോലിക്കസഭയുടെയും റിപ്പബ്ലി ക്കൻ പ്രസ്ഥാനങ്ങളുടെയും സമ്മർദങ്ങളെ തുടർന്ന് പെഡ്രോ-2 1889 ൽ

സ്ഥാനമൊഴിഞ്ഞു. റിപ്പബ്ലിക്കൻ സൈന്യത്തലവൻ ഡിയോഡോറോ ഡാ ഫോൺസെക്കാ (Deodoro do Fonseca) യുടെ നേതൃത്വത്തിൽ നടന്ന സൈനികഅട്ടിമറിയിലൂടെ യാണ് പെഡ്രോ-2 സ്ഥാനമൊഴി ഞ്ഞത്. തുടർന്ന് പെഡ്രോ-2 രാജ്യ ത്തെ ആദ്യത്തെ താൽക്കാലിക പ്രസിഡന്റായി, രാജ്യത്തിന്റെ പേര് റിപ്പബ്ലിക്ക് ഓഫ് ദ് യുണൈറ്റഡ് സ്റ്റേറ്റ് ഓഫ് ബ്രസീൽ എന്നായി. 1889 മുതൽ 1930 വരെ മിലിറ്ററി റിപ്പ ബ്ലിക്കൻ സമ്പ്രദായം തുടർന്നുവന്നു. 1930 ൽ സൈന്യം റിപ്പബ്ലിക്കൻ ഗവൺമെന്റിനെ അട്ടിമറിച്ച് അധി

ഫെർണാഡോ കോളോർ ഡി മെല്ലോ

കാരം പിടിച്ചെടുത്തു. ഗെറ്റുലിയോ വെർഗാസ് (Getulio Vargas) ഭരണ ത്തലവനായി. വർഗാസിന്റെ ഏകാധിപത്യഭരണം 1945 വരെ തുടർന്നു വന്നു. 1951 ൽ വെർഗാസ് വീണ്ടും പ്രസിഡന്റായി തെരഞ്ഞെടുക്കപ്പെട്ടു. 1954 ൽ ആത്മഹത്യ ചെയ്യുന്നതുവരെ അദ്ദേഹം പ്രസിഡന്റായി തുടർന്നു. 1964 ൽ സൈന്യം അട്ടിമറിയിലൂടെ ഭരണം പിടിച്ചെടുത്തു. തുടർന്ന് 1985 മാർച്ച് വരെ ബ്രസീലിൽ സൈനിക ഭരണമായിരുന്നു. 1988 ൽ ബ്രസീ ലിൽ ജനാധിപത്യം പുനഃസ്ഥാപിച്ച് ഫെഡറൽഭരണഘടനയ്ക്ക് രൂപം നൽകി. 1990 മാർച്ചിൽ പൊതുതെരഞ്ഞെടുപ്പിലൂടെ ഫെർണാഡോ കോളോർ ഡി മെല്ലോ (Fernando Collor De Mello) പ്രസിഡന്റായി. 1998 അദ്ദേഹം വീണ്ടും തെരഞ്ഞെടുക്കപ്പെട്ടു. 2002 ൽ ലൂയിസ് ഇനാഷ്യോ ഡാ സിൽവ (Luiz Inacio da Silva) പ്രസിഡന്റായി തെര ഞ്ഞെടുക്കപ്പെട്ടു.

ഭരണക്രമം

ഫെഡറേഷൻ ഭരണസംവിധാനമാണ് ബ്രസീലിലുള്ളത്. പരമാധി കാരം, പൗരത്വം, ജനങ്ങളുടെ അന്തസ്സ്, തൊഴിലിന്റെ സാമൂഹ്യ മഹത്വം, സംരംഭങ്ങളുടെ സ്വാതന്ത്ര്യം, രാഷ്ട്രീയ ബഹുസ്വരത എന്നിങ്ങനെ ആറ് അടിസ്ഥാന തത്വങ്ങളിലധിഷ്ഠിതമാണ് ഫെഡറേഷൻ. എക്സിക്യൂട്ടീവ്, ലെജിസ്ലേറ്റീവ്, ജുഡീഷ്യറി എന്നിങ്ങനെ മൂന്ന് ഘടകങ്ങൾ സർക്കാരി നുണ്ട്. എക്സിക്യൂട്ടീവ് ലെജിസ്ലേറ്റീവ് എന്നിവയിലെ അംഗങ്ങളെ ജന ങ്ങൾ നേരിട്ട് തെരഞ്ഞെടുക്കുന്നു. 18 നും 65 വയസിനും മധ്യേയുള്ള വർക്ക് നിർബന്ധിത വോട്ടവകാശമാണുള്ളത്. പ്രസിഡന്റിന്റെ കാലാ വധി നാലു വർഷമാണ്. ഗവൺമെന്റിന്റെയും രാജ്യത്തിന്റെയും തല വൻ പ്രസിഡന്റാണ്. മന്ത്രിമാരെ പ്രസിഡന്റ് നിയമിക്കുന്നു.

സമ്പദ്ഘടന

ലാറ്റിൻഅമേരിക്കൻ പ്രദേശത്തെ ഏറ്റവും വലിയ സമ്പദ്ഘടന
യാണ് ബ്രസീലിന്റേത്. കൃഷി, ഖനനം, ഉൽപ്പാദനം, മറ്റ് സേവനമേഖല
കൾ എന്നിവയാണ് പ്രധാന വരുമാന സ്രോതസുകൾ. കയറ്റുമതിയില
ധിഷ്ഠിതമാണ് സമ്പദ്ഘടന. ശാസ്ത്രസാങ്കേതിക രംഗങ്ങളിലും വൻ
കുതിച്ചുചാട്ടമാണ് ബ്രസീൽ കൈവരിച്ചിരിക്കുന്നത്.

ജനങ്ങൾ

ജനസംഖ്യയിൽ 49.4 ശതമാനവും വെള്ളക്കാരാണ്. 42 ശതമാനം
പാർഡോ (Pardo) ഇരുനിറമുള്ളവരും 7.4 ശതമാനം കറുത്തവർഗക്കാ
രും, 0.5 ശതമാനം ഏഷ്യക്കാരും 0.4 ശതമാനം അമേരിക്കക്കാരുമാണ്.
19 ാം നൂറ്റാണ്ടിന്റെ തുടക്കത്തിൽ തന്നെ ബ്രസീലിലേക്കുള്ള കുടിയേ
റ്റത്തെ ഭരണാധികാരികൾ പ്രോത്സാഹിപ്പിച്ചുവന്നു. ലോകത്തെ അറു
പതിലധികം രാജ്യങ്ങളിൽ നിന്നുള്ള ജനങ്ങൾ ബ്രസീലിലേക്ക് കുടി
യേറിയിട്ടുണ്ട്. അങ്ങനെ കുടിയേറിയവരുടെ പിൻമുറക്കാരുടെ സങ്കര
സമൂഹമാണ് ഇന്നത്തെ ബ്രസീലിയൻ ജനത.

ബ്രൂണൈ
(Brunei)

ദക്ഷിണേഷ്യയിലെ ബോർണിയോ ദ്വീപിന്റെ വടക്കേത്തീരത്തുള്ള രാജ്യം. ദക്ഷിണചൈനാക്കടലിന്റെ തീരപ്രദേശം ഒഴിച്ചാൽ ബാക്കിഭാഗങ്ങളെല്ലാം മലേഷ്യയിലെ സരാവക്ക് (Sarawak) സ്റ്റേറ്റിനാൽ ചുറ്റപ്പെട്ടു കിടക്കുന്നു. ലോകത്തെ ഏറ്റവുമധികം വളർച്ചാനിരക്കുള്ള രാജ്യങ്ങളിലൊന്നാണ് ബ്രൂണൈ. 1984 ജനുവരി ഒന്നിന് ബ്രിട്ടീഷ് ഭരണത്തിൽ നിന്നും ബ്രൂണൈ സ്വതന്ത്രമായി.

ചരിത്രം

ബ്രൂണൈ സുൽത്താന്മാർ പതിനാലു മുതൽ പതിനാറാം നൂറ്റാണ്ടു വരെ ദക്ഷിണേഷ്യയിലാകെ ശക്തമായ സാന്നിധ്യം നിലനിർത്തിയിരുന്നു. യൂറോപ്യൻ സ്വാധീനം, സ്പെയിനുമായുള്ള യുദ്ധം എന്നിവ മൂലം സുൽത്താനേറ്റിന് ശക്തിക്ഷയിച്ചു, ഭൂവിഭാഗങ്ങളിൽ നല്ലൊരുഭാഗം നഷ്ടമായി. 1888 മുതൽ 1984 വരെ ബ്രൂണൈ ബ്രിട്ടീഷ് അധീനതയിലായിരുന്നു. 1960 കളിൽ നടന്ന കലാപങ്ങൾ ബ്രിട്ടന്റെ സഹായത്തോടെ അടിച്ചമർത്തപ്പെട്ടു. ഈ കലാപങ്ങളാണ് മലേഷ്യയുടെ ഫെഡറേഷനിൽനിന്നും പുറത്തുവരാൻ ബ്രൂണൈയ്ക്ക് സഹായകമായത്.

സുൽത്താൻ ഹസ്സനാൽ ബോൾക്കയ്യ

ഭരണസംവിധാനം

സുൽത്താൻ ഭരണമാണ് ബ്രൂണൈയിൽ സുൽത്താൻ ഹസ്സനാൽ ബോൾക്കയ്യ (Sultan Hassanal Bolkiah)യാണ് ഇപ്പോഴത്തെ സുൽ ത്താൻ. ഭരണത്തിൽ സഹായിക്കാൻ രാജാവ് നിയമിക്കുന്ന ഇരുപതംഗ കൗൺസിലുമുണ്ട്.

ഭൂപ്രകൃതി

ബ്രൂണൈയും രാജ്യത്തിന്റെ ഭാഗമായ ഡാർ എസ് സലാമും പര സ്പരബന്ധമില്ലാതെ വേറിട്ടുകിടക്കുന്ന പ്രദേശങ്ങളാണ്. ആകെ വിസ്തൃതി 5766 ചതുരശ്രകിലോമീറ്ററാണ്. ജനങ്ങളിൽ 87 ശതമാനവും പടിഞ്ഞാറൻ പ്രദേശങ്ങളിൽ അധിവസിക്കുന്നു. കേവലം പതിനായിര ത്തോളം ആളുകൾ മാത്രമാണ് കിഴക്ക് പർവതപ്രദേശങ്ങളിൽ താമസി ക്കുന്നത്. തണുപ്പുള്ള ഉഷ്ണമേഖലാ കാലാവസ്ഥയാണിവിടെ.

സമ്പദ്ഘടന

സമ്പന്നമായ രാജ്യമാണ് ബ്രൂണൈ. ജി ഡി പി യുടെ 50 ശത മാനവും അസംസ്കൃതഎണ്ണയിൽ നിന്നാണ്. നെല്ലുൽപ്പാദനത്തിലൂടെ ഭക്ഷ്യസുരക്ഷ കൈവരിക്കാൻ ബ്രൂണൈ ലക്ഷ്യമിടുന്നു. ആഭ്യന്തരള പഭോഗം ഏറെയും ഇറക്കുമതിയിലൂടെയാണ് നിർവഹിക്കപ്പെടുന്നത്.

ഔദ്യോഗിക ഭാഷ മലയ്. ന്യൂനപക്ഷം ജനവിഭാഗം ചൈനീസ് ഭാഷ യും സംസാരിക്കുന്നു. ജനസംഖ്യയിൽ നല്ലൊരുശതമാനം ഇംഗ്ലീഷും സംസാരിക്കുന്നു. ഔദ്യോഗിക മതം ഇസ്ലാമാണ്. ക്രിസ്തുമതവും ബുദ്ധ മതവും പ്രചാരത്തിലുണ്ട്.

ബൾഗേറിയ
(Balgeria)

ദക്ഷിണ പൂർവ യൂറോപ്പിലെ ബാൽക്കൺ രാജ്യമാണ് ബൾഗേ റിയ. വടക്ക് ഡാന്യൂബ് നദീതീരത്ത് റൊമാനിയ, സൈബീരിയ, റിപ്പ ബ്ലിക്ക് ഓഫ് മാസിഡോണിയ എന്നീ രാജ്യങ്ങളും പടിഞ്ഞാറ് ഗ്രീസും തെക്ക് ടർക്കിയും കിഴക്ക് കരിങ്കടൽ എന്നിങ്ങനെ അയൽ പ്രദേശങ്ങൾ.

ചരിത്രം

ചരിത്രാതീത കാലം മുതൽക്കേ മനുഷ്യവാസവും സംസ്കാരങ്ങളും നിലനിന്നിരുന്നു ബൾഗേറിയയയിൽ. ത്രേഷ്യക്കാർ (Thracians)എന്ന ജ നവിഭാഗമാണ് ഇന്നത്തെ ബൾഗേറിയക്കാരുടെ മുൻഗാമികൾ എന്ന് വിശ്വ സിക്കപ്പെടുന്നു. വിഭിന്ന വിഭാഗക്കാരായി ജീവിച്ചിരുന്ന ത്രേഷ്യക്കാരെ തെരസ് (Teras) രാജാവ് ബി സി 500 ാം ആണ്ടിൽ ഏകോപിപ്പിച്ച് ഒറ്റവി ഭാഗമാക്കി. ബി സി 188 ൽ റോമാക്കാർ ത്രേഷ്യക്കാരെ കീഴടക്കി. ത്രേഷ്യ -റോമാസംസ്കാരങ്ങൾ തമ്മിൽ സംയോജനം നടന്നെങ്കിലും ത്രേഷ്യ ക്കാർ തങ്ങളുടെ സ്വത്വം കാത്തുസൂക്ഷിച്ചു. നാലാം നൂറ്റാണ്ടോടെ ഇത് റോമാ ക്രിസ്ത്യൻ സംസ്കാരമായി മാറി. ഒന്നാം ബൾഗേറിയൻ സാമ്രാജ്യം 632 ൽ ഖാൻ കുബ്രാത് (Khan Kubrat) ന്റെ നേതൃത്വത്തിൽ രൂപീകൃതമായി. ഖസാറുകളുടെ (Khazar) സമ്മർദങ്ങളെ തുടർന്ന് ബൾഗേറിയ അവരുമായി കൂട്ടിച്ചേർക്കപ്പെട്ടു. കുബ്രാത്തിന്റെ പിൻഗാമി ഖാൻ അസ്പറുഹ് (Khan Asparuh) ബൈസന്റൈൻ സാമ്രാജ്യത്തിന്റെ ചിലഭാഗങ്ങൾ ബൾഗേറിയയോട് കൂട്ടിച്ചേർത്തു. ഇതെത്തുടർന്ന് അധി നിവേശങ്ങളും അതിർത്തിത്തർക്കങ്ങളും ബൾഗേറിയയിൽ പതിവായി. 864 ൽ ബോറിസ്-I സ്നാപകന്റെ കീഴിൽ ബൾഗേറിയക്കാർ കിഴ ക്കൻ ഓർത്തഡോക്സ് ക്രിസ്തുമതം സ്വീകരിച്ചു. 9, 10 നൂറ്റാണ്ടുക

ളിൽ ബൾഗേറിയ യൂറോപ്പിലെ നിർണായക ശക്തിയായി. മഹാനായ സൈമൺ ഒന്നാമൻ ചക്രവർത്തിയുടെ കാലത്ത് ബൾഗേറിയൻ സാമ്രാജ്യം വിപുലമാക്കപ്പെട്ടു. അപ്പോഴും ബൈസന്റൈൻ സാമ്രാജ്യവുമായുള്ള അധിനിവേശ തർക്കം തുടർന്നുകൊണ്ടുതന്നെയിരുന്നു. 917 ൽ നടന്ന ആങ്കിയാലോസ് യുദ്ധത്തെ തുടർന്ന് ബൾഗേറിയ ബൈസന്റൈന്റെ മേൽ നിർണായക വിജയം കൈവരിച്ചു. എന്നാൽ പത്താം നൂറ്റാണ്ടിന്റെ മധ്യത്തോടെ ബൾഗേറിയ ക്ഷയിച്ചുതുടങ്ങി. ക്രൊയേഷ്യ സൈബീരിയ എന്നിവിടങ്ങളിൽനിന്ന് ആക്രമണവും പതിവായി. ബൈസന്റൈന്റെ ആക്രമണം തുടർ സംഭവമായി മാറി. 1018 ൽ ബാസിൽ (Basil) രണ്ടാമന്റെ നേതൃത്വത്തിൽ ബൾഗേറിയയെ കീഴ്പ്പെടുത്തി. 14 ാം നൂറ്റാണ്ടിന്റെ അവസാന കാലമായപ്പോഴേക്കും വിഘടനവാദവും വിഭജന തർക്കങ്ങളും കൊണ്ട് ബൾഗേറിയൻ സാമ്രാജ്യം ദുർബലമായി. രാജ്യത്തിന് അകത്തുനിന്നും പുറത്തുനിന്നുമുള്ള യുദ്ധഭീഷണി നേരിടുന്നതിന് ഒട്ടോമൻ ഭരണാധികാരികളുമായി ബൾഗേറിയ സഖ്യമുണ്ടാക്കി. 1365 മുതൽ 1370 വരെയുള്ള കാലഘട്ടത്തിൽ തുർക്കികൾ ബൾഗേറിയയുടെ ഭൂരിഭാഗം പ്രദേശങ്ങളും തങ്ങളുടെ അധീനതയിലാക്കി.

ഒട്ടോമൻ ഭരണത്തിനെതിരെ ബൾഗേറിയക്കാർ നിരന്തരം പോരാടിവന്നു. ഒട്ടോമൻ ഭരണത്തിൽനിന്നും മോചിപ്പിച്ച് ബൾഗേറിയയ്ക്ക് സ്വയംഭരണം നൽകുന്നതിന് റഷ്യയുടെ ഇടപെടൽ ഉണ്ടായി. 1877 മുതൽ 1878 വരെ നീണ്ടുനിന്ന റഷ്യ ടർക്കിയുദ്ധത്തിൽ ഒട്ടോമൻ സൈന്യം പരാജയപ്പെട്ടു. 1878 മാർച്ച് 3 ാം തീയതിയിലെ സ്റ്റാൻ സ്റ്റെഫാനോ കരാർ പ്രകാരം ബൾഗേറിയൻ നാട്ടുരാജ്യം രൂപീകൃതമായി.

ബാൽക്കൺ പർവതങ്ങൾ

1912 മുതൽ 1913 വരെ നടന്ന ഒന്നാം ബാൽക്കൺ യുദ്ധത്തിൽ ബൾഗേറിയയ്ക്കും സഖ്യകക്ഷികൾക്കും വിജയിക്കാനായെങ്കിലും 1913 ലെ രണ്ടാം ബാൽക്കൺ യുദ്ധത്തെ തുടർന്ന് ബൾഗേറിയ മുമ്പ് പിടി ച്ചെടുത്ത പല പ്രദേശങ്ങളും നഷ്ടമായി. ഒന്നാം ലോകമഹായുദ്ധ ത്തിലും ബൾഗേറിയയ്ക്ക് കൂടുതൽ പ്രവിശ്യകൾ നഷ്ടമായി.

1930 ൽ രാഷ്ട്രീയ അസ്വസ്ഥതകളെ തുടർന്ന് രാജ്യം പട്ടാളഭരണ ത്തിൻ കീഴിലായി. ബോറിസ്-III (Boris-III) ാമന്റെ നേതൃത്വത്തിലായി ഭരണം. 1943 അദ്ദേഹത്തിന്റെ മരണത്തെ തുടർന്ന് രാഷ്ട്രീയ അനിശ്ചി തത്വത്തിലായ ബൾഗേറിയ സോവിയറ്റ് യൂണിയന്റെ അധീനതയിലായി. ഇതേത്തുടർന്ന് ബൾഗേറിയൻ കമ്യൂണിസ്റ്റുകൾ അവിടെ അധികാരം സ്ഥാപിച്ചു.

പീപ്പിൾസ് റിപ്പബ്ലിക്ക് ഓഫ് ബൾഗേറിയ 1989 വരെ ഭരണത്തിൽ തുടർന്നു. ഈ കാലഘട്ടം ബൾഗേറിയയിൽ മാറ്റങ്ങളുടെ കാലമായിരു ന്നു. 1990 ൽ കമ്യൂണിസ്റ്റ് പാർട്ടി സ്വമേധയാ ഭരണം ഒഴിഞ്ഞു. 1990 ജൂണിൽ നടന്ന സ്വതന്ത്രതെരഞ്ഞെടുപ്പിൽ ബൾഗേറിയൻ സോഷ്യലിസ്റ്റ് പാർട്ടി ജയിച്ച് അധികാരത്തിലേറി. ജൂലൈയിൽ പുതിയ ഭരണ ഘടനയ്ക്ക് രൂപം നൽകി.

ഭരണക്രമം

ബൾഗേറിയയ്ക്ക് യൂണിറ്ററി പാർലമെന്ററി റിപ്പബ്ലിക്കൻ ഭരണഘ ടന (Unitary parliamentary Republican Constitution) യാണുള്ളത്. ദേശീയ അസംബ്ലിയായ നരോദ്നോ സബ്രെനി (Narodno Sabranie) യിൽ 240 അംഗങ്ങളുണ്ട്. നാലുവർഷത്തേക്കാണ് ഡെപ്യൂട്ടീസ് എന്നറി യപ്പെടുന്ന ഈ അംഗങ്ങളെ തെരഞ്ഞെടുക്കുന്നത്. ഭരണഘടന പ്രകാരം ഒരു പാർട്ടി അഥവാ പാർട്ടികളുടെ ഒരു മുന്നണിക്ക് പാർലമെന്റിൽ ജയി ച്ചെത്താൻ 4 ശതമാനം വോട്ടുകൾ വേണം. നിയമനിർമ്മാണം, ബഡ്ജറ്റ് അംഗീകരിക്കൽ, പ്രസിഡന്റ് തെരഞ്ഞെടുപ്പ് നടത്തുക, പ്രധാനമന്ത്രി യേയോ മറ്റ് മന്ത്രിമാരേയോ തെരഞ്ഞെടുക്കുകയോ നീക്കംചെയ്യുകയോ, യുദ്ധപ്രഖ്യാപനം, കരാറുകളും വ്യവസ്ഥകളും അംഗീകരിക്കുക എന്നിവ ദേശീയ അസംബ്ലിയിൽ നിക്ഷിപ്തമായ അധികാരങ്ങളാണ്. 2009 ൽ നടന്ന തെരഞ്ഞെടുപ്പിനെ തുടർന്ന് സിറ്റിസൺസ് ഫോർ യൂറോപ്യൻ ഡെവലപ്മെന്റ് ഓഫ് ബൾഗേറിയ എന്ന പാർട്ടിയുടെ നേതൃത്വത്തി ലൊരു ന്യൂനപക്ഷ ഗവൺമെന്റ് അധികാരത്തിൽ വന്നു. നീതിന്യായ വ്യവസ്ഥിതിയിൽ പ്രാദേശികം, ജില്ലാതലം അപ്പീൽ കോടതികൾ എന്നി ങ്ങനെ മൂന്നുതലങ്ങളും സുപ്രീംകോടതിയുമുണ്ട്. ഇതുകൂടാതെ സുപ്രീം അഡ്മിനിസ്ട്രേറ്റീവ് കോർട്ടും സൈനിക കോടതിയുമുണ്ട്.

പ്രസിഡന്റ് രാജ്യത്തിന്റെ പരമോന്നത സ്ഥാനം വഹിക്കുന്നു. സൈനികമേധാവിയും പ്രസിഡന്റ് തന്നെയാണ്. ബൾഗേറിയയിൽ 28 പ്രവിശ്യകളും 264 മുൻസിപ്പാലിറ്റികളുമുണ്ട്.

സമ്പദ്ഘടന

വ്യവസായവൽകൃത സ്വതന്ത്ര കമ്പോള സമ്പദ്ഘടനയാണ് ബൾഗേറിയയുടേത്. യൂറോപ്യൻ യൂണിയനിലെ ഏറ്റവും കുറഞ്ഞ വരു മാനമുള്ള രാജ്യമാണെങ്കിലും സമീപകാലത്ത് വമ്പിച്ച വളർച്ചയാണ് ബൾഗേറിയ രേഖപ്പെടുത്തുന്നത്. കൃഷിയും വ്യവസായവുമാണ് പ്രധാന വരുമാനമാർഗം. ഇരുമ്പ്, കൽക്കരി, ബിസ്മത്, ഇലക്ട്രോണിക് ഉൽപ്പ ന്നങ്ങൾ, ശുദ്ധീകൃത പെട്രോളിയം, വാഹന അനുബന്ധഘടകങ്ങൾ, ആയുധങ്ങൾ, നിർമാണസാമഗ്രികൾ എന്നിവയാണ് പ്രധാന ഉൽപ്പന്ന ങ്ങൾ. കാർഷികോൽപ്പാദനം 1989 മുതൽ മൊത്തത്തിൽ കുറഞ്ഞെ ങ്കിലും സമീപകാലത്ത് വർദ്ധന രേഖപ്പെടുത്തിത്തുടങ്ങി. ഭക്ഷ്യസംസ്കര ണരംഗം ശക്തമാണ്. വിനോദസഞ്ചാരരംഗവും രാജ്യത്തിന് വരുമാനം നൽകുന്നു.

ഭൂപ്രകൃതി

മഞ്ഞുമൂടിയ ആൽപ്പൈൻ പർവത ശൃംഖലമുതൽ ബാൽക്കൺ പർവ്വതങ്ങൾ, കരിങ്കടൽ തീരം, സമതലം എന്നിങ്ങനെ വൈവിധ്യമാർന്ന ഭൂപ്രകൃതിയാണ് ബൾഗേറിയയുടേത്. മിതശീതോഷ്ണകാലാവസ്ഥയിൽ തണുപ്പേറിയ ശൈത്യകാലവും ചൂടുള്ള വേനൽക്കാലവുമാണുള്ളത്. ബൾഗേറിയയിൽ വമ്പിച്ച മാംഗനീസ് നിക്ഷേപവും യുറേനിയം, ചെമ്പ്, ഈയം, സിങ്ക്, സ്വർണം എന്നിവയുടെ നിക്ഷേപങ്ങളും ഗണ്യമായ തോതിലുണ്ട്. 540 നദികളുടെ ശൃംഖലയുണ്ടെങ്കിലും പ്രധാന നദി ഡാന്യൂബാണ്. ശരാശരി വാർഷിക മഴലഭ്യത 630 മില്ലീമീറ്ററാണ്.

ബർമ (മ്യാൻമാർ റിപ്പബ്ലിക്ക്)
Burma (Myanmar Republic)

ഭൂവിസ്തൃതി 261,969 സ്ക്വ:മൈൽ (678,500 സ്ക്വയർ കി.മീ) ദക്ഷിണപൂർവ ഏഷ്യയിൽപ്പെടുന്ന ഒരു രാജ്യം. വടക്കുകിഴക്ക് ചൈന, കിഴക്ക് ലാവോസ്, തെക്കുകിഴക്ക് തായ്‌ലാന്റ്, പടിഞ്ഞാറ് ബംഗ്ലാദേശ്, വടക്കുപടിഞ്ഞാറ് ഇന്ത്യ, തെക്കുപടിഞ്ഞാറ് ബംഗാൾ ഉൾക്കടൽ എന്നി ങ്ങനെ അയൽപ്രദേശങ്ങൾ. ബർമീസ് ഭാഷയിലുള്ള മ്യാൻമാർ എന്ന പദത്തിന്റെ പ്രാദേശിക രൂപമായ ബമാർ (Bamar) എന്ന വാക്കിൽ നിന്നാണ് ഇംഗ്ലീഷുകാർ ബർമ എന്ന് കോളനി വാഴ്ചക്കാലത്ത് രാജ്യ ത്തിന് പേര് നൽകിയത്. 1989 ൽ സൈനിക ഭരണകൂടം മ്യാൻമാർ എന്ന് രാജ്യത്തെ നാമകരണം ചെയ്തു.

ഭൂപ്രകൃതി

6,78,500 ചതുരശ്ര കിലോമീറ്റർ വിസ്തൃതിയുള്ള മ്യാൻമാറിന് 1930 കിലോമീറ്റർ ദൂരം സമുദ്രതീരമുണ്ട്. വടക്ക് ഹെങ്ഭൂവാൻ (Hengduan) പർവതനിര ചൈനയുമായി അതിരിടുന്നു. ഹിമാലയത്തിൽനിന്ന് വടക്ക് തെക്കായി നീണ്ടുകിടക്കുന്ന റഖിനേ യോമ, ബാഗോ യോമ, ഷാൻ പീഠ ഭൂമി എന്നിങ്ങനെ മൂന്ന് പർവതനിരകൾ ഇവിടെയുണ്ട്. 2170 കിലോമീ റ്റർ നീളമുള്ള അയ്യയേർവാഡി നദിയുൾപ്പടെ മൂന്ന് നദികൾ രാജ്യത്തു ണ്ട്. ഭൂമധ്യരേഖയ്ക്കും ഉഷ്ണമേഖലാ പ്രദേശത്തിനുമിടയ്ക്കുള്ള ഏഷ്യൻ മൺസൂൺ പ്രദേശത്താണ് മ്യാൻമാർ സ്ഥിതിചെയ്യുന്നത്. രാജ്യ ത്തിന്റെ വടക്കുഭാഗത്ത് തണുപ്പുള്ള കാലാവസ്ഥയും തെക്ക് തീരപ്രദേ ശങ്ങളിൽ ശരാശരി 30 ഡിഗ്രി സെൽഷ്യുസ് വരെയെത്തുന്ന ചൂടുമാണു ള്ളത്. രാജ്യത്തിന്റെ 49 ശതമാനവും ജൈവ വൈവിധ്യത്താൽ സമ്പന്ന മായ വനപ്രദേശമാണ്.

ഹെങ്ഭൂവാൻ പർവതനിരകൾ

ചരിത്രം

അതിപ്രാചീന കാലം മുതൽക്കേ മ്യാൻമാറിൽ ജനവാസമുണ്ടായി
രുന്നതായി ചരിത്രകാരന്മാർ അവകാശപ്പെടുന്നു, അയ്യയേർവാഡിയി
ലേക്ക് കുടിയേറിയ മോൺ ജനത ബി സി തൊള്ളായിരത്തോടെ ദക്ഷി
ണ ബർമയിൽ പ്രബല വിഭാഗമായി മാറി. ബി സി ഒന്നാം നൂറ്റാണ്ടിൽ
പ്യൂ വംശം ശക്തമായ നാഗരികതകൾ പലതും സ്ഥാപിച്ചു. ഒൻപതാം
നൂറ്റാണ്ടിന്റെ ആദ്യപാദത്തിൽ നാൻസാവോ രാജവംശത്തിന്റെ കടന്നാ
ക്രമണത്തെ തുടർന്ന് പ്യൂ രാജവംശം ക്ഷയിച്ചു. ടിബറ്റോ-ബർമൻ സം
സാരിക്കുന്ന ബർമൻ അഥവാ ബമാർ അയ്യയാർവാഡി പ്രദേശത്തേക്ക്
കുടിയേറി യുനാന്റെ നസാവോ രാജവംശം സ്ഥാപിച്ചു. 849 ൽ ബഗാൻ
കേന്ദ്രമാക്കി ബർമൻസ് ഒരു ചെറിയ രാജവംശം സ്ഥാപിച്ചു. 1044 മുതൽ
1077 വരെ ഭരിച്ച അനവ്രഹ്ത രാജാവിന്റെ കാലത്താണ് ഇന്നത്തെ ബർമ
മുഴുവനും ബഗാന്റെ സ്വാധീനമുണ്ടായത്. ബഗാൻ രാജവംശത്തിന്റെ
കാലത്താണ് ബർമക്കാർ ദർവാദാ ബുദ്ധിസം സ്വീകരിക്കുന്നതും
ബർമ്മീസ് ലിപി രൂപപ്പെടുത്തുന്നതും. ഇന്നുകാണുന്ന പല ക്ഷേത്രങ്ങളും
പഗോഡകളും ബഗാൻ രാജാക്കന്മാരുടെ കാലത്തുണ്ടായവയാണ്.

1277 ൽ കുബ്ലി ഖാന്റെ മംഗോൾ സൈന്യം വടക്കൻ ബർമ ആക്ര
മിച്ച് കീഴടക്കിയതോടെ ബഗാന്റെ ശക്തി ക്ഷയിച്ചു തുടങ്ങി. 1287 മുതൽ
1531 വരെ ചെറു രാജവംശങ്ങളാണ് ബർമ ഭരിച്ചത്. 1531 മുതൽ 1752
വരെ ടൗവ്കോ രാജവംശവും 1752 മുതൽ 1885 വരെ കോൻബാവുങ്
രാജവംശവും ബർമ ഭരിച്ചു.

1824 ൽ ബ്രിട്ടൺ ബർമ ആക്രമിച്ചു തുടങ്ങി. തുടർന്ന് 62 വർഷം
ബർമ ബ്രിട്ടീഷ് ഭരണത്തിൻ കീഴിലായിരുന്നു. 1937 വരെ ബർമ ബ്രിട്ടീ

ഷിന്ത്യയുടെ പ്രവിശ്യയായിരുന്നു. തുടർന്ന് സ്വയംഭരണമുള്ള കോളനി യായി മാറി. കച്ചവടത്തിനായി ബ്രിട്ടീഷുകാർ കൊണ്ടുവന്ന ഇന്ത്യക്കാരും ചൈനക്കാരും ബർമയിലെ നഗര പ്രദേശങ്ങളിൽ കുടിയേറി അവിടുത്തെ തദ്ദേശീയരെ ന്യൂനപക്ഷമാക്കി തീർത്തു. ബുദ്ധമതസംസ്കാരത്തോട് ബ്രിട്ടീഷുകാർ അനുവർത്തിച്ചുവന്ന നിഷേധാത്മക നിലപാടിൽ പ്രതി ഷേധിച്ച് രാജ്യവ്യാപകമായി ബുദ്ധസന്യാസിമാരുടെ നേതൃത്വത്തിൽ വമ്പിച്ച പ്രതിഷേധം ആരംഭിച്ചു. കുടിയേറ്റത്തിന്റെയും കോളനിവാഴ്ച യുടെയും ഫലമായി തദ്ദേശീയരും വിദേശികളും തമ്മിൽ വിവാഹബന്ധ ങ്ങളുണ്ടാവുകയും ആംഗ്ലോ-ബർമീസ് എന്നൊരു പുതിയ സമൂഹം രൂപം കൊള്ളുകയുമുണ്ടായി. കോളനിവാഴ്ചക്കാലത്തും ആയിരത്തിതൊള്ളാ യിരത്തി അറുപതുകളുടെ മധ്യത്തിലും ഈ സമൂഹം ബർമയിലെ പ്രബ ല വിഭാഗമായി മാറി. ആയിരത്തി തൊള്ളായിരത്തി നാൽപ്പതുകളിൽ ആങ് സാന്റെ നേതൃത്വത്തിൽ രൂപീകൃതമായ തേർട്ടി കോമ്രേഡ്സ് (മു പ്പത് സഖാക്കൾ) എന്ന പ്രസ്ഥാനം അവിടുത്തെ സ്വാതന്ത്ര്യപ്രസ്ഥാന ത്തിന് ആക്കം കൂട്ടി. രണ്ടാം ലോക മഹായുദ്ധ കാലത്ത് ബർമ ദക്ഷി ണപൂർവേഷ്യയിലെ തന്ത്രപ്രധാന കേന്ദ്രമായിത്തീർന്നു. ജപ്പാൻ സൈന്യ ത്തിന്റെ മുന്നേറ്റത്തിൽ ബ്രിട്ടീഷ് ഭരണം തകർന്നടിഞ്ഞു. ഇന്ത്യയിലേക്ക് വൻതോതിൽ അഭയാർഥി പ്രവാഹമുണ്ടായി. ബ്രിട്ടീഷ് ഇന്ത്യൻ സൈന്യ ത്തിന്റെയും ബ്രിട്ടീഷ് സ്പെഷ്യൽ എക്സിക്യൂട്ടീവിന്റെയും നേതൃത്വ ത്തിൽ നിരവധി പ്രസ്ഥാനങ്ങൾ ചേർന്ന് നടത്തിയ പ്രത്യാക്രമണത്തിന്റെ ഫലമായി ജപ്പാൻ സൈന്യത്തെ ബർമയിൽ നിന്നും തുരത്തുവാൻ കഴി ഞ്ഞു,

1948 ജനുവരി നാലിന് ബർമ സ്വതന്ത്ര റിപ്പബ്ലിക്കായി. സാവോ ഷെ തെയ്ക്ക് ആദ്യ പ്രസിഡന്റും യു നു പ്രധാനമന്ത്രിയുമായി. ചേമ്പർ ഓഫ് ഡെപ്യൂട്ടീസ്, ചേമ്പർ ഓഫ് നാഷണാലിറ്റീസ് എന്നിങ്ങനെ രണ്ട് സഭകളുള്ള പാർലമെന്റും രൂപീകരിച്ചു.

1962 ൽ നടന്ന പട്ടാള അട്ടിമറിയിലൂടെ ജനറൽ നെ വിൻ അധി കാരം പിടിച്ചെടുത്തു. 1962 മുതൽ 1974 വരെ നെ വിൻ സൈനിക ഭരണ ത്തലവനായി തുടർന്നു. ഈ 26 വർഷകാലയളവിൽ വിപ്ലവകൗൺസി ലിന്റെ നേതൃത്വത്തിൽ ജനറൽ നെ വിൻ രാജ്യത്തെ ഉൽപ്പാദന വിത രണ മേഖലകളെല്ലാം ദേശസാൽക്കരിച്ചു. 1974 ൽ ജനറലും മുതിർന്ന ഉദ്യോഗസ്ഥന്മാരും രാജിവച്ച് സിവിലിയൻ തസ്തിക സ്വീകരിച്ച് ഏക കക്ഷി സമ്പ്രദായത്തിൽ തെരഞ്ഞെടുപ്പ് നടത്തി 1974 മുതൽ 1988 വരെ നെ വിൻ ബർമാ സോഷ്യലിസ്റ്റ് പ്രോഗ്രാം പാർട്ടിയുടെ നേതാവായി ബർമ ഭരിച്ചു. ഈ കാലയളവിൽ ബർമ ലോകത്തെ ഏറ്റവും ദരിദ്ര രാജ്യ മായി മാറി. തുടക്കം മുതൽ തന്നെ സൈനികഭരണത്തിനെതിരെ വിദ്യാർഥികളുടെയും മറ്റും നേതൃത്വത്തിൽ പ്രക്ഷോഭം ആരംഭിച്ചിരുന്നു. എന്നാൽ സൈനിക ഭരണം ഇതെല്ലാം അടിച്ചമർത്തി.

1974 ൽ കോൺസ്റ്റിറ്റ്യൂഷൻ ഓഫ് സോഷ്യലിസ്റ്റ് റിപ്പബ്ലിക് ഓഫ്

യൂണിയൻ ഓഫ് ബർമ എന്ന ഒരു പുതിയ ഭരണഘടന നിലവിൽ വന്നു. സാമ്പത്തിക കെടുകാര്യസ്ഥ തയും രാഷ്ട്രീയ അടിച്ചമർത്തലു കളും കാരണം 1988 ൽ രാജ്യവ്യാപ കമായി ജനാധിപത്യപ്രക്ഷോഭങ്ങളു ണ്ടായി. എന്നാൽ സൈനിക ഭരണ കൂടം ഇതെല്ലാം അടിച്ചമർത്തി. ജന റൽ സവു മൗവുങ്ങിന്റെ നേതൃത്വ ത്തിൽ നടന്ന അട്ടിമറിയെ തുടർന്ന് സ്റ്റേറ്റ് ലോ ആന്റ് ഓർഡർ റിസ്റ്റോറേ ഷൻ കൗൺസിൽ രൂപീകരിച്ച് പട്ടാ ളനിയമം ഏർപ്പെടുത്തി. 1990 മെയ്

സൂചി

മാസം പട്ടാളഭരണകൂടം ബർമയിൽ മുപ്പതുവർഷത്തിലാദ്യമായി സ്വതന്ത്ര തെരഞ്ഞടുപ്പ് നടത്തി. ആങ് സാങ് സ്യൂചിയുടെ നേതൃത്വ ത്തിലുള്ള നാഷണൽ ലീഗ് ഫോർ ഡെമോക്രസി 489 സീറ്റിൽ മുന്നൂറ്റി തൊണ്ണൂറ്റി രണ്ടും നേടി വൻവിജയം കരസ്ഥമാക്കി. എന്നാൽ സ്റ്റേറ്റ് ലോ ആന്റ് ഓർഡർ റിസ്റ്റോറേഷൻ കൗൺസിൽ തെരഞ്ഞടുപ്പുഫലം അംഗീ കരിക്കാൻ കൂട്ടാക്കിയില്ല. 1989 മുതൽ തന്നെ ആങ് സാങ് സ്യൂചി പട്ടാള ഭരണത്തിൻ കീഴിൽ വീട്ടുതടങ്കലിലായിരുന്നു. 2012 ലാണ് അവർ മോചി പ്പിക്കപ്പെടുന്നത്. 1992 മുതൽ താൻ ഷ്വേയുടെ നേതൃത്വത്തിൽ പട്ടാളഭ രണം തുടരുന്നു. സ്റ്റേറ്റ് ലോ ആന്റ് ഓർഡർ റിസ്റ്റോറേഷൻ കൗൺ സിലിനെ പുതിയ ഭരണഘടനാരൂപീകരണത്തിന്റെ ഭാഗമായി സ്റ്റേറ്റ് പീസ് ആന്റ് ഡെവലപ്മെന്റ് കൗൺസിൽ എന്ന് നാമകരണം ചെയ്തു.

ഭരണക്രമം

സൈനിക ഭരണം തുടരുന്ന മ്യാൻമാറിൽ സീനിയർ ജനറൽ താൻ ഷ്വേയാണ് ഇപ്പോഴുള്ള ഭരണത്തലവൻ. ജനറൽ താൻ ഷ്വേ തന്നെ സ്റ്റേറ്റ് പീസ് ആന്റ് ഡെവലപ്മെന്റ് കൗൺസിലിന്റെ ചെയർമാൻ സ്ഥാനം, സൈനിക സേവനത്തിന്റെ കമാന്റർ ഇൻ ചീഫ്, പ്രതിരോധ മന്ത്രി എന്നീ സ്ഥാനങ്ങൾ വഹിക്കുന്നു. ഇപ്പോഴത്തെ പ്രധാനമന്ത്രി ജന റൽ തൈൻ സൈൻ വിദ്യാഭ്യാസം, ആരോഗ്യം, തൊഴിൽ, നാഷണൽ പ്ലാനിംഗ് ആന്റ് ഇക്കണോമിക് ഡെവലപ്മെന്റ് എന്നീ മന്ത്രാലയ ങ്ങളൊഴികെ മറ്റെല്ലാം സൈനികനേതൃത്വം ഭരിക്കുന്നു. രാഷ്ട്രീയ പാർട്ടി കളുടെ പ്രവർത്തനം കടുത്ത സൈനിക നിയന്ത്രണത്തിൻ കീഴിലാണ്.

സമ്പദ്ഘടന

ദക്ഷിണപൂർവേഷ്യയിലെ ഏറ്റവും ദരിദ്രരാജ്യമാണ് മ്യാൻമാർ. വാർഷിക ജി ഡി പി വളർച്ചാനിരക്ക് 2.9 ശതമാനം മാത്രമാണ്. എന്നാൽ

ബ്രിട്ടീഷ് ഭരണകാലത്ത് ബർമ ദക്ഷിണപൂർവേഷ്യയിലെ ഏറ്റവും സമ്പന്നരാജ്യമായിരുന്നു, പ്രകൃതി വിഭവങ്ങളാലും മനുഷ്യവിഭവ ശേഷി യാലും സമ്പന്നമായിരുന്നു ബർമ. ആയിരത്തി തൊള്ളായിരത്തി അറു പതുകളിൽ തുടക്കമിട്ട ദേശസാൽക്കരണം രാജ്യത്തിന്റെ സമ്പദ്ഘട നയെ കീഴ്പ്പോട്ടടിച്ചു. ബർമീസ് സോഷ്യലിസ്റ്റുരീതി രാജ്യത്തെ ലോകത്തെ ഏറ്റവും ദരിദ്രരാജ്യങ്ങളിലൊന്നാക്കിമാറ്റി. 1988ന് ശേഷം പരി മിതമായ തോതിൽ രാജ്യത്ത് സ്വകാര്യവൽക്കരണവും വിദേശനിക്ഷേ പവും ഭരണകൂടം സ്വാഗതം ചെയ്തുതുടങ്ങി. വാണംപോലെ കുതിച്ചു യരുന്ന പണപ്പെരുപ്പം സമ്പദ്ഘടനയ്ക്ക് എക്കാലവും ഒരു തലവേദന യാണ്. അടിസ്ഥാന സൗകര്യത്തിന്റെ അപര്യാപ്തത വിദ്യാസമ്പന്നരായ തൊഴിൽ സമൂഹത്തിന്റെ അഭാവം എന്നിങ്ങനെ സമ്പദ്ഘടനയുടെ പ്രശ്നങ്ങൾ ചില്ലറയല്ല.

പ്രധാന കാർഷികവിള നെല്ലാണ്. കൃഷിഭൂമിയിൽ അറുപതുശ തമാനവും നെല്ല് കൃഷിചെയ്യുന്നു. രാജ്യത്തെ ഭക്ഷ്യോൽപ്പാദനത്തിൽ 97 ശതമാനവും നെല്ലാണ്. അമൂല്യമായ രത്നക്കല്ലുകളുടെയും വൈര ത്തിന്റെയും വൻശേഖരം രാജ്യത്തുണ്ട്. ലോകത്തെ മാണിക്യക്കല്ലിന്റെ 90 ശതമാനവും ബർമയുടെ സംഭാവനയാണ്. 1992 മുതൽ സർക്കാർ വിനോദസഞ്ചാരം പ്രോത്സാഹിപ്പിച്ചുവരുന്നു.

ജനങ്ങൾ

ചതുരശ്ര കിലോമീറ്ററിന് 75 എന്നതാണ് ബർമയിലെ ജനസാന്ദ്ര ത. ഇത് ദക്ഷിണപൂർവേഷ്യയിലെ ഏറ്റവും കുറഞ്ഞ ജനസാന്ദ്രതയാ ണ്. നാല് പ്രധാന ഭാഷാശ്രേണി ബർമയിലുണ്ട്. ബർമീസ്, കരിയൻ, കാചിൻ, ചിൻ, ചൈനീസ് എന്നിവയുൾപ്പെടുന്ന സിനോ-ടിബറ്റൻ ശ്രേണി, ഷാൻ ഉൾപ്പെടുന്ന ക്രഡായി, മോൻ, പലൗങ്, വാ എന്നിവ യുൾപ്പെടുന്ന ആസ്ട്രോ ഏഷ്യാറ്റിക്, പാലി, ഇംഗ്ലീഷ് എന്നീ ഭാഷക ളുൾപ്പെടുന്ന ഇന്തോ യൂറോപ്യൻ എന്നിവ.

ബുറുണ്ടി
(Burundi)

കിഴക്കനാഫ്രിക്കയിലെ തടാകപ്രദേശത്തുള്ള ചെറുരാജ്യം. വടക്ക് റുവാണ്ട, തെക്കും കിഴക്കും ടാൻസാനിയ, പടിഞ്ഞാറ് കോംഗോ റിപ്പബ്ലിക്ക് എന്നിങ്ങനെ അയൽ രാജ്യങ്ങൾ. 27,834 ചതുരശ്ര കിലോമീറ്റർ മാത്രം വിസ്തൃതിയുള്ള ഈ രാജ്യത്തെ ജനസംഖ്യ 8700,000 മാത്രമാണ്. തലസ്ഥാനം ബുജുംബുറ (Bujumbura)

ചരിത്രം

അഞ്ചുനൂറ്റാണ്ട് മുമ്പ് രാജ്യം രൂപീകൃതമായ നാൾ തൊട്ട് ത്വ, ടുട്ട്സി, ഹുട്ടു എന്നീ ജനവിഭാഗങ്ങൾ ബുറുണ്ടി സ്വന്തമാക്കിയിരുന്നു. ഇരുപതാം നൂറ്റാണ്ടിന്റെ തുടക്കത്തിൽ ജർമനിയും ബൽജിയവും കൂടി ബുറുണ്ടി കൈയടക്കി. റുവാണ്ടയും ബുറുണ്ടിയും യൂറോപ്പിന്റെ കോളനിയായി മാറിയതോടെ റുവാണ്ട-ഉറുണ്ടി എന്നറിയപ്പെട്ടു. തുട്സി, ഹുട്ടു വംശജർ തമ്മിൽ ഇരുപതാം നൂറ്റാണ്ടിന്റെ മധ്യകാലത്തുടനീളം ആഭ്യന്തര യുദ്ധം നിലനിന്നതിനാൽ ഈ മേഖലയാകെ രാഷ്ട്രീയ അസ്ഥിരത നില നിന്നിരുന്നു. രണ്ടാം ലോകമഹായുദ്ധാനന്തരം റുവാണ്ട-ഉറുണ്ടി ഐക്യ രാഷ്ട്ര ട്രസ്റ്റ് ടെറിറ്ററിയുടെ കീഴിൽ ബൽജിയത്തിന്റെ ഭരണപ്രദേശമായി മാറി. 1940 കളിൽ ഭരണപരമായ അസ്ഥിരതയും നേതൃത്വ വടംവലിയും കാരണം മേഖലയിലെ ഭരണം താറുമാറായി. ബൽജിയം റുവാണ്ട-ഉ റുണ്ടിയിൽ രാഷ്ട്രീയ കക്ഷികൾക്ക് പ്രവർത്തന സ്വാതന്ത്ര്യം നൽകി യതോടെ റുവാണ്ടയും ബുറുണ്ടിയും സ്വതന്ത്രമാകണമെന്ന ആവശ്യം ശക്തമായി. 1962 ജൂലൈ ഒന്നിന് റുവാണ്ട-ഉറുണ്ടിയിൽനിന്നും വേർപെട്ട് ബുറുണ്ടി എന്ന പേര് ഔദ്യോഗികമായി സ്വീകരിച്ചു. മ്യാമി മ്വാംബുസ്റ്റാ (Meami Mwambusta IV)-നെ രാജാവായി അവരോധിച്ചു. തുടർന്ന്

സെപ്റ്റംബർ 18 ന് ബുറുണ്ടി ഐക്യരാഷ്ട്രസഭയിൽ അംഗത്വം നേടി. ഹുട്ടു ടുട്ട്സി വംശജർക്ക് തുല്യ പ്രാധാന്യം നൽകിയാണ് ആദ്യ പാർല മെന്റ് രൂപീകരിച്ചത്. എന്നാൽ രാജ്യം സ്വാതന്ത്ര്യം നേടിയതോടെ ഹുട്ടു വംശജർ രാജ്യത്തിന്റെ ഭരണത്തിൽ പിടിമുറുക്കി. ടുട്ട്സി വംശജർ വൻ തോതിൽ റുവാണ്ടയിലേക്ക് പലായനം ചെയ്തു. ഇത് വൻതോതിൽ ടുട്ട്സി വംശഹത്യക്കും അഭയാർഥി പ്രവാഹത്തിനും കാരണമായി. 1965 ൽ നടന്ന പാർലമെന്റ് തെരഞ്ഞെടുപ്പിൽ ഹുട്ടു വംശജർ വ്യക്തമായ ഭൂരിപക്ഷം നേടിയെങ്കിലും ഹുട്ടു വംശജനെ പ്രധാനമന്ത്രിയായി നിയ മിക്കാൻ മാംബുസ്റ്റാ (Muambusta) രാജാവ് തയാറായില്ല. തുടർന്ന് ഹുട്ടുവംശജർ നടത്തിയ കലാപങ്ങളെല്ലാം ടുട്ട്സിഭൂരിപക്ഷമുണ്ടായിരുന്ന പട്ടാളം അടിച്ചമർത്തി.

1966 ൽ മാംബുസ്റ്റാ രാജാവിനെ അട്ടിമറിച്ച് അദ്ദേഹത്തിന്റ മകൻ പ്രിൻസ് ന്താരെ V (Prince Ntare V) അധികാരം പിടിച്ചെടുത്തു. അതേ വർഷം തന്നെ പ്രിൻസ് ന്താരെയെ സ്ഥാനഭ്രഷ്ടനാക്കി തുട്സി പ്രധാന മന്ത്രി ക്യാപ്റ്റൻ മൈക്കൽ മൈക്കോംബറോ (Michel Micombero) രാജ ഭരണത്തിന് അറുതിവരുത്തി ബുറുണ്ടിയെ റിപ്പബ്ലിക്കായി പ്രഖ്യാപിച്ചു. തുടർന്ന് സൈനിക അട്ടിമറിയും ഹുട്ടു തുട്സി വംശജർ തമ്മിലുള്ള കലാപവും ബുറുണ്ടിയിൽ പതിവു സംഭവങ്ങളായി. 1962 മുതൽ 1993 വരെയുള്ള കാലയളവിൽ 250000 പേരാണ് ഈ വംശീയ കലാപങ്ങ ളിൽ കൊല്ലപ്പെട്ടത്.

1993 ജൂണിൽ ജനാധിപത്യപരമായി നടന്ന തെരഞ്ഞെടുപ്പിൽ ഹുട്ടു വംശജർക്ക് ഭൂരിപക്ഷമുള്ള ഫ്രണ്ട് ഫോർ ഡെമോക്രസി ഇൻ ബുറുണ്ടി വിജയം നേടി. മെൽഷിയർ ന്ദാഡയെ (Melchior Ndadaye) രാജ്യത്ത ലവനായി. എന്നാൽ അതേവർഷം ഒക്ടോബറിൽ ന്ദാഡയെ ടുട്ടസി സൈന്യം വധിച്ചു. രാജ്യം വീണ്ടും ടുട്ട്സി-ഹുട്ടു കലാപത്തിലേക്കും കൂട്ടക്കൊലയിലേക്കും എടുത്തെറിയപ്പെട്ടു. ഇതിൽ ഏകദേശം മൂന്നുല ക്ഷത്തോളമാളുകൾ കൊല്ലപ്പെട്ടു. 1994 ൽ സൈപ്രിയൻ ന്ടാര്യാമിരാ (Cyprien Ntaryamira) യെ പ്രസിഡന്റായി പാർലമെന്റ് തെരഞ്ഞെടുത്തു. എന്നാൽ ന്ടാര്യാമിരാ സഞ്ചരിച്ചിരുന്ന വിമാനം വെടിവച്ചു തകർത്ത് അദ്ദേഹത്തെയും വധിച്ചു. പാർലമെന്റ് സ്പീക്കറായിരുന്ന സിൽവെ സ്ട്രെ ന്ടിബാന്റുഗാനിയ (Silvestre Ntibantunganya) പ്രസിഡന്റായി. 1996 ൽ പിയറി ബുയോയ (Pierre Buyoya) അട്ടിമറിയിലൂടെ പ്രസി ഡന്റായി. കലാപകലുഷിതമായ രാജ്യത്തെ അന്തരീക്ഷത്തിൽനിന്നും ജനങ്ങളെ അഭയാർഥി ക്യാംപുകളി ലേക്ക് മാറ്റിപ്പാർപ്പിച്ചു. ഇരുവിഭാഗ ങ്ങളും തമ്മിലുള്ള സമാധാന ശ്രമ

പിയറി ബുയോയ

ങ്ങൾക്ക് ബുയേയ തുടക്കമിട്ടു. 2000 ആഗസ്റ്റ് 28ന് അരുഷാ പീസ് ആന്റ് റിക്കൺസിലിയേഷൻ എഗ്രിമെന്റ് പ്രകാരം ബുറുണ്ടിയിൽ ഇടക്കാല ഗവൺമെന്റ് രൂപീകരിച്ചു. 2003 ൽ ടുട്ട്സി നിയന്ത്രണത്തിലുള്ള ഗവൺ മെന്റും ഹുട്ടു വിമതവിഭാഗവും തമ്മിൽ സമാധാന ഉടമ്പടി ഒപ്പുവച്ചു. 2003 ൽ ഹുട്ടു നേതാവ് ഡൊമീഷ്യൻ ന്ടായിസെയെ (Domitein Ndayizeye) പ്രസിഡന്റായി തെരഞ്ഞെടുത്തു. തുടർന്ന് തെരഞ്ഞെടുപ്പു കളുടെ പരമ്പര തന്നെ ബുറുണ്ടിയിൽ നടന്നു. 2005 ൽ ഹുട്ടു വിമതവി ഭാഗത്തിന്റെ മുൻ നേതാവായ പിയറെ ന്ക്യൂന്സീസ (Pierre Nkuruziza) പ്രസിഡന്റായി തെരഞ്ഞെടുക്കപ്പെട്ടു.

1993 മുതൽ 2003 വരെ ടാൻസാനിയ, ഉഗാണ്ട, ദക്ഷിണാഫ്രിക്ക എന്നീരാജ്യങ്ങൾ സമാധാന ശ്രമവുമായി മുന്നോട്ടു വരികയും ഇടക്കാല ഗവൺമെന്റിന്റെ നിയമന മേൽനോട്ടത്തിനായി ആഫ്രിക്കൻ യൂണിയന്റെ നേതൃത്വത്തിൽ സുരക്ഷാ സേനയെ അയയ്ക്കുകയും ചെയ്തു. 2004 ൽ സമാധാന ശ്രമങ്ങളുടെ മേൽനോട്ടത്തിനായി ഐക്യരാഷ്ട്ര സഭയും മുന്നോട്ടു വന്നു. ഐക്യരാഷ്ട്ര സഭയുടെ സജീവമായ ഇടപെടലിലൂടെ 2005 ഫെബ്രുവരി മാസം 90 ശതമാനം ജനപിന്തുണയോടുകൂടി ഭരണ ഘടനയ്ക്ക് രൂപംനൽകി. 2005 മെയ്, ജൂൺ, ആഗസ്റ്റ് എന്നീ മാസങ്ങളി ലായി മൂന്ന് ഘട്ടങ്ങളിലായി പാർലമെന്റ് പ്രസിഡൻസി എന്നിവയിലേക്ക് തെരഞ്ഞെടുപ്പ് നടത്തി. യു എൻ മിഷന് ജനങ്ങളുടെ വിശ്വാസമാർജി ക്കുന്നതിനും കലാപങ്ങളിൽ തകർന്നുപോയ ബുറുണ്ടിയുടെ നിർമാണ പ്രവർത്തനങ്ങളിൽ സജീവമായി ഇടപെടാനും സാധിച്ചു.

ഭരണക്രമം

ബഹുകക്ഷി പ്രസിഡൻഷ്യൽ പ്രാതിനിധ്യ ജനാധിപത്യ ഭരണക്ര മമാണ് ബുറുണ്ടിയിൽ നിലവിലുള്ളത്. പ്രസിഡന്റാണ് ഭരണത്തലവൻ. ലജിസ്ലേറ്റീവ് അസംബ്ലിക്ക് ട്രാൻസിഷണൽ നാഷണൽ അസംബ്ലി, ട്രാൻസിഷണൽ സ്റ്റേറ്റ് എന്നിങ്ങനെ രണ്ട് മണ്ഡലങ്ങളുണ്ട്. ട്രാൻസി ഷണൽ നാഷണൽ അസംബ്ലിയിൽ 170 അംഗങ്ങളുണ്ട്. ഇതിൽ 60 ശത മാനം ടുട്ട്സി, 40 ശതമാനം ഹുട്ടു, 30 ശതമാനം വനിതകൾ എന്നി ങ്ങനെ സംവരണം ചെയ്തിരിക്കുന്നു. ട്രാൻസിഷണൽ സെനറ്റിലേക്ക് ബുറുണ്ടിയിലെ ഓരോപ്രവിശ്യകളിൽ നിന്നും ഹുട്ടു, തുട്ട്സി വിഭാഗ ത്തിൽനിന്നുള്ള ഓരോരുത്തരെ വീതം തെരഞ്ഞെടുക്കുന്നു. ഇതിന്റെ കാലാവധി 5 വർഷമാണ്. ലെജിസ്ലേറ്റീവ് ശാഖ പ്രസിഡന്റിനെ തെര ഞ്ഞെടുക്കുന്നു.

ഭൂമിശാസ്ത്രം

ആഫ്രിക്കയിലെ ഏറ്റവും ചെറിയ രാജ്യമാണ് ബുറുണ്ടി. ആഫ്രി ക്കയുടെ മധ്യഭാഗത്തുള്ള പീഠഭൂമിയും സമതലങ്ങളും ഉൾപ്പെടുന്ന പ്രദേ ശമാണിത്, നൈലാണ് പ്രധാന നദി. വിക്ടോറിയ തടാകമാണ് പ്രധാന

ജലസ്രോതസ്സ്. ഭൂരിഭാഗം പ്രദേശവും കൃഷിഭൂമിയോ മേച്ചിൽപ്പുറങ്ങളോ ആണ്.

സമ്പദ്ഘടന

ലോകത്തെ ഏറ്റവും ദരിദ്രരാജ്യമാണ് ബുറുണ്ടി. ഏകദേശം 80 ശത മാനം ജനങ്ങളും ദാരിദ്ര്യരേഖയ്ക്ക് താഴെ വസിക്കുന്നു. ദാരിദ്ര്യവും ഭക്ഷ്യക്ഷാമവും കൊണ്ട് ദുരിതപൂർണമായിരുന്നു ഇരുപതാം നൂറ്റാണ്ടു ടനീളം ഇവിടുത്തെ ജനജീവിതം. കൃഷിയാണ് പ്രധാന തൊഴിൽ. ജി ഡി പി യുടെ 58 ശതമാനവും ഈ മേഖലയുടെ സംഭാവനയാണ്. കയ റ്റുമതിയുടെ 93 ശതമാനവും കാപ്പിയാണ്. യുറേനിയം, നിക്കൽ, കോബാൾട്ട്, ചെമ്പ്, പ്ലാറ്റിനം എന്നിവയാണ് പ്രധാന ധാതുക്കൾ.

കംബോഡിയ
(Cambodia)

കംബുജദേശ എന്ന സംസ്കൃതപദത്തിൽ നിന്നുത്ഭവിച്ച കംബൂ ച്ചിയ എന്നായിരുന്നു കംബോഡിയയുടെ പഴയ പേര്. 11 മുതൽ 14 ാം നൂറ്റാണ്ടുവരെ ദക്ഷിണ പൂർവേഷ്യ മുഴുവൻ വ്യാപിച്ചുകിടന്ന ഹിന്ദു ബുദ്ധ ഖമർ സാമ്രാജ്യമായിരുന്നു കംബുജദേശം. പടിഞ്ഞാറും വടക്കു പടിഞ്ഞാറും തായ്ലന്റ്, വടക്കുകിഴക്ക് ലാവോസ്, കിഴക്കും തെക്കുകി ഴക്കും വിയറ്റ്നാം എന്നിങ്ങനെ അയൽരാജ്യങ്ങൾ. തെക്ക് തായ്ലന്റ് ഉൾക്കടൽ.

ചരിത്രം

ചരിത്രാതീതകാലംമുതൽക്കേ കംബോഡിയയിൽ ജനവാസമുണ്ടാ യിരുന്നതായി ചരിത്രകാരന്മാർ അവകാശപ്പെടുന്നു. ബാറ്റംബാങ്ങ് (Battambang) പ്രവിശ്യയിലെ ലാങ് സ്പിയാങ് ഗുഹയിൽ നിന്നും കണ്ടെടുത്ത ആയുധങ്ങൾ, വേട്ടയാടി ജീവിച്ചിരുന്ന ജനങ്ങൾ കംബോ ഡിയയിൽ ഉണ്ടായിരുന്നു എന്നതിന്റെ തെളിവാണ്. ബി സി രണ്ടാം സഹ സ്രാബ്ദത്തിലേതെന്നു കരുതുന്ന വൃത്താകൃതിയിലുള്ള ചെമ്മൺപാ ത്രങ്ങൾ വിയറ്റ്നാമിന് സമീപമുള്ള മെമോട്ടി (Momoti)ൽ നിന്നും 1950കളിൽ കണ്ടെടുത്തുട്ടുണ്ട്. മോൺ-ഖമർ ഭാഷയുടെ പ്രാചീന രൂപം സംസാരിച്ചിരുന്ന ആദ്യകാല നെൽകർഷകർ ബി സി മൂന്നാം സഹസ്രാ ബ്ദത്തിൽ വടക്കൻ ദേശത്തുനിന്നും കംബോഡിയയിലെത്തിയി രുന്നതായി ചരിത്രകാരന്മാർ അവകാശപ്പെടുന്നു. കംബോഡിയയുടെ പല ഭാഗങ്ങളിൽ നിന്നും പ്രാചീനകാലത്തെ ലോഹആയുധങ്ങൾ- പ്രത്യേ കിച്ചും ഇരുമ്പിൽ നിർമിച്ചവ കണ്ടെത്തിയിട്ടുണ്ട്. ഇത് ഇരുമ്പുയുഗത്തിലെ ജനവാസത്തിന്റെ സൂചകങ്ങളാണ്. ഇന്നത്തെ കംബോഡിയ ദക്ഷിണപ

ശ്ചിമ വിയറ്റ്നാം എന്നീ മേഖലകളിൽ 3,4,5 എന്നീ നൂറ്റാണ്ടുകളിൽ ഖമർ ഭരണം നിലനിന്നിരുന്ന ഫുനാൻ, (Funan) ചെൻലാ (Chenla) എന്നീ രാജ്യങ്ങളായിരുന്നു. ഒമ്പതു മുതൽ പതിമൂന്നാം നൂറ്റാണ്ടുവരെ ഈ പ്രദേ ശം ഖമർ രാജാക്കന്മാരുടെ ഭരണത്തിൻ കീഴിലായിരുന്നു. പതിമൂന്നാം നൂറ്റാണ്ടോടെ ശ്രീലങ്കയിൽ നിന്നുള്ള ബുദ്ധ സന്യാസിമാർ ദെർവാഡാ ബുദ്ധിസം (Theravada Buddhism) കംബോഡിയയിൽ കൊണ്ടുവന്നു. തുടർന്ന് ബുദ്ധമതം ശക്തിയാർജിച്ചു വന്നു. എങ്കിലും ഖമർ ഭരണം തുടർന്നും നിലനിന്നു. ഖമർ ഭരണകാലത്ത് ഈ പ്രദേശത്തിന്റെ തല സ്ഥാനം അങ്കോർ (Angkor) ആയിരുന്നു. വ്യാവസായിക യുഗത്തിന് മുമ്പ് ലോകത്തെ ഏറ്റവും വികസിതമായ പ്രദേശങ്ങളിലൊന്നായിരുന്നു അങ്കോർ.

സമീപരാജ്യങ്ങളുമായി ദീർഘകാലമായി തുടർന്നുവന്ന യുദ്ധങ്ങളെ തുടർന്ന് അങ്കോറിനെ തായി സൈന്യം കീഴടക്കി. എന്നാൽ പാരിസ്ഥി തിക പ്രശ്നങ്ങളും തുടർന്നുണ്ടായ അടിസ്ഥാന സൗകര്യങ്ങളുടെ തകർച്ചയും കാരണം തായിഭരണകൂടം തലസ്ഥാനം ലവ്ക്കി (Lovek) ലേക്ക് മാറ്റി. തായ്ലാന്റ് വിയറ്റ്നാം എന്നിവിടങ്ങളിൽ നിന്നുള്ള തുടർച്ച യായ യുദ്ധങ്ങളെ തുടർന്ന് പ്രധാന പ്രദേശങ്ങളെല്ലാം രാജ്യത്തിന് നഷ്ട മായി. 1594 ൽ ലവ്കും പിടിച്ചെടുക്കപ്പെട്ടു. തുടർന്നു മൂന്നു വർഷക്കാലം രാജ്യത്ത് ഭരണഅസ്ഥിരത നിലനിന്നു. തായ്ലന്റും വിയറ്റ്നാമും കംബോ ഡിയയെ മാറിമാറി ഭരിച്ചുവന്നു.

1863 ൽ നരോദം രാജാവ് തായ്ലാന്റിൽ നിന്നും വിയറ്റ്നാമിൽ നിന്നും സംരക്ഷണമാവശ്യപ്പെട്ട് ഫ്രാൻസിനെ സമീപിച്ചു. 1867 ൽ നരോദം രാജാവ് ഫ്രാൻസുമായുണ്ടാക്കിയ കരാർ പ്രകാരം ബാറ്റംബാങ് (Battambang) സെയിം റീപ് (Siem Reap) പ്രവിശ്യകൾ തായിലന്റിന് നൽകി. 1906 ൽ നടന്ന അതിർത്തി കരാറിലൂടെ ഈ പ്രവിശ്യകൾ കംബോഡിയയ്ക്ക് തിരികെ കിട്ടി. 1863 മുതൽ 1953 വരെ ഫ്രെഞ്ച് ഇന്തോ ചൈന കോളനികളുടെ ഭാഗമായി ഫ്രെഞ്ചുകാരുടെ നിയന്ത്രണത്തിലാ യിരുന്നു കംബോഡിയ. 1943 മുതൽ45 വരെ ജപ്പാൻ കംബോഡിയ കീഴ ടക്കിയിരുന്നു. 1904 ൽ നരോദം രാജാവിന്റെ മരണത്തെത്തുടർന്ന് ഫ്രെഞ്ചു കാർ അദ്ദേഹത്തിന്റ സഹോദരൻ സിസോവാത്തിനെ(Sisowath) രാജാ വായി അവരോധിച്ചു. 1941 ൽ സിസോവാത്തിന്റെ മകൻ മൊനിവോങ്ങിന്റെ (Monivong) മരണത്തെ തുടർന്ന് ഫ്രെഞ്ചുകാർ അനന്തരാവകാശിയായി രുന്ന മൊനിരത്തി (Monireth) ന് ഭരണം നൽകാതെ കേവലം 18 വയ സുമാത്രം പ്രായമായിരുന്ന നരോദം ഷിഹാനോക്കി (Norodom Sihanouk) നെ അധികാരത്തിലേറ്റി. നന്നേ ചെറുപ്പമായിരുന്ന ഷിഹാനോക്ക് തങ്ങ ളുടെ ആജ്ഞാനുവർത്തിയായിരിക്കുമെന്നായിരുന്നു ഫ്രെഞ്ച് ഗവൺ മെന്റിന്റെ കണക്കുകൂട്ടൽ. എന്നാൽ നരോദം ഷിഹാനുക്ക് സ്വതന്ത്രമായി പ്രവർത്തിക്കുകയും അദ്ദേഹത്തിന്റെ നേതൃത്വത്തിൽ 1953 നവംബർ 9 ന് കംബോഡിയ ഫ്രെഞ്ചുഗവൺമെന്റിൽനിന്നും സ്വതന്ത്രമാവുകയും

ചെയ്തു. ഫ്രഞ്ച് ഇന്തോ ചൈനയ്ക്ക് സ്വാതന്ത്ര്യം ലഭിച്ചതോടെ മെക്കോങ് പീഠഭൂമി (Mekong Delta) യുടെ നിയന്ത്രണം കംബോഡി യയ്ക്ക് നഷ്ടമായി. മെക്കോങ് പീഠഭൂമി വിയറ്റ്നാമിന്റെ ഭാഗമായി തീർന്നു.

1955 ൽ ഷിഹാനോക്ക് പ്രധാനമന്ത്രിയായി തെരഞ്ഞെടുക്കപ്പെടു ന്നതിനായി തന്റെ പിതാവിന് രാജ്യാധികാരം ഒഴിഞ്ഞുകൊടുത്തു. 1960 ൽ പിതാവിന്റെ മരണത്തെത്തുടർന്ന് ഷിഹാനോക്ക് പ്രിൻസ് എന്ന പദ വിയോടുകൂടി രാജ്യാധികാരം ഏറ്റെടുത്തു. വിയറ്റ്നാം യുദ്ധത്തിൽ ഷിഹാ നോക്ക് പക്ഷപാതരഹിതമായ നിലപാട് സ്വീകരിച്ചെങ്കിലും കംബോഡി യയിലെ ജനങ്ങൾ വിയറ്റ്നാമിന് അനുകൂലമായിരുന്നു. 1970 ൽ പ്രധാന മന്ത്രി ജനറൽ ലോൺ നൊൾ (Lon Nol) നടത്തിയ സൈനിക അട്ടിമറി യിൽ ഷിഹാനോക്ക് പുറത്തായി. തുടർന്ന് അമേരിക്കൻ പിന്തുണയോടെ പ്രിൻസ് സിസോവാത്ത് സിറിക്ക് മതക്കിനെ (Sisowath Sirik Mata) അധികാരമേൽപ്പിച്ചു. ഷിഹാനോക്ക് ഇതേസമയം ചൈനീസ് കമ്മ്യൂണിസ്റ്റ് പാർട്ടിയുമായി സഖ്യത്തിലേർപ്പെട്ടു. ഖമർറൂഷ് വിമതർ തങ്ങളുടെ പ്രദേശം വിപുലപ്പെടുത്തിയേക്കുമെന്ന് ഭയന്ന രാജാവ് ലോൺ നൊൾ ഭരണത്തെ താഴെയിറക്കാനായി തന്റെ അനുയായികളുടെ പിന്തുണ അഭ്യർഥിച്ചു. ഇത് കടുത്ത ആഭ്യന്തരയുദ്ധത്തിലേക്ക് രാജ്യത്തെ നയിച്ചു. 1969 മുതൽ 1973 വരെ വിയറ്റ്നാം റിപ്പബ്ലിക്കൻ സൈന്യവും അമേരി ക്കയും കംബോഡിയയയിൽ നിരന്തരം ബോംബ് വർഷിച്ചതിനെ തുടർന്ന് രണ്ടുദശലക്ഷത്തോളം കംബോഡിയക്കാർ അഭയാർഥികളായി ഫ്നോങ് പെങ്ങിലെത്തി. അമേരിക്കൻ ബോംബിങ്ങിൽ കൊല്ലപ്പെട്ടവർക്ക് കണ ക്കില്ല. 1975 ൽ യുദ്ധം അവസാനിച്ചപ്പോഴേക്കും രാജ്യം കടുത്ത ദാരിദ്ര്യ ത്തിലേക്ക് തള്ളിവിടപ്പെട്ടു. കംബോഡിയയയിലെ എഴുപത്തഞ്ച് ശതമാനം വളർത്തുമൃഗങ്ങളും ചത്തൊടുങ്ങി. 1975 ൽ ഖമർറോഷ് സൈന്യം പോൾ പോട്ടിന്റെ നേതൃത്വത്തിൽ ഫ്നോങ് പെങ്ങിലെത്തി ചൈനീസ് സഹാ യത്തോടെ അധികാരം പിടിച്ചെടുത്തു. പോൾ പോട്ട് കംബോഡിയയുടെ പേര് ഡെമോക്രാറ്റിക്ക് കംബോച്ചിയ എന്നാക്കി മാറ്റി. ജനങ്ങളെ നിർബ ന്ധിതമായി നഗരങ്ങളിൽ നിന്നും ഗ്രാമങ്ങളിലെ വികസന പ്രവർത്ത നങ്ങൾക്കായി നിയോഗിച്ചു. പാശ്ചാത്യമായതെന്തും രാജ്യത്തുനിന്നും തുടച്ചുനീക്കുന്നതിന്റെ ഭാഗമായി വായനശാലകൾ ആശുപത്രികൾ ആരാ ധനാലയങ്ങൾ എന്നിവയെല്ലാം പോൾ പോട്ടിന്റെ ഭരണം തകർത്തുകള ഞ്ഞു. പതിനൊന്നാം നൂറ്റാണ്ടിൽ നിലനിന്നിരുന്ന കാർഷിക മോഡൽ നടപ്പാക്കാനായുള്ള ഇത്തരം പ്രവർത്തനങ്ങൾക്കിടെ രാജ്യത്തെ എട്ട് ദശ ലക്ഷം ജനങ്ങളിൽ ഒരുദശലക്ഷം പേരും കൊല്ലപ്പെട്ടു. എന്നാൽ ഒരുദ ശലക്ഷം മുതൽ മൂന്നുദശലക്ഷംവരെ ജനങ്ങൾ കൊല്ലപ്പട്ടതായി മറ്റ് കണക്കുകൾ സൂചിപ്പിക്കുന്നു. ഖമർറൂഷ് പ്രധാനമായും ലക്ഷ്യമിട്ടത് വംശീയ ന്യൂനപക്ഷങ്ങളെയാണ്. 1960 കളിൽ 425000 ചൈനീസ് വംശ ജർ കംബോഡിയയിലുണ്ടായിരുന്നതിൽ ഖമറൂഷ് കാലത്തെ നരഹത്യ

ക്കും പലായനങ്ങൾക്കും ശേഷം 1984 ആയപ്പോഴേക്കും അവശേഷിച്ചത് വെറും 61400 പേർമാത്രമാണ്. 1978 ൽ ഖമർറൂഷ് അതിക്രമങ്ങൾക്കെ തിരെ വിയറ്റ്നാം സൈന്യം കംബോഡിയയെ ആക്രമിച്ചു. ഏകദേശം പത്തുവർഷങ്ങൾ നീണ്ടുനിന്ന യുദ്ധത്തിൽ വിയറ്റ്നാം സൈന്യം ഖമ റൂഷ് സേനയെ തെരഞ്ഞുപിടിച്ചാക്രമിച്ചു, 1979 ൽ പാരീസ് കേന്ദ്രമായി സമാധാന ചർച്ചകൾ ആരംഭിച്ചു. 1991 ൽ സമാധാനം പുനഃസ്ഥാപിക്ക പ്പെട്ടു. യു എൻ മേൽനോട്ടത്തിൽ കംബോഡിയയിൽ പുനരുദ്ധാരണ പ്രവർത്തനങ്ങൾക്ക് തുടക്കമായി. രാജാധികാരത്തിൻ കീഴിൽ ബഹു കക്ഷി ജനാധിപത്യത്തിൽ നെരോദം ഷിഹാനൂക്ക് 1993 ൽ രാജാവായി അവരോധിക്കപ്പെട്ടു.

ഭരണക്രമം

1993 ൽ രൂപീകരിച്ച ഭരണഘടനപ്രകാരം പ്രാതിനിധ്യ പാർലമെന്ററി ജനാധിപത്യ സമ്പ്രദായപ്രകാരം രാജാവ് ഭരണത്തലവനായ കോൺസ്റ്റി റ്റ്യൂഷണൽ മൊണാർക്കിയാണ് കംബോഡിയയിൽ നിലനിൽക്കുന്നത്. രാജാവ് രാഷ്ട്രത്തലവനും പ്രധാനമന്ത്രി ഭരണത്തലവനുമാണ്. ദേശീയ അസംബ്ലിയുടെ ഉപദേശപ്രകാരം രാജാവ് പ്രധാനമന്ത്രിയെ നിയമിക്കു ന്നു. പ്രധാനമന്ത്രി നിയമിക്കുന്ന മന്ത്രിമാർക്കാണ് എക്സിക്യൂട്ടീവ് അധി കാരങ്ങൾ. നാഷണൽ അസംബ്ലി ഓഫ് കംബോഡിയയ്ക്കും സെനറ്റി നുമാണ് ലെജിസ്ലേറ്റീവ് അധികാരങ്ങൾ. കംബോഡിയയെ തലസ്ഥാനം കൂടാതെ 23 പ്രവിശ്യകളായി വിഭജിച്ചിരിക്കുന്നു. മുൻസിപ്പാലിറ്റി, ജില്ല, ഖാൻ(Khan) എന്നിങ്ങനെ ദ്വിതലഭരണ സംവിധാനവും നിലവിലുണ്ട്. പ്രവിശ്യകളെ കമ്യൂൺ, സംങ്കത് (sangkat) എന്നിങ്ങനെ വീണ്ടും വിഭ ജിച്ചിരിക്കുന്നു.

ഭൂപ്രകൃതി

181035 ചതുരശ്രകിലോമീറ്റർ വിസ്തൃതിയുള്ള കംബോഡിയയ്ക്ക് 443 കിലോമീറ്റർ സമുദ്രതീരമുണ്ട്. ലക്കുസ്ട്രൈൻ (lacustrine) സമതല ത്തിലുള്ള ടോൺലി സാപ് (Tonle Sap) വേനലിൽ 2590 ചതുരശ്രകി ലോമീറ്ററും വർഷകാലത്ത് 24605 ചതുരശ്രകിലോമീറ്റർ വരെയും വിസ്തൃ തിയുണ്ടാകാറുണ്ട്. സമതല പ്രദേശങ്ങൾ ജനനിബിഡമാണ്. രാജ്യ ത്തിന്റെ 75 ശതമാനവും സമുദ്രനിരപ്പിൽ നിന്ന് കേവലം 100 മീറ്റർ മാത്രം ഉയരത്തിലാണ് സ്ഥിതിചെയ്യുന്നത്. തെക്കുകിഴക്കൻ ഏഷ്യയിലെ കാലാ വസ്ഥാരീതി തന്നെയാണ് കംബോഡിയയിലുമുള്ളത്. മേയ് മുതൽ ഒക്ടോബർ വരെയുള്ള തെക്കുപടിഞ്ഞാറൻ മൺസൂൺ കാലത്താണ് പ്രധാനമായും മഴ ലഭിക്കുന്നത്. നവംബർ മുതൽ മാർച്ച് വരെ പൊതുവെ വരണ്ടകാലാവസ്ഥ അനുഭവപ്പെടുന്നു. ഇക്കാലത്താണ് വടക്കുകിഴക്കൻ മൺസൂൺ മഴ ലഭിക്കുന്നത്.

ടോൺലി സാപ്

സമ്പദ്ഘടന

കംബോഡിയയുടെ സമ്പദ്ഘടന വളരെ ദുർബലമാണ്. ആളോ
ഹരി വരുമാനം ഈ മേഖലയിലെ മറ്റ് രാജ്യങ്ങളുമായി താരതമ്യം ചെയ്യു
മ്പോൾ ഏറ്റവും കുറവാണ്. കൃഷിയും അനുബന്ധ മേഖലകളുമാണ്
ജനങ്ങളുടെ പ്രധാന ഉപജീവനമാർഗം. നെല്ല്, മത്സ്യം, തടി, തുണിത്ത
രങ്ങൾ, റബ്ബർ എന്നിവയാണ് പ്രധാനകയറ്റുമതിയുൽപ്പന്നങ്ങൾ. വിനോദ
സഞ്ചാരം കംബോഡിയയ്ക്ക് വിദേശനാണ്യം പ്രദാനംചെയ്യുന്ന പ്രധാ
നമേഖലയാണ്. ഗ്രാമങ്ങൾ അടിസ്ഥാന സൗകര്യങ്ങളുടെ കാര്യത്തിൽ
പിന്നാക്കം നിൽക്കുന്നു.

ജനങ്ങളും സംസ്കാരവും

90 ശതമാനം ജനങ്ങളും ഖമർ ഭാഷ സംസാരിക്കുന്ന ഖമർ വിഭാഗ
മാണ്. ചൈനക്കാർ, വിയറ്റ്നാമീസ്, ഛാം, ഖമർ ലോയു എന്നീവിഭാഗ
ങ്ങളുമുണ്ട്. ഖമർഭാഷയാണ് ഔദ്യോഗികഭാഷയെങ്കിലും ഇപ്പോൾ
ഇംഗ്ലീഷും ധാരാളമായി പഠിച്ചുവരുന്നു. രാജ്യത്ത് വിനോദസഞ്ചാരം വിക
സിച്ചുവരുന്നതിന്റെ ഭാഗമായാണ് ഇംഗ്ലീഷ് വിദ്യാഭ്യാസം വ്യാപകമാവു
ന്നത്. ജനങ്ങളിൽ 96 ശതമാനവും ബുദ്ധമതവിശ്വാസികളാണ്. മുസ്ലിം
ക്രിസ്തുമതവിശ്വാസികളാണ് മറ്റുള്ളവർ. ചന്ദ്രാരാധനയുടെ ഭാഗമായി
നടത്തിവരാറുള്ള ആഘോഷങ്ങളിൽ വള്ളംകളി, വെടിക്കെട്ട് എന്നിവ
യുൾപ്പെടുന്ന കാർണിവലാണ് പ്രധാന ഉത്സവം. കോഴിപ്പോര്, സോക്കർ
തുടങ്ങിയ കായികവിനോദങ്ങളും പ്രധാനമാണ്. ഖമർ സംഗീതത്തിനും
വൻ പ്രചാരമുണ്ട്. അപ്സരനൃത്തവും കംബോഡിയൻ സംസ്കാര
ത്തിന്റെ ഭാഗമാണ്.

കാമറൂൺ
(Cameroon)

മധ്യ-പശ്ചിമാഫ്രിക്കയിലെ റിപ്പബ്ലിക്ക്. പടിഞ്ഞാറ് നൈജീരിയ, വട ക്കുകിഴക്ക് ഛാഡ്, കിഴക്ക് സെൻട്രൽ ആഫ്രിക്കൻ റിപ്പബ്ലിക്ക്, ഗനിയ. ഗാബോൺ. കോംഗോ എന്നീരാജ്യങ്ങൾ തെക്ക് എന്നിങ്ങനെ അതിരു കൾ. അറ്റ്ലാന്റിക്ക് സമുദ്രത്തിലെ ഗിനിയയൾക്കടലിലുള്ള ബോണ്ണി കട ലാണ് കാമറൂണിന്റെ കടൽത്തീരം. കാലാവസ്ഥ, സാംസ്കാരിക വൈവിധ്യം, കടൽത്തീരം, പർവതങ്ങൾ, മരുഭൂമി മറ്റ് ഭൂപ്രകൃതി എന്നിവ കണക്കിലെടുത്താൽ കാമറൂണിനെ ആഫ്രിക്കയുടെ ചെറുപതിപ്പാണെന്ന് വിശേഷിപ്പിക്കാം. ഇരുനൂറിലധികം ഭാഷാവംശീയതകളുള്ള കാമറൂ ണിലെ സംഗീതവും ഫുട്ബോളും ലോകപ്രശസ്തമാണ്.

ചരിത്രം

നിയോലിതിക് കാലഘട്ടം മുതൽതന്നെ കാമറൂണിൽ ജനവാസമു ണ്ടായിരുന്നതായി ചരിത്രകാരന്മാർ വിശ്വസിക്കുന്നു. ഏറ്റവും കൂടുതൽ കാലം കാമറൂണിൽ അധിവസിച്ചിരുന്ന ജനവിഭാഗം ബക്കാ (Baka) ആണ്. ഛാഡ് (Lake Chad)തടാകത്തിനു ചുറ്റും നിലനിന്നിരുന്ന സാവോ (Sao) സംസ്കാരം എ ഡി 500 ൽ കാനീം സംസ്കാരത്തിന് വഴിമാറി. തുടർന്ന് അവിടെ ബോർണു (Bornu) സാമ്രാജ്യം രൂപംകൊണ്ടു. 1472 ൽ പോർച്ചുഗീസ് നാവികർ കാമറൂൺ തീരത്തെത്തി. യൂറോപ്പുകാരുടെ വരവോടെ തുടർന്നുള്ള നൂറ്റാണ്ടുകളിൽ തീരപ്രദേശവാസികളും യൂറോപ്പും തമ്മിലുള്ള വ്യാപാരബന്ധത്തിന് തുടക്കമായി. ക്രിസ്ത്യൻ മിഷിനറി പ്രവർത്തകർ കാമറൂണിന്റെ ഉൾനാടുകളിലെത്തി മിഷിണറി പ്രവർത്തനങ്ങളിൽ ഏർപ്പെട്ടു. 19 ാം നൂറ്റാണ്ടിന്റെ ആദ്യപാദത്തിൽ മൊഡിബോ അദാമ (Modibo Adama) നയിച്ച ഫുലാനി സൈന്യം കാമ

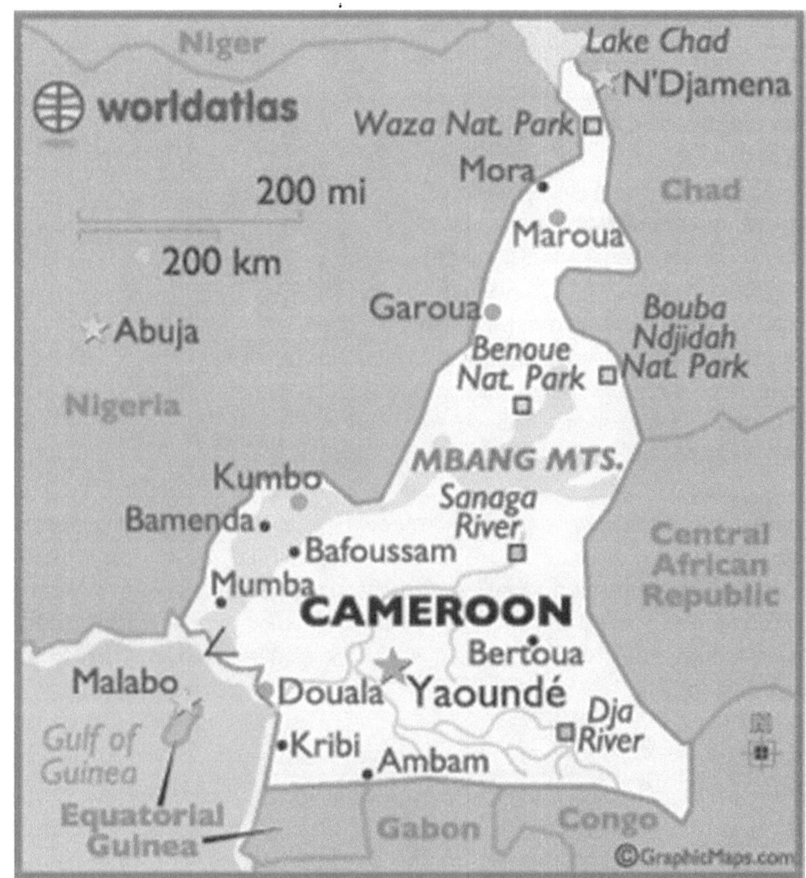

റൂണിന്റെ വടക്കുഭാഗത്ത് അദമാവാ (Adamawa) എമിറേറ്റ് സ്ഥാപിച്ചു. 1884 ൽ കാമറൂൺ ജർമനിയുടെ കോളനിയായി. ഒന്നാം ലോകമഹായു ദ്ധത്തിൽ ജർമനിക്കേറ്റ തിരിച്ചടിയെ തുടർന്ന് 1919 ൽ ലീഗ് ഓഫ് നേഷന്റെ കരാർ പ്രകാരം ഈ പ്രദേശം ഫ്രഞ്ച് കാമറൂൺ എന്നും ബ്രിട്ടീഷ് കാമ റൂൺ എന്നും രണ്ടായി വിഭജിക്കപ്പെട്ടു. ഫ്രാൻസ് ആസൂത്രിതമായ മൂല ധനനിക്ഷേപത്തിലൂടെയും തൊഴിലാളികളെ വിന്യസിച്ചും ഫ്രഞ്ക്കാമ റൂണിൽ സമഗ്രവികസനം നടപ്പാക്കിയപ്പോൾ ബ്രിട്ടൺ അവരുടെ പ്രദേശം തൊട്ടടുത്ത തങ്ങളുടെ കോളനിയായ നൈജീരിയയിൽ നിന്നും ഭരിച്ചു. രണ്ടാം ലോകയുദ്ധശേഷം ആ ദേശം 1946 ൽ യുണൈറ്റഡ് നേഷൻസ് ട്രസ്റ്റീഷിപ്പായി മാറി. ഫ്രഞ്ച് കാമറൂണിൽ ജനാധിപത്യവാദം ഇതിനിടെ ശക്തിയാർജിച്ചുതുടങ്ങി. സ്വാതന്ത്ര്യ പ്രക്ഷോഭങ്ങളെ ഫ്രഞ്ച് ഗവൺമെന്റ് അടിച്ചമർത്താൻ തുടങ്ങിയതോടെ നീണ്ടുനിന്ന ഗറില്ലാ

യുദ്ധത്തിന് വേദിയായി ഫ്രഞ്ച് കാമറൂൺ. 1960 ജനുവരി ഒന്നിന് ഫ്രഞ്ച് കാമറൂൺ സ്വതന്ത്രമായി. അഹമ്മദൗ അഹിദ്ജോ (Ahmadou Ahidjo) പ്രസിഡന്റായി. 1961 ഒക്ടോബർ ഒന്നിന് ബ്രിട്ടീഷ് അധീനതയിലുണ്ടായിരുന്ന പ്രദേശങ്ങൾ കൂടി കാമറൂണിനോട് കൂട്ടിച്ചേർത്തു. ഏകപാർട്ടി സംവിധാനത്തിൽ അഹിദ്ജോ നയിച്ചിരുന്ന കാമറൂൺ നാഷണൽ യൂണിയൻ 1966 ലും 1972 ലും അധികാരത്തിലെത്തി. 1982 നവംബർ 4 ന് അഹിദ്ജോ അധികാരം ഭരണഘ

അഹമ്മദൗ അഹിദ്ജോ

ടനാപരമായി തന്റെ പിൻഗാമിയായ പോൾ ബിയ (Paul Biya) യ്ക്ക് കൈമാറി. എങ്കിലും കാമറൂൺ നാഷണൽ യൂണിയന്റെ നിയന്ത്രണം അഹിദ്ജോ വിട്ടുകൊടുക്കാൻ തയാറായില്ല. ബിയ കൂടുതൽ ജനാധിപത്യ സംവിധാനങ്ങൾക്കായി പരിശ്രമിച്ചെങ്കിലും വിഫലമായ ഒരട്ടിമറിയെ തുടർന്ന് തന്റെ മുൻഗാമിയുടെ ശൈലി പിന്തുടരാൻ നിർബന്ധിതനായി. 1990 ഡിസംബറിൽ ബഹുകക്ഷി രാഷ്ട്രീയം കാമറൂണിൽ നിലവിൽ വന്നു.

ഭരണക്രമം

കാമറൂൺ പ്രസിഡന്റിന് വിപുലവും ഏകപക്ഷീയവുമായ അധികാരമാണുള്ളത്. പ്രധാന മന്ത്രി മുതൽ പ്രവിശ്യാ ഗവർണർമാരെ വരെ നിയമിക്കാനുള്ള അധികാരം പ്രസിഡന്റിനാണ്. ഓരോ ഏഴുവർഷം കൂടുമ്പോഴും പ്രസിഡന്റിനെ ജനങ്ങൾ തെരഞ്ഞെടുക്കും. നിയമവ്യവസ്ഥ ഫ്രഞ്ച് നിയമസംവിധാനത്തെ അടിസ്ഥാനമാക്കിയുള്ളതാണ്. എന്നാലും നിയമസംവിധാനം നിയമമന്ത്രാലയത്തിന്റെ പൂർണനിയന്ത്രണത്തിൻ കീഴിലാണ്. 180 അംഗങ്ങളുള്ള നാഷണൽ അസംബ്ലിക്കാണ് നിയമ നിർമാണ ചുമതല. അഞ്ചു വർഷമാണ് നാഷണൽ അസംബ്ലി അംഗങ്ങളുടെ കാലാവധി.

ഭൂമി ശാസ്ത്രം

ആഫ്രിക്കയിലെ എല്ലാവിധ കാലാവസ്ഥ-ഭൂപ്രകൃതി സവിശേഷതകളാൽ സമ്പന്നമാണ് കാമറൂൺ. തീരപ്രദേശം, മരുഭൂമി, പർവതപ്രദേശങ്ങൾ, മഴക്കാടുകൾ, പുൽമേടുകൾ തുടങ്ങി എല്ലാത്തരം ഭൂവിഭാഗങ്ങളും കാമറൂണിന്റെ ഭാഗമാണ്. തീരസമതലപ്രദേശം ചുടും ഈർപ്പവും കലർന്ന കാലാവസ്ഥയുള്ളതിനാൽ ഈ ഭാഗം നിബിഡ വനങ്ങളാൽ

മൂടപ്പെട്ടിരിക്കുന്നു. ദക്ഷിണ കാമറൂൺ പീഠഭൂമി ഉഷ്ണമേഖലാവനപ്ര ദേശമാണ്. കാമറൂൺ പർവതനിര തീരപ്രദേശം മുതൽ ഛാഡ് തടാ കംവരെ നീണ്ടുകിടക്കുന്നു. ഈ പ്രദേശത്ത് മിതമായ കാലാവസ്ഥ അനു ഭവപ്പെടുന്നു. ദക്ഷിണ പീഠഭൂമി ഉത്തരഭാഗത്തേക്കെത്തുമ്പോൾ കൂടു തൽ ഉയരം ആർജിക്കുന്നു.

സമ്പദ്ഘടന

സബ് സഹാറാ ആഫ്രിക്കൻ രാജ്യങ്ങളിൽ ഉയർന്ന ആളോഹരി വരുമാനത്തിൽ പത്ത് രാജ്യങ്ങളിലൊന്നാണ് കാമറൂൺ. ഫ്രാൻസ്, ഇറ്റ ലി, ദക്ഷിണകൊറിയ, സ്പെയിൻ, ഇംഗ്ലണ്ട് എന്നീ രാജ്യങ്ങളിലേക്കാണ് കാമറൂൺ പ്രധാനമായും തങ്ങളുടെ ഉൽപ്പന്നങ്ങൾ കയറ്റി അയയ്ക്കു ന്നത്. ഉയർന്ന തൊഴിലില്ലായ്മ നിരക്ക്, ചുവപ്പുനാട, അഴിമതി, ദാരിദ്ര്യം എന്നീ പ്രശ്നങ്ങൾ കാമറൂണിന്റെ വളർച്ചയെ പിന്നോട്ടടിക്കുന്ന ഘടക ങ്ങളാണ്. പ്രകൃതി വിഭവങ്ങൾ കൃഷിക്കും അനുബന്ധ പ്രവർത്തന ങ്ങൾക്കും ഏറെ അനുകൂലമാണ്. ഉപജീവനാർഥമുള്ള കാർഷികവൃത്തി യായതിനാൽ കൃഷിയിൽ നിന്നുള്ള വരുമാനം തുലോം കുറവാണ്. കാലി വളർത്തലും മീൻപിടുത്തവുമാണ് മറ്റ് പ്രധാന സാമ്പത്തിക പ്രവർത്ത നങ്ങൾ. ഫാക്ടറി അധിഷ്ഠിതമായ വ്യാവസായിക ഉൽപ്പാദനം ദേശീയവരുമാനത്തിന്റെ 29.7 ശതമാനം മാത്രമാണ്. ധാരാളം ധാതുസമ്പ ത്തുണ്ടെങ്കിലും അതൊന്നും ശാസ്ത്രീയമായി ഖനനം ചെയ്തിട്ടില്ല.

കാനഡ
(Canada)

വടക്കേഅമേരിക്കൻ രാജ്യം. വലിപ്പത്തിൽ ലോകത്തെ രണ്ടാമത്തെ രാജ്യം. കിഴക്ക് അറ്റ്ലാന്റിക് സമുദ്രം മുതൽ പടിഞ്ഞാറ് പെസഫിക് സമുദ്രം വരെയും വടക്ക് ആർട്ടിക് കടൽ വരെയും നീണ്ടു കിടക്കുന്നു കാനഡ. 'ഗ്രാമം', അല്ലെങ്കിൽ 'ജനവാസപ്രദേശം' എന്നർഥം വരുന്ന വാക്കിൽ നിന്നാണ് കാനഡ എന്ന വാക്കുണ്ടായത്. 1535 ൽ ഫ്രഞ്ച് യാത്രി കനായിരുന്ന ജാകിസ് കാർഷ്യർ (Jacques Cartier) സ്റ്റഡാകോനാ (Stadacona) എന്ന ഗ്രാമത്തെയും സമീപപ്രദേശങ്ങളെയും കാനഡ എന്ന് വിളിച്ചു. 1545 ഓടുകൂടി യൂറോപ്യൻ രേഖകളിലും ഗ്രന്ഥങ്ങളിലു മെല്ലാം ഈ പ്രദേശങ്ങളെ കാനഡ എന്ന് പരാമർശിക്കപ്പെട്ടു തുടങ്ങി.

ചരിത്രം

ചരിത്രാതീതകാലം മുതൽക്കേ കാനഡയിൽ ജനവാസമുണ്ടായി രുന്നതായി വിശ്വസിക്കപ്പെടുന്നു. വടക്കൻ യുകോൺ (Yukon) പ്രദേ ശത്ത് 26500 വർഷങ്ങൾക്ക് മുൻപും തെക്കൻ ഒന്റാരിയോ (Ontario) പ്രദേശങ്ങളിൽ 9500 വർഷങ്ങൾക്ക് മുൻപും ജനവാസമുണ്ടായിരുന്ന തായി ആർക്കിയോളജിക്കൽ പര്യവേക്ഷണങ്ങൾ സാക്ഷ്യപ്പെടുത്തുന്നു. കാനഡയിലെ ആദിമജനതയിൽ ഭൂരിഭാഗവും യൂറോപ്പിൽ നിന്നുള്ള പകർച്ചവ്യാധിയാലും, യൂറോപ്പുകാരുമായുള്ള സംസർഗത്താലും ഉന്മൂ ലനം ചെയ്യപ്പെട്ടു.

എ ഡി 1000 ാം ആണ്ടിലാണ് ആദ്യമായി യൂറോപ്പുകാർ കാനഡയി ലെത്തുന്നത്. എന്നാൽ 1497 ൽ ജോൺ കാബോട്ട് (John Cabot) ഇംഗ്ല ണ്ടിനു വേണ്ടിയും 1534 ൽ ജാകിസ് കാർഷ്യർ (Jacques Cartier) ഇംഗ്ല ണ്ടിനുവേണ്ടിയും കനഡേനിയൻ പര്യവേക്ഷണങ്ങൾ നടത്തുന്നതുവരെ

കാനഡ സിറ്റി

യൂറോപ്പിൽ നിന്നും കാനഡയിലേക്ക് കാര്യമായ ഗമനാഗമനങ്ങൾ ഉണ്ടാ
യിട്ടില്ല. 1603 ൽ ഫ്രഞ്ച് പര്യവേക്ഷകനായ സാമുവൽ ഡി ചാംപ്ലൈ
(Samuel De Champlain) കാനഡയിലെത്തി പോർട്ട് റോയൽ പ്രദേശത്ത്
1605 ലും ക്യൂബക് സിറ്റിയിൽ 1608 ലും ആദ്യകാല യൂറോപ്യൻ കുടി
യേറ്റത്തിന് തുടക്കമിട്ടു. ഇതേതുടർന്ന് ഫ്രഞ്ചുകാർ സെന്റ് ലോറൻസ്
നദീതടങ്ങളിലും അർക്കേഡിയൻസ് കത്തോലിക്ക മിഷിനറിമാർ എന്നി
വർ മറ്റ് നദീതട-തടാക പ്രദേശങ്ങളിലും കുടിയേറി. രോമക്കുപ്പായ വ്യവ
സായം വൻ അഭിവൃദ്ധി പ്രാപിച്ച കാലഘട്ടമായിരുന്നു ഇത്. രോമക്കു
പ്പായ വ്യാപാര ശത്രുതയും കോളനികൾ തമ്മിലുള്ള കുടിപ്പകയും
കാരണം 1689 മുതൽ 1763 വരെ കോളനികൾ തമ്മിലുള്ള യുദ്ധവും
കുടിപ്പകയും പതിവായിരുന്നു.

1610 ൽ ഇംഗ്ലീഷുകാർ ന്യൂ ഫൗണ്ട് ലാന്റിൽ മത്സ്യബന്ധന കേന്ദ്ര
ങ്ങൾ സ്ഥാപിച്ചു. തുടർന്ന് തെക്കുള്ള പതിമൂന്ന് കോളനികളേയും തങ്ങ
ളുടെ വരുതിയിലാക്കി. 1713 ലെ ഉട്രെച്ച് (Utrech) ഉടമ്പടി പ്രകാരം
നോവാസ്കോഷ്യാ (Nova Scotia) ബ്രിട്ടീഷ് ഭരണത്തിന് കീഴിലായി.
1763 ൽ ഏഴുവർഷം നീണ്ടുനിന്ന യുദ്ധത്തിനൊടുവിൽ പാരീസ് കരാർ
പ്രകാരം കാനഡയും ന്യൂഫ്രാൻസിന്റെ ഭൂരിഭാഗം പ്രദേശങ്ങളും
ബ്രിട്ടീഷ് അധീനതയിലായി. കോളനികളുടെ വിഘടനവും കൂട്ടിച്ചേർക്ക
ലുമെല്ലാം കാനഡയുടെ ചരിത്രത്തിലെ പതിവുസംഭവങ്ങളായി മാറി.
1783 ലെ പാരീസ് കരാർ അമേരിക്കയുടെ സ്വാതന്ത്ര്യത്തെ അംഗീകരി
ച്ചതിനെ തുടർന്ന് ഗ്രേറ്റ് ലേക്കിന് തെക്കുണ്ടായിരുന്ന എല്ലാ കോളനിക

ളേയും യുണൈറ്റഡ് സ്റ്റേറ്റ്സിനോട് കൂട്ടി ച്ചേർക്കപ്പെട്ടു. 1791ലെ ഭരണഘടനാ നിയമപ്ര കാരം ക്യൂബക്കിനെ ഫ്രെഞ്ച് സംസാരിക്കുന്ന പ്രദേശങ്ങൾ ഉൾപ്പെ ടുത്തി ലോവർ കാന ഡ എന്നും ഇംഗ്ലീഷ് സംസാരിക്കുന്ന പ്രദേ

കാനഡയുടെ ദേശീയ പതാക

ശങ്ങൾ ഉൾപ്പെടുത്തി അപ്പർ കാനഡ എന്നും രണ്ടായി വിഭജിച്ചു. 1812 ലെ യുദ്ധത്തെ തുടർന്ന് ബ്രിട്ടൻ അയർലന്റ് എന്നിവിടങ്ങളിൽനിന്നും വൻ തോതിൽ അഭയാർഥി പ്രവാഹം കാനഡയിലേക്കുണ്ടായി. 1825 മുതൽ 1846 വരെയുള്ള കാലയളവിൽ 662628 യൂറോപ്യൻ കുടിയേറ്റ ക്കാരാണ് കാനഡയിൽ കപ്പലിറങ്ങിയത്. 1891 ന് മുമ്പ് കാനഡയിലെ ത്തിയ യൂറോപ്പുകാരിൽ മൂന്നിലൊന്നു ഭാഗം ജനങ്ങളെങ്കിലും പകർച്ച വ്യാധികളാൽ കൊല്ലപ്പെട്ടു. ആയിരത്തിഎണ്ണൂറ്റി മുപ്പതുകളുടെ അവ സാനം ഉത്തരവാദിത്വ ഭരണത്തിന് വേണ്ടിയുള്ള ആവശ്യം ശക്തമായ തോടെ ഐക്യ കാനഡയ്ക്കുള്ള സാധ്യതയും തെളിഞ്ഞുവന്നു. 1840 ലെ ആക്റ്റ് ഓഫ് യൂണിയൻ പ്രകാരം കാനഡയുടെ എല്ലാ പ്രവിശ്യ കളും ഏകോപിപ്പിച്ച് പ്രോവിൻസ് ഓഫ് കാനഡ രൂപീകൃതമായി.

1867 ലെ ഭരണഘടനാ നിയമ പ്രകാരം കാനഡ എന്ന പേരിൽ ഏകീകൃത ഭരണകേന്ദ്രം ഒന്റാരിയോ, ക്യൂബക്, നോവാ സ്കോഷ്യാ, ന്യൂ ബ്രൺസ്വിക് എന്നീ നാല് പ്രവിശ്യകളോടുകൂടി രൂപീകൃതമായി. 1873 ആയപ്പോഴേക്കും കൂടുതൽ പ്രവിശ്യകൾ കൂടി കാനഡയോടുചേർ ന്നു. 1914 ൽ ബ്രിട്ടൻ യുദ്ധം പ്രഖ്യാപിച്ചതോടെ കാനഡയും ലോക മഹായുദ്ധത്തിൽ പങ്കുചേർന്നു. കാനഡയുടെ ഭാഗത്തുനിന്നും വൻ ആൾ നാശമാണ് ഒന്നാം ലോകമഹായുദ്ധത്തിൽ സംഭവിച്ചത്.

1919 ൽ കാനഡ ബ്രിട്ടനിൽ നിന്നും സ്വതന്ത്രമായി ലീഗ് ഓഫ് നേഷൻസിൽ ചേർന്നു. 1931 ലെ വെസ്റ്റ്മിനിസ്റ്റർ വ്യവസ്ഥപ്രകാരം കാനഡ സ്വാതന്ത്ര്യം പ്രഖ്യാപിച്ചു. രണ്ടാം ലോകമഹായുദ്ധത്തിൽ കാനഡ ജർമ നിക്കെതിരെ സ്വതന്ത്രമായി യുദ്ധം പ്രഖ്യാപിച്ചു. രണ്ടാം ലോകമഹാ യുദ്ധത്തിലെ പ്രധാന പോരാട്ടങ്ങളിലെല്ലാം കാനഡ നിർണായക പങ്ക് വഹിച്ചു. ജർമൻ ആക്രമണത്താൽ നിഷ്ക്കാസിതമായ നെതർലാന്റ് സർക്കാരിന് കാനഡ അഭയം നൽകി. നാസിജർമനിയുടെ പിടി യിൽനിന്നും നെതർലാന്റിനെ വിമോചിപ്പിച്ച് ഗവൺമെന്റ് പുനഃസ്ഥാപി ക്കുന്നതിൽ കാനഡ പ്രധാന പങ്ക് നിർവഹിച്ചു. യുദ്ധസാമഗ്രികളുടെ ഉൽപ്പാദന വിപണനത്തിലൂടെ കാനഡയുടെ സമ്പദ്‌വ്യവസ്ഥയ്ക്ക് വൻതോതിലുള്ള പുരോഗതി കൈവരിക്കാനായി. 1945 ൽ യുദ്ധകാലത്ത്

കാനഡ ഐക്യരാഷ്ട്രസഭയുടെ രൂപീകരണത്തിൽ നിർണായക പങ്ക് വഹിച്ചു.

ആയിരത്തിതൊള്ളായിരത്തിഅമ്പതുകളായപ്പോഴേക്കും കാനഡ ആ മേഖലയിലെ പ്രധാന സാമ്പത്തിക രാഷ്ട്രീയ ശക്തിയായി വളർന്നു കഴിഞ്ഞിരുന്നു. മെയ്പ്പ്ൾ ഇല മുദ്രണം ചെയ്ത ദേശീയപതാക 1965 ൽ കാനഡ ഔദ്യോഗികമായി അംഗീകരിച്ചു. ഇംഗ്ലീഷും ഫ്രെഞ്ചും ഔദ്യോഗിക ഭാഷയായി അംഗീകരിച്ചു. പ്രവിശ്യാ ഭരണകൂടങ്ങളും കാന ഡയുടെ കേന്ദ്രഗവൺമെന്റുമായി അഭിപ്രായ ഭിന്നതകളെ തുടർന്ന് ഭര ണപരമായ ചിലപ്രതിസന്ധികൾ കാലാകാലങ്ങളായി ഉണ്ടായെങ്കിലും ആത്യന്തികമായി കോൺഫെഡറേഷൻ സമ്പ്രദായം തുടർന്നുപോകണ മെന്ന അഭിപ്രായം പ്രബലമായി നിലനിന്നു.

ഭരണക്രമം

ശക്തമായ ജനാധിപത്യ പാരമ്പര്യങ്ങളിലധിഷ്ഠിതമായ പാർല മെന്ററി ഗവൺമെന്റ് സംവിധാനമാണ് കാനഡയുടേത്. ക്രൗൺ, തെര ഞ്ഞെടുക്കപ്പെട്ട ഹൗസ് ഓഫ് കോമൺസ്, നേരിട്ട് നിയമിക്കപ്പെടുന്ന സെനറ്റ് എന്നിങ്ങനെയാണ് പാർലമെന്റിന്റെ ഘടന. ഇലക്ടറൽ ജില്ലക ളിൽ നിന്നും ഹൗസ് ഓഫ് കോമൺസ് അംഗങ്ങളെ തെരഞ്ഞടുക്കുന്നു. അഞ്ചുവർഷമാണ് ഹൗസ് ഓഫ് കോമൺസിന്റെ കാലാവധി. പ്രാദേശി കാടിസ്ഥാനത്തിൽ പ്രധാനമന്ത്രി തെരഞ്ഞടുക്കുന്ന സെനറ്റംഗങ്ങളെ ഗവർണ്ണർ ജനറൽ നിയമിക്കുന്നു. കാനഡയുടെ ഫെഡറൽ സംവിധാന ത്തിൽ ഭരണം ഫെഡറൽ ഗവൺമെന്റിലും പത്ത് പ്രവിശ്യകളിലും നിക്ഷി പ്തമാണ്. പ്രവിശ്യാ സാമാജികർ ഹൗസ് ഓഫ് കോമണിലെ അംഗ ങ്ങളെപ്പോലെ തന്നെയാണ് പ്രവർത്തിക്കുന്നത്. കാനഡയുടെ ഭരണസം വിധാനത്തിൽ രാജാധികാര വ്യവസ്ഥയുമുണ്ട്. രാജ്യത്തിന്റെ പരമാധി കാരിയായി എലിസബത്ത്(II) രാജ്ഞിയും രാജ്ഞി നേരിട്ട് നിയമിക്കുന്ന വൈസ്രോയിമാരും ഗവർണ്ണർ ജനറലും ലഫ്റ്റനന്റ് ജനറൽമാരുമുണ്ട്. ഇതൊക്കെ ആലങ്കാരിക പദവികൾ മാത്രമാണ്. പ്രധാനമന്ത്രിയും മന്ത്രി സഭയുമാണ് ദൈനംദിന ഭരണകാര്യങ്ങളിൽ തീരുമാനമെടുക്കുന്നതും ഭരണനിർവഹണം നടത്തുന്നതും.

നീതിന്യായ വ്യവസ്ഥയുടെ പരമാധികാരം കാനഡയിൽ ഭരണഘ ടനയ്ക്കുതന്നെയാണ്. ലിഖിതനിയമവും കീഴ്വഴക്കവും നിയമനിർവഹ ണത്തിനായി സ്വീകരിക്കുന്നു, രാജ്യത്തെ പരമോന്നത നീതിപീഠം സുപ്രീം കോടതിയാണ്.

ഭൂമിശാസ്ത്രം

ഭൂവിസ്തൃതിയിൽ റഷ്യ കഴിഞ്ഞാൽ ലോകത്തെ രണ്ടാമത്തെ രാജ്യമാണ് കാനഡ. ലോകത്തെ ഏറ്റവും കൂടുതൽ സമുദ്രതീരമുള്ള രാജ്യവും ഇതുതന്നെ-202080 കിലോമീറ്റർ കടൽത്തീരം. ലോകത്തേ

റ്റവും കുറവ് ജനസാന്ദ്രതയുള്ള രാജ്യമാണ് കാനഡ, ചതുരശ്രകിലോ മീറ്ററിന് കേവലം 3.3 ആളുകൾ മാത്രം. ഭൂവിസ്തൃതി വളരെ കൂടുതലാ യതിനാൽ വ്യത്യസ്തമായ കാലാവസ്ഥാമേഖലകളും കാനഡയിലുണ്ട്. ലോകത്ത് ഏറ്റവും കൂടുതൽ തടാകങ്ങളും ശുദ്ധജലശേഖരവുമുള്ള രാജ്യവും ഇതുതന്നെ. മിതശീതോഷ്ണകാലാവസ്ഥയാണ് ഭൂരിഭാഗം സ്ഥലങ്ങളിലെങ്കിലും ചിലയിടങ്ങളിൽ അതിശൈത്യവും അപൂർവം സ്ഥലങ്ങളിൽ കഠിനമായ ചൂടും അനുഭവപ്പെടുന്നു.

സമ്പദ്ഘടന

ലോകത്തെ സമ്പന്നരാജ്യങ്ങളുടെ പട്ടികയിലാണ് കാനഡയുടെ സ്ഥാനം. വ്യാപാരാടിസ്ഥാനത്തിൽ ലോകത്തെ പത്ത് രാജ്യങ്ങ ളിലൊന്നാണ് കാനഡ. കാനഡയുടെ കയറ്റുമതിയിൽ സിംഹഭാഗവും യു കെ, യു എസ് ജപ്പാൻ എന്നീ രാജ്യങ്ങളിലേക്കാണ്. ഒക്ടോബർ 2009ലെ കണക്കുപ്രകാരം രാജ്യത്തെ തൊഴിലില്ലായ്മനിരക്ക് 8.6 ശത മാനമാണ്.   2008 ലെ കണക്കുകൾ പ്രകാരം ജി എട്ട് രാജ്യങ്ങളിൽ ഏറ്റവും കുറവ് സർക്കാർ കടബാധ്യതയുള്ള രാജ്യം കാനഡയയാണ്. ഉൽപ്പാദനം, ഖനനം, സേവനം എന്നീ മേഖലകളിൽ കഴിഞ്ഞ നൂറ്റാണ്ടി ലുണ്ടായ വൻ കുതിച്ചുചാട്ടം കാനഡയെ ഗ്രാമീണ സമ്പദ്ഘടന യിൽനിന്നും വ്യാവസായിക നാഗരിക സമ്പദ്ഘടനയിലേക്കുയർത്തി. കാനഡയിലെ സേവന മേഖല രാജ്യത്തെ തൊഴിൽരംഗത്തെ നാലിൽ മൂന്ന് തൊഴിലവസരങ്ങളും നൽകുന്നു. പ്രകൃതിസമ്പത്തിൽ അടിസ്ഥാന മേഖല പ്രത്യേകിച്ച് തടി, പെട്രോളിയം ഉൽപ്പന്നങ്ങൾ വളരെ സുലഭമോ ണ്. സൗദിഅറേബ്യ കഴിഞ്ഞാൽ ലോകത്തേറ്റവും പ്രകൃതിവാതക സമ്പ ത്തുള്ള രാജ്യം കാനഡയാണ്.

കാർഷികോൽപ്പന്നങ്ങളുടെ ഉൽപ്പാദനത്തിലും വിപണനത്തിലും കാനഡ വളരെ മുന്നിലാണ്. യുറേനിയം, സിങ്ക് എന്നിവയുടെ ഉൽപ്പാദ നത്തിൽ ലോകത്ത് ഒന്നാം സ്ഥാനം കാനഡയ്ക്കുണ്ട്. സ്വർണം, നിക്കൽ, അലൂമിനിയം, ഈയം എന്നീ ധാതുക്കളും ധാരാളമായി രാജ്യത്തുണ്ട്.

കേപ്പ് വേർദെ
(Cape Verde)

ആഫ്രിക്കയുടെ പശ്ചിമഭാഗത്ത് അറ്റ്ലാന്റിക് സമുദ്രത്തിൽ മൗറി റ്റാനയ്ക്കും സെനഗലിനും എതിർദിശയിൽ കിടക്കുന്ന ദ്വീപസമൂഹം. ഏകദേശം നാലായിരം ചതുരശ്ര കിലോമീറ്റർ മാത്രം വിസ്തൃതിയുള്ള കേപ്പ് വേർദെയുടെ ജനസംഖ്യ അഞ്ച് ലക്ഷം മാത്രമാണ്. പ്രയ്യാ (Praia) തലസ്ഥാനം.

ചരിത്രം

ഏകദേശം 1462 കാലഘട്ടത്തിൽ ഇറ്റലി, പോർച്ചുഗീസ് എന്നിവിട ങ്ങളിൽ നിന്നും വന്ന നാവികരാണ് കേപ്പ് വേർദെ ദ്വീപസമൂഹങ്ങൾ കണ്ടെത്തിയത്. യൂറോപ്പുകാർ എത്തുന്നതിന് മുമ്പ് ഈ ദ്വീപസമൂഹ ത്തിൽ ആൾവാസമുണ്ടായിരുന്നില്ല. 1462 ൽ ആദ്യമായി പോർച്ചുഗീസ് കുടിയേറ്റക്കാർ കേപ്പ് വേർദെയിലെത്തി സാന്റിയാഗോയിൽ ആദ്യ കോളനി സ്ഥാപിച്ചു. 16 ാം നൂറ്റാണ്ടിൽ കേപ്പ് വേർദെ അറ്റ്ലാന്റിക് സമു ദ്രത്തിലൂടെയുള്ള അടിമവ്യാപാരത്തിന്റെ കേന്ദ്രമായിരുന്നു. അതിലൂടെ രാജ്യം വൻതോതിൽ അഭിവൃദ്ധി കൈവരിച്ചിരുന്നു. എന്നാൽ അടിമവ്യാ പാരം ക്ഷയിച്ചതോടെ രാജ്യത്തിന്റെ അഭിവൃദ്ധിക്കും ക്ഷതമേറ്റു. എന്നാൽ അറ്റ്ലാന്റിക് സമുദ്രത്തിലൂടെയുള്ള കപ്പൽ ഗതാഗതത്തിലെ പ്രധാന ഇടത്താവള തുറമുഖമായിരുന്നു ഈ ദ്വീപസമൂഹം. അതു കൊണ്ടുതന്നെ രാജ്യത്തിന്റെ സമ്പദ്ഘടന സുദൃഢമായിരുന്നു.

1951 ൽ പോർച്ചുഗീസുകാർ കേപ്പ് വേർദെയെ തങ്ങളുടെ രാജ്യ ത്തിന് പുറത്തുള്ള പ്രവിശ്യയായി പ്രഖ്യാപിച്ചു. പ്രവിശ്യയിൽ വർദ്ധി ച്ചുവരുന്ന സ്വാതന്ത്ര്യമുന്നേറ്റങ്ങളെ തുടർന്നായിരുന്നു ഇത്. എന്നാൽ ആയിരത്തി തൊള്ളായിരത്തി അറുപതുകളുടെ തുടക്കത്തിൽ തന്നെ

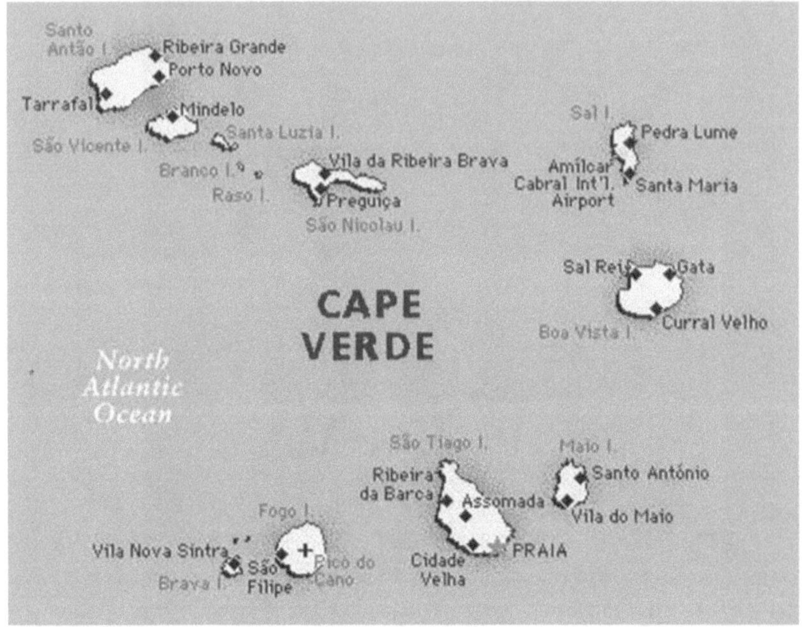

കേപ്പ് വേർദെയിലും ആഫ്രിക്കൻ ഗിനിയായിലും ആഫ്രിക്കൻ പാർട്ടി ഫോർ ഇൻഡിപ്പെന്റൻസ് ഓഫ് ഗിനിയ ആന്റ് കേപ്പ് വേർദെ എന്ന പാർട്ടിയുടെ ആഭിമുഖ്യത്തിൽ സ്വാതന്ത്ര്യ പ്രക്ഷോഭങ്ങൾ ആരംഭിച്ചു. സായുധ കലാപങ്ങൾക്ക് അന്നത്തെ സോവിയറ്റ് ബ്ലോക്കിന്റെ പിന്തുണ യുമുണ്ടായിരുന്നു. 1974 ൽ ഗിനിയയ്ക്ക് പോർച്ചുഗീസ് സർക്കാർ സ്വാതന്ത്ര്യം നൽകിയതോടെ കേപ്പ് വേർദെയിൽ ആഫ്രിക്കൻ പാർട്ടി ഫോർ ഇൻഡിപ്പെന്റൻസ് ഓഫ് ഗിനിയ ആന്റ് കേപ്പ് വേർദെ കൂടുതൽ സജീവമായി സ്വാതന്ത്ര്യപ്രക്ഷോഭങ്ങളാരംഭിച്ചു. 1974 ഡിസംബറിൽ പോർച്ചുഗലും ആഫ്രിക്കൻ പാർട്ടി ഫോർ ഇൻഡിപ്പെന്റൻസ് ഓഫ് ഗിനിയ ആന്റ് കേപ്പ് വേർദെയും ഇരു രാജ്യത്തെയും ജനങ്ങൾ ഉൾപ്പെട്ട ഒരു ഇടക്കാല ഗവൺമെന്റ് കേപ്പ് വേർദെയിൽ രൂപീകരിക്കുന്നതിന് കരാ റായി. 1975 ജൂൺ 30ന് കേപ്പ് വേർദെയിലെ ജനങ്ങൾ നാഷണൽ അസം ബ്ലിയിലേക്ക് തെരഞ്ഞടുപ്പ് നടത്തി. ജൂലൈ 5 ന് പോർച്ചുഗലിൽ നിന്നും രാജ്യം സ്വതന്ത്രമായതായി പ്രഖ്യാപിച്ചുകൊണ്ടുള്ള രേഖകൾ ലഭിച്ചു.

1990വരെ കേപ്പ് വേർദെയിൽ ഏകകക്ഷി ഭരണമാണ് നിലനിന്നിരു ന്നത്. 1991 ജനുവരിയിൽ ആദ്യമായി രാജ്യത്ത് ബഹുകക്ഷി തെരഞ്ഞ ടുപ്പ് നടന്നു. മൂവ്മെന്റ് ഫോർ ഡെമോക്രസി (എം പി ഡി) വൻ ഭൂരിപ ക്ഷത്തോടെ അധികാരത്തിലേറി. 2001 ൽ നടന്ന പ്രസിഡന്റ് തെരഞ്ഞെ ടുപ്പിൽ ആഫ്രിക്കൻ പാർട്ടി ഫോർ ഇൻഡിപ്പെന്റൻസ് ഓഫ് ഗിനിയ

ആന്റ് കേപ്പ് വേർദെ പെർദോ പയേഴ്സിനെ പിന്തുണച്ചു. പെർദോ പയേഴ്സ് കേവലം പതിമൂന്ന് വോട്ടുകളുടെ ഭൂരിപക്ഷത്തിൽ എം പി ഡി യിലെ കാർലോസ് വെയ്ഗയെ പരാജയപ്പെടുത്തി.

ഭരണക്രമം

സുസ്ഥിരമായ ഗവൺമെന്റാണ് കേപ്പ് വേർദെയുടേത്. 1980 ൽ രൂപം നൽകിയ ഭരണഘടന 1992, 1995, 1999 എന്നീവർഷങ്ങളിൽ ഭേദഗതി ചെയ്തിട്ടുണ്ട്. പ്രസിഡന്റാണ് രാജ്യത്തലവൻ. അഞ്ചു വർഷത്തേക്കാണ് പ്രസിഡന്റിനെ തെരഞ്ഞെടുക്കുന്നത്. നാഷണൽ അസംബ്ലി നാമ നിർദേശം ചെയ്യുന്ന പ്രധാനമന്ത്രി മറ്റ് മന്ത്രിമാരേയും സെക്രട്ടറിമാരേയും നിയമിക്കുന്നു. പ്രസിഡന്റ്, നാഷണൽ അസംബ്ലി, ബോർഡ് ഓഫ് ദ ജുഡീഷ്യറി എന്നിവർ സംയുക്തമായി സുപ്രീം കോർട്ട് ഓഫ് ജസ്റ്റീ സിലെ അംഗങ്ങളെ നിയമിക്കുന്നു.

ഭൂപ്രകൃതി

പശ്ചിമാഫ്രിക്കൻ തീരത്തുനിന്നും 604 കിലോമീറ്റർ പടിഞ്ഞാറ് സ്ഥിതിചെയ്യുന്ന പത്ത് ദ്വീപുകളും എട്ട് ചെറുദ്വീപുകളുമുൾപ്പെട്ടതാണ് കേപ്പ് വേർദെ. പത്തിൽ 9 ദ്വീപുകളിൽ മാത്രമേ ആൾവാസമുള്ളൂ. കടലിലെ അഗ്നിപർവതങ്ങൾ രൂപപ്പെട്ടുണ്ടായ ദ്വീപസമൂഹമാണിത്. ഫോഗോ ദ്വീപിൽ ഇപ്പോഴും സജീവമായ അഗ്നിപർവതമുണ്ട്. ദ്വീപുകളിലെ കുന്നുകളുടെ താഴ്വാരങ്ങൾ വളരെ ഫലഭൂയിഷ്ഠമാണ്. വാഴയും കരിമ്പുമാണ് പ്രധാന വിളകൾ. മിതശീതോഷ്ണ കാലാവസ്ഥ അനുഭവപ്പെടുന്ന കേപ്പ് വേർദെയിലെ ചൂട് 27 മുതൽ 29 ഡിഗ്രിയാണ്. മിതമായ തോതിൽ മാത്രമേ മഴ ലഭിക്കുന്നുള്ളൂ.

സമ്പദ്ഘടന

കേപ്പ് വേർദെയിൽ വളരെ പരിമിതമായ തോതിലേ പ്രകൃതി വിഭ വങ്ങൾ കാണപ്പെടുന്നുള്ളൂ. മഴ തുലോം കുറവായതിനാൽ കാർഷി കോൽപ്പാദനവും കുറവാണ്. 90 ശതമാനം ഭക്ഷ്യവസ്തുക്കളും ഇറക്കു മതി ചെയ്യുന്നു. ഉപ്പ്, ചുണ്ണാമ്പുകല്ല്, സിമന്റ് ഉൽപ്പാദനത്തിന് ഉപയോ ഗിക്കുന്ന അഗ്നിപർവത ശിലയായ പൊസ്സോലന എന്നിവയാണ് പ്രധാന പ്രകൃതി വിഭവങ്ങൾ. മത്സ്യബന്ധനം ഒരു പ്രധാന തൊഴിൽ മേഖലയാ ണ്. 1991 മുതൽ സമ്പദ്രംഗം കമ്പോളവൽക്കരണത്തിനായി തുറന്നു കൊടുത്തതോടെ സാമ്പത്തികരംഗത്ത് വൻ മുന്നേറ്റമാണ് ഉണ്ടായിട്ടു ള്ളത്. വിനോദസഞ്ചാരവും രാജ്യത്തിന് ഭേദപ്പെട്ട വരുമാനം നൽകുന്നു.

മധ്യ ആഫ്രിക്കൻ റിപ്പബ്ലിക്
(Central African Republic)

മധ്യ ആഫ്രിക്കൻ രാജ്യം. വടക്ക് ഛാഡ്. കിഴക്ക് സുഡാൻ, കോംഗോ ജനാധിപത്യ റിപ്പബ്ലിക്കും കോംഗോ റിപ്പബ്ലിക്കും തെക്ക്, കാമ റൂൺ പടിഞ്ഞാറ് എന്നിങ്ങനെ അയൽ രാജ്യങ്ങൾ. 623000 ചതുരശ്രകി ലോമീറ്റർ വിസ്തൃതിയുള്ള മധ്യ ആഫ്രിക്കൻ റിപ്പബ്ലിക്കിന്റെ തല സ്ഥാനം ബാംഗി നഗരമാണ്. ജനസംഖ്യ 4.4 ദശലക്ഷം. ലോകത്തെ ദരിദ്രരാജ്യങ്ങളിലൊന്നാണ് മധ്യ ആഫ്രിക്കൻ റിപ്പബ്ലിക്. ആഫ്രിക്ക യിലെ ഏറ്റവും ദരിദ്രരാജ്യങ്ങളിൽ പത്തെണ്ണത്തിലൊന്നും.

ചരിത്രം

കിഴക്കൻ അദമാവാ(Adamawa) ഭാഷ സംസാരിച്ചിരുന്ന ജനത മധ്യ ആഫ്രിക്കൻ റിപ്പബ്ലിക് ഉൾപ്പെടുന്ന കാമറൂൺ മുതൽ സുഡാൻ വരെ ബി സി 1000 മുതൽ എ ഡി 1000വരെ ജീവിച്ചിരുന്നു. ഇതേ കാലയള വിൽ തന്നെ ബാണ്ടുഭാഷ സംസാരിക്കുന്ന കുടിയേറ്റക്കാരും സെൻട്രൽ സുഡാനിക് ഭാഷ സംസാരിക്കുന്ന ജനങ്ങളും മധ്യ ആഫ്രിക്കൻ റിപ്പ ബ്ലിക്കിൽ അധിവസിച്ചിരുന്നു. ആയിരത്തിഎണ്ണൂറുകളുടെ ആദ്യ പാദം വരെ മധ്യ ആഫ്രിക്കൻ റിപ്പബ്ലിക്കിലെ ജനങ്ങൾക്ക് പാശ്ചാത്യ ലോക വുമായി വലിയ ബന്ധങ്ങളൊന്നും തന്നെ ഇല്ലായിരുന്നു. പത്തൊമ്പതാം നൂറ്റാണ്ടിന്റെ ആദ്യ കാലയളവിൽ മുസ്ലിം വണിക്കുകൾ മധ്യ ആഫ്രി ക്കൻ റിപ്പബ്ലിക്കിലേക്ക് വാണിജ്യബന്ധം സ്ഥാപിച്ചതോടെ അവർക്ക് പുറം ലോകവുമായുള്ള ബന്ധം കൂടുതൽ പ്രബലമായി. 1850 മുതൽ സുഡാൻ, ഛാഡ്, കാമറൂൺ, ഡാർ അൽ കുടി, സക്കാരാ എന്നീ സ്ഥല ങ്ങളിൽ നിന്നുള്ള അടിമവ്യാപാരം വ്യാപകമായി.

പത്തൊമ്പതാം നൂറ്റാണ്ടിന്റെ അന്ത്യമായപ്പോഴേക്കും മധ്യ ആഫ്രി

ക്കൻ റിപ്പബ്ലിക്കിലേക്ക് യൂറോപ്പിൽ നിന്നുള്ള അധിനിവേശം തുടങ്ങി. ഇതിൽ ഫ്രഞ്ച് അധിനിവേശകരാണ് പ്രധാനമായും കോളനിവൽക്കര ണത്തിനായി മുൻകയ്യെടുത്ത്. 1889 ൽ ഫ്രഞ്ചുകാർ അവരുടെ ആദ്യ പോസ്റ്റ് ബാങ്ഗിയിൽ സ്ഥാപിച്ചു. ഫ്രഞ്ച് കോളനിവാഴ്ചക്കാലത്ത് തദ്ദേ ശീയരായ വ്യാപാരികൾ യൂറോപ്പിലേക്കുള്ള കയറ്റുമതി വർദ്ധിപ്പിക്കു കയും പകരമായി ആയുധങ്ങൾ സംഭരിച്ചുതുടങ്ങുകയും ചെയ്തു. കൊള നിവാഴ്ചയുടെ ആദ്യദശകങ്ങളിൽ പ്രാദേശിക ഭരണാധിപന്മാരും ഫ്രഞ്ചുകാരും കൂടി തദ്ദേശീയരെ പീഡിപ്പിച്ചു. ഇത് പ്രാദേശികമായ ചെറുത്തുനിൽപ്പിന് കാരണമായി. തന്മൂലം അടിമവ്യാപാരത്തിന് അറു തിയാവുന്നതിന് തുടക്കമായി. 1920 മുതൽ 30 വരെയുള്ള കാലയളവിൽ ഈ മേഖലയുടെ വികസനത്തിന് കൂടുതൽ പ്രാധാന്യം നൽകപ്പെട്ടു.

1958 ഡിസംബർ ഒന്നിന് മധ്യ ആഫ്രിക്കൻ റിപ്പബ്ലിക്ക് ഫ്രഞ്ച് അധീ നതയിലുള്ള സ്വയംഭരണ പ്രദേശമായി. 1960 ആഗസ്റ്റ് 13ന് മധ്യ ആഫ്രി ക്കൻ റിപ്പബ്ലിക്ക് സ്വതന്ത്രമായി. ഡേവിഡ് ഡാക്കോ പ്രസിഡന്റായി. 1965 ഡിസംബർ 31ന് നടന്ന സൈനിക അട്ടിമറിയിലൂടെ ഴാൻ ബെദൽ ബൊകാസ (Jean Bedel Bokassa) രാജ്യത്തലവനായി അധികാരമേറ്റു. 1972 ൽ ഴാൻ ബെദൽ ബൊകാസ ആജീവനാന്ത പ്രസിഡന്റായി സ്വയം പ്രഖ്യാപിച്ചു. 1979 ൽ ഫ്രാൻസ് ബൊകാസയെ അട്ടിമറിച്ച് ഡേവിഡ് ഡാക്കോയെ പ്രസിഡന്റായി വാഴിച്ചു. 1981 സെപ്റ്റംബർ ഒന്നിന് ഡാക്കോയെ സ്ഥാനഭ്രഷ്ടനാക്കി ആന്ദ്രേ കൊളിംഗ്ബാ അധികാരമേ റ്റെടുത്തു. കൊളിംഗ്ബാ ഭരണഘടന സസ്പെന്റ് ചെയ്ത് രാജ്യത്ത് പട്ടാള ഭരണം ഏർപ്പെടുത്തി. 1985 വരെ രാജ്യം സൈനികഭരണത്തിൻ കീഴിലായിരുന്നു. 1992 ൽ ബെർലിൻ മതിൽ തകർന്നതിനെ തുടർന്ന് രാജ്യത്ത് ജനാധിപത്യ പ്രക്ഷോഭം ശക്തമായി. അന്താരാഷ്ട്ര ഏജൻസി

കളുടെയും ലോകരാജ്യങ്ങളുടെയും സമ്മർദത്തെ തുടർന്ന് 1992 ൽ പ്രസി ഡന്റ് കൊളിംഗ്ബാ തെരഞ്ഞെടുപ്പ് നടത്താൻ സമ്മതിച്ചെങ്കിലും അധി കാരം വിട്ടുനൽകാൻ പൂർണമായും തയാറായില്ല. 1993 ൽ വീണ്ടും നടന്ന തെരഞ്ഞെടുപ്പിൽ ആഞ്ജേ ഫെലി ക്സ് പട്ടാസെ (Ange-Felix Patasse) പ്രസിഡന്റായി തെരഞ്ഞടുക്കപ്പെട്ടു. 1994 ഡിസംബർ 28 ന് പുതിയ ഒരു ഭരണഘടനയ്ക്ക് രൂപംനൽകി 1995 ജനുവരി 14 ന് ഇത് നിലവിൽ വന്നു. എന്നാൽ മുൻ ഭരണഘടനകളെ പോലെ ഇതിനും പ്രായോഗിക രാഷ്ട്രീ യത്തിൽ കാര്യമായ പങ്ക് നിർവഹിക്കാ നായില്ല. അതുകൊണ്ടുതന്നെ ഭര

ഫ്രാങ്കോയിസ് ബൊസൈസ്

ണവും സുഗമമായിരുന്നില്ല. 1998 ൽ നടന്ന പാർലമെന്റ് തെരഞ്ഞടുപ്പിൽ കൊളിംഗ്ബായുടെ ആർ ഡി സി 20 സീറ്റുകൾ നേടി അധികാരത്തിൽ വന്നെങ്കിലും ആഭ്യന്തര പ്രശ്നങ്ങൾ കാരണം ഭരണം ദീർഘകാലം തുട രാനായില്ല. തുടർന്നു നടന്ന സ്വതന്ത്രമായ തെരഞ്ഞടുപ്പിൽ പട്ടാസെ വീണ്ടും പ്രസിഡന്റായി തെരഞ്ഞടുക്കപ്പെട്ടു. തുടർന്നും സൈനിക അട്ടിമറി ശ്രമങ്ങൾ രാജ്യത്ത് പതിവു സംഭവമായി. 2003 ൽ ജനറൽ ഫ്രാങ്കോയിസ് ബൊസൈസ് (Francois Bozize) നടത്തിയ മിന്നലാക്ര മണത്തിൽ പട്ടാസെ സ്ഥാനഭ്രഷ്ടനാക്കപ്പെട്ടു. 2005 ൽ നടന്ന സ്വതന്ത്ര തെരഞ്ഞെടുപ്പിൽ ഫ്രാങ്കോയിസ് ബൊസൈസ് പ്രസിഡന്റായി.

ഭരണക്രമം

മധ്യ ആഫ്രിക്കൻ റിപ്പബ്ലിക്കിൽ നിലവിലുള്ളത് ബഹുപാർട്ടി സംവി ധാനത്തിലധിഷ്ഠിതമായ പ്രസിഡൻഷ്യൽ പാർലമെന്ററി ജനാധിപത്യ സംവീധാനമാണ്. 2004 ൽ നടന്ന ഹിതപരിശോധനയിൽ രാജ്യത്തെ വോട്ടർമാർ അംഗീകാരം നൽകിയതാണ് ഇപ്പോൾ നിലവിലുള്ള ഭരണ ഘടന.

ഭൂമിശാസ്ത്രം

ആഫ്രിക്കൻ ഭൂഖണ്ഡത്തിലെ മധ്യ ആഫ്രിക്കൻ റിപ്പബ്ലിക്കിന് സമു ദ്രസാമീപ്യമില്ല. കാമറൂൺ, ഛാഡ്, സുഡാൻ, കോംഗോ ഡെമോക്രാ റ്റിക്ക് റിപ്പബ്ലിക്ക് എന്നിവ അയൽ രാജ്യങ്ങൾ. രാജ്യത്തിന്റെ ഭൂപ്രദേശ ങ്ങൾ ഒട്ടുമുക്കാലും സമതലങ്ങളോ അധികം ഉയരമില്ലാത്ത പീഠഭൂമി യോ ആണ്. വടക്കുകിഴക്കുഭാഗത്ത് ഫെർട്ടിറ്റ് (Fertit) കുന്നുകളും തെക്കുപടിഞ്ഞാറ് ഒറ്റപ്പെട്ട കുന്നുകളും കാണപ്പെടുന്നു. ഉഷ്ണമേഖലാ കാലാവസ്ഥ അനുഭവപ്പെടുന്ന മധ്യ ആഫ്രിക്കൻ റിപ്പബ്ലിക്കിൽ 8 ശത മാനം വനപ്രദേശമാണ്.

സമ്പദ്ഘടന

കൃഷിയാണ് സമ്പദ്ഘടനയുടെ അടിത്തറ. വാർഷിക വളർച്ചാനി രക്ക് 3 ശതമാനം മാത്രമാണ്. കാർഷികോൽപ്പന്നങ്ങൾ കൂടുതലും ആഭ്യ ന്തര ഉപഭോഗത്തിനും പരുത്തിപോലുള്ള നാണ്യവിളകൾ കയറ്റുമതി ക്കുമായി പ്രധാനമായും കൃഷിചെയ്തുവരുന്നു. കയറ്റുമതിയിൽ ഒരു പ്രധാന ഇനം ഡയമണ്ടാണ്. ദക്ഷിണകൊറിയ, ഫ്രാൻസ്, കാമറൂൺ എന്നീരാജ്യങ്ങളിൽ നിന്ന് വിവിധ ഉൽപ്പന്നങ്ങൾ ഇറക്കുമതി ചെയ്യു മ്പോൾ ജപ്പാൻ, ചൈന, ബെൽജിയം എന്നവിടങ്ങളിലേക്കാണ് കയറ്റു മതി അധികവും നടത്തുന്നത്. പ്രധാന കയറ്റുമതിയിനമായ ഡയമണ്ട് കൂടുതലും കള്ളക്കടത്തിലൂടെ വിദേശരാജ്യങ്ങളിലേക്കു പോകുന്നത് സമ്പദ്ഘടനയെ വളരെ പ്രതികൂലമായി ബാധിക്കുന്നു.

1960ൽ 1,232,000 ആയിരുന്ന ജനസംഖ്യ 2009 ആയപ്പോഴേക്കും 4,422,000 ആയി വർദ്ധിച്ചു, എയ്ഡ്സ്, ശിശുമരണ നിരക്കിലുള്ള വർദ്ധന എന്നീ ഘടകങ്ങൾ ജനസംഖ്യാ വർദ്ധനയെ പ്രതികൂലമായി ബാധിക്കു ന്നു. ഐക്യരാഷ്ട്ര സഭയുടെ കണക്കുകൾ പ്രകാരം രാജ്യത്തെ ജന സംഖ്യയിൽ 15 നും 49നും ഇടയിൽ പ്രായമുള്ള 11 ശതമാനം ജനങ്ങളും എയിഡ്സ് ബാധിതരാണ്. മധ്യ ആഫ്രിക്കൻ റിപ്പബ്ലിക്കിൽ എൺപതി ലധികം വംശീയവിഭാഗങ്ങളും അവർക്കെല്ലാം പ്രത്യേക ഭാഷകളുമുണ്ട്. 6നും 14നും മധ്യേ പ്രായമുള്ളവർക്ക് നിർബന്ധിത വിദ്യാഭ്യാസം നൽകു ന്നെങ്കിലും പ്രായമായവരിൽ പകുതിയിലധികവും നിരക്ഷരരാണ്.

ഛാഡ്
(Chad)

മധ്യ ആഫ്രിക്കൻ രാജ്യമാണ് ഛാഡ് റിപ്പബ്ലിക്ക്. വടക്ക് ലിബിയ, കിഴക്ക് സുഡാൻ, തെക്ക് മധ്യ ആഫ്രിക്കൻ റിപ്പബ്ലിക്ക്, തെക്കുപടി ഞ്ഞാറ് നൈജീരിയയും കാമറൂണും, പടിഞ്ഞാറ് നൈജർ എന്നിങ്ങനെ അയൽ രാജ്യങ്ങൾ. സമുദ്രസാമീപ്യം തീരെയില്ലാത്തതിനാലും ഏറെ ക്കുറെ മരുഭൂകാലാവസ്ഥ അനുഭവപ്പെടുന്നതിനാലും ഛാഡിനെ 'ആഫ്രി ക്കയുടെ മൃതഹൃദയം' ("Dead Heart of Africa") എന്നാണറിയപ്പെടു ന്നത്. അറബിയും ഫ്രെഞ്ചും ഔദ്യോഗിക ഭാഷയായി അംഗീകരിച്ചിട്ടുള്ള ഛാഡിലെ പ്രധാന മതങ്ങൾ ഇസ്ലാമും ക്രിസ്തുമതവുമാണ്. ലോകത്തെ ദരിദ്ര രാജ്യങ്ങളിലൊന്നായ ഛാഡ് അഴിമതിയുടെ കാര്യത്തിലും മുൻപ ന്തിയിൽ തന്നെയാണ്.

ചരിത്രം

ബി സി ഏഴാം സഹസ്രാബ്ദത്തിൽ തന്നെ ഛാഡിന്റെ ഉത്തരാർദ്ധ ഭാഗങ്ങളിലെ പാരിസ്ഥിതികസാഹചര്യങ്ങൾ മനുഷ്യവാസയോഗ്യമായി രുന്നു. 2000 വർഷങ്ങൾക്ക് മുമ്പ് തന്നെ ഛാഡ് മേഖലയിൽ കാർഷിക സംസ്കാരം പുഷ്ടിപ്രാപിച്ചിരുന്നതായി ഈ പ്രദേശത്തുനിന്നും ലഭിച്ച പുരാവസ്തുക്കൾ തെളിവു നൽകുന്നു. സാവോസംസ്കാരമാണ് ഛാഡ് പ്രദേശത്ത് പടർന്നുപന്തലിച്ചു നിന്ന ആദിമസംസ്കാരം. സാവോഭര ണത്തെ കീഴടക്കി കനിം (Kanim) രാജവംശം ഛാഡിന്റെ ഭരണം കൈയ ടക്കി. ഛാഡിലെ സഹേലിയൻ (Sahelian) പ്രദേശം കേന്ദ്രീകരിച്ച് ഭരണം നടത്തിവന്ന കനിം രാജവംശമാണ് ഛാഡിന്റ ഭരണം ഏറ്റവും കാലം കൈയാളിയത്.

1900 ൽ ഫ്രെഞ്ച് കോളനിവൽക്കരണം ഛാഡ് മേഖലയിൽ ആരംഭി ച്ചു. 1920 ഓടെ ഛാഡ് പൂർണമായും ഫ്രെഞ്ച് കോളനിയായി മാറി.

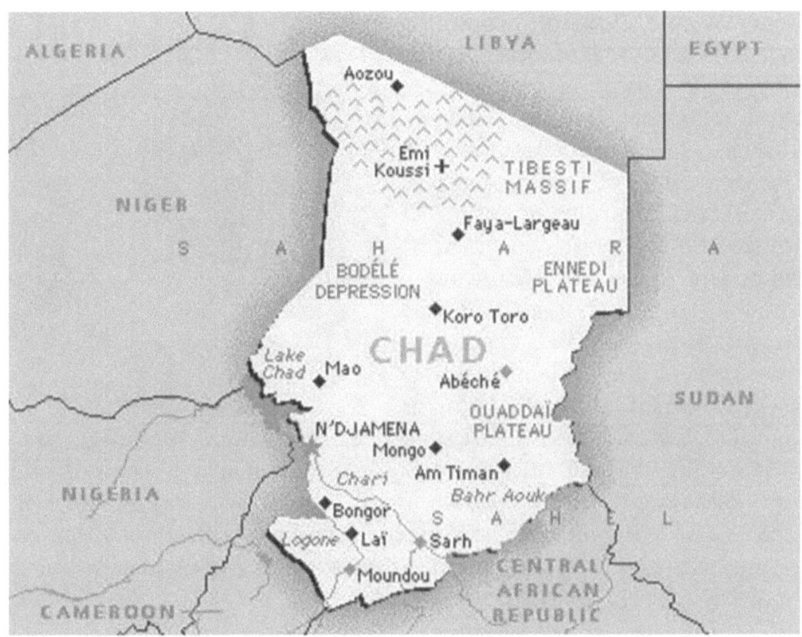

എന്നാൽ ഫ്രാൻസിന് ഛാഡ് ലാഭകരമായ ഒരു കോളനിയായിരുന്നില്ല. അതുകോണ്ടുതന്നെ ഛാഡ് വളരെ അവഗണിക്കപ്പെട്ട കോളനിയായി ദീർഘകാലം നിലനിന്നു. രണ്ടാംലോകമഹായുദ്ധാനന്തരം ഫ്രാൻസ് ഛാഡിന് വിദേശ ടെറിറ്ററി പദവി നൽകി അവിടുത്തെ ജനതയ്ക്ക് ഫ്രഞ്ച് ദേശീയ അസംബ്ലിയിലേക്കും ഛാഡ് അസംബ്ലിയിലേക്കും തങ്ങളുടെ പ്രതിനിധികളെ തെരഞ്ഞെടുക്കുന്നതിന് വോട്ടവകാശവും നൽകി.

1960 ഏപ്രിൽ 11 ന് ഛാഡിന് ഫ്രാൻസ് സ്വാതന്ത്ര്യം നൽകി. ഛാഡി യൻ പ്രോഗ്രസീവ് പാർട്ടി നേതാവ് ഫ്രാങ്കോയിസ് ടോംബാല്ബയെ (Francois Tombalbaye) ആദ്യ പ്രസിഡന്റായി നിയമിച്ചു. രണ്ടുവർഷ ങ്ങൾക്ക് ശേഷം ടോംബാല്ബയെ പ്രതിപക്ഷപാർട്ടികളെ ഒന്നടങ്കം നിരോധിച്ച് ഏകപാർട്ടി സംവിധാനം ഏർപ്പെടുത്തി. ടോംബാ ല്ബയെയുടെ ഏകാധിപത്യഭരണം ജനങ്ങളിൽ അസംതൃപ്തിയുണ്ടാ ക്കുകയും ഇത് വംശീയപ്രക്ഷോഭങ്ങൾക്ക് വഴിമരുന്നിടുകയം ചെയ്തു. 1975 ൽ ടോംബാല്ബയെ അധികാരഭ്രഷ്ടനാക്കി വധിച്ചു. വംശീയ പ്രക്ഷോഭങ്ങൾക്ക് ഇതുകൊണ്ടൊന്നും ശമനമുണ്ടായില്ല. 1979 ൽ വിമ തവിഭാഗം തലസ്ഥാനം പിടിച്ചെടുത്തു. ഇത് രാജ്യത്തെ കേന്ദ്രഭരണവ്യ വസ്ഥയെ താറുമാറാക്കി. ഈ തകർച്ചമൂലം ഛാഡിന് മേൽ ഫ്രാൻസി നുള്ള മേൽക്കൈ നഷ്ടമായി. ഈ തക്കം നോക്കി രാജ്യാധികാരം കൈക്കലാക്കാൻ ലിബിയ മുന്നോട്ടു വന്നു. ഛാഡിൽ നടന്ന ആഭ്യന്തര

കലാപത്തെ പിന്തുണച്ച ലിബിയ യുടെ അധികാര മോഹത്തിന് 1987 ൽ ഫ്രാൻസിന്റെ പിന്തുണയോടു കൂടി ഹിസ്സേൻ ഹാബ്രേ (Hissene Habre) പ്രസിഡന്റായി അധികാരമേ റ്റതോടെ തിരിച്ചടി നേരിട്ടു. തുടർന്ന് ലിബിയൻ സൈന്യം ഛാഡിൽ നിന്നും പിൻവാങ്ങി. അഴിമതിയി ലൂടെയും അക്രമങ്ങളിലൂടെയും ഹാബ്രേ നടത്തിയ ഏകാധിപത്യ ഭരണത്തിൽ ഏകദേശം നാൽപ്പതി നായിരത്തിൽപ്പരം ജനങ്ങൾ കൊല്ല പ്പെട്ടതായാണ് കണക്ക്. ജനറൽ

ഇഡ്രിസ് ദേബെ

ഇഡ്രിസ് ദേബെ (Idriss Deby), 1990 ൽ ഹാബ്രേയെ അട്ടിമറിച്ച് അധി കാരം കൈക്കലാക്കി. ദേബെ ബഹുകക്ഷി ജനാധിപത്യം പുനഃസ്ഥാപി ച്ചു. ഹിതപരിശോധനയിലൂടെ ജനങ്ങൾ പുതിയ ഒരു ഭരണഘടനയ്ക്ക് അംഗീകാരം നൽകി. 1996 ൽ ദേബെ പ്രസിഡന്റായി തെരഞ്ഞെടുക്ക പ്പെട്ടു. 2003 ലും 2006 ലും നടന്ന തെരഞ്ഞെടുപ്പുകളിൽ ദേബെ പ്രസി ഡന്റായി വീണ്ടും തെരഞ്ഞെടുക്കപ്പെട്ടു.

ഭരണക്രമം

പ്രസിഡന്റിന് പൂർണാധികാരമുള്ള അതിശക്തമായ എക്സിക്യൂ ട്ടീവുള്ള ഭരണ ക്രമമാണ് ഛാഡിനുള്ളത്. പ്രധാനമന്ത്രി, മറ്റു മന്ത്രിമാർ, ജഡ്ജി, ജനറൽ എന്നിവരെ നിയമിക്കുന്നത് പ്രസിഡന്റാണ്. ജനങ്ങൾ നേരിട്ട് തെരഞ്ഞെടുക്കുന്ന പ്രസിഡണ്ടിന്റെ ഭരണ കാലാവധി അഞ്ച് വർഷമാണ്. ഫ്രഞ്ച് സിവിൽനിയമം പിന്തുടർന്നുവരുന്ന ഛാഡിലെ പര മോന്നത നീതിപീഠം സുപ്രീം കോടതിയാണ്. സുപ്രീം കോടതി ഭരണ ഘടനാ കൗൺസിൽ എന്നിങ്ങനെ രണ്ട് ഉന്നത നീതിപീഠങ്ങൾ നിയമ വ്യവസ്ഥയിലുണ്ട്. സുപ്രീം കോടതിയിൽ പ്രസിഡന്റ് നാമകരണം ചെയ്യുന്ന ചീഫ് ജസ്റ്റീസും പ്രസിഡന്റ് നിയമിക്കുന്നതും ആജീവനാന്ത കാലാവധിയുള്ളതുമായ 15 കൗൺസിലർമാരുമുണ്ട്. ഭരണഘടനാ കൗൺസിലിൽ 9 കൗൺസിലർമാരെ ഒൻപത് വർഷ കാലയളവിലേക്ക് തെരഞ്ഞെടുക്കുകയാണ് പതിവ്. 155 അംഗ നാഷണൽ കൗൺസി ലാണ് നിയമനിർമാണം നടത്തുന്നത്. നാലു വർഷ കാലയളവിലേക്ക് തെരഞ്ഞെടുക്കപ്പെടുന്ന ഇവർ വർഷത്തിൽ മൂന്നുപ്രാവശ്യം സമ്മേളി ക്കാറുണ്ട്.

2008 ഫെബ്രുവരി മുതൽ ഛാഡ് 22 മേഖലകളായി വിഭജിച്ച് ഭരണം നടത്തിവരുന്നു. ഓരോ മേഖലയും പ്രസിഡന്റ് നിയമിക്കുന്ന ഗവർണർ മാർ ഭരിക്കുന്നു. വികേന്ദ്രീകൃതഭരണ സമ്പ്രദായത്തിലൂടെ പ്രാദേശിക തലത്തിൽ ജനങ്ങൾക്ക് ഭരണത്തിൽ പങ്കാളിത്തം ഭരണ ഘടന ഉറപ്പു നൽകുന്നു.

ഭൂമിശാസ്ത്രം

12,84,000 ചതുരശ്ര കിലോമീറ്റർ വിസ്തീർണ്ണമുള്ള ഛാഡ് സമുദ്ര സാമീപ്യമില്ലാത്ത രാജ്യമാണ്. മരുഭൂ കാലാവസ്ഥയാണ് ഏതാണ്ട് വർഷം മുഴുവനും. രാജ്യത്തിന്റെ വടക്കും തെക്കും കിഴക്കും പർവതപ്രദേ ശവും തെക്കു കിഴക്ക് ഛാഡ് തടാകവുമാണ്. സഹാറാ മേഖലയിലെ ഏറ്റവും ഉയരം കൂടിയ അഗ്നിപർവതം എമി കൗസി ഇവിടെയാണ്.

ഇന്റർ ട്രോപ്പിക്കൽ ഫ്രണ്ട് എന്ന കാലാവസ്ഥാ പ്രതിഭാസം എല്ലാ വർഷവും ഛാഡിന്റെ തെക്കുഭാഗത്തു നിന്നും വടക്കുഭാഗത്തേക്ക് കടന്നു പോകുന്നതിനാൽ മെയ് മുതൽ ഒക്ടോബർ വരെ രാജ്യത്തിന്റെ തെഹന്റെ മേഖലയിലും ജൂൺമുതൽ സെപ്റ്റംബർവരെ സഹേൽ മേഖലയിലും മഴക്കാലം അനുഭവപ്പെടുന്നു. വടക്കുഭാഗത്ത് സഹാറാ സ്ഥിതി ചെയ്യു ന്നതിനാൽ അവിടെ മരുഭൂകാലാവസ്ഥ അനുഭവപ്പെടുന്നു.

സമ്പദ്ഘടന

ഐക്യ രാഷ്ട്രസഭയുടെ മനുഷ്യ വികസന സൂചിക പ്രകാരം ഛാഡ് ലോകത്തെ ദരിദ്രരാജ്യങ്ങളിൽ അഞ്ചാം സ്ഥാനത്താണ് നില കൊള്ളുന്നത്. 80 ശതമാനം ജനങ്ങളും ദാരിദ്ര്യരേഖയ്ക്ക് താഴെയാണ്. വർഷങ്ങൾ നീണ്ടുനിന്ന സിവിൽ യുദ്ധം വിദേശ നിക്ഷേപകരെ രാജ്യ ത്തുനിന്നും അകറ്റി, 1982 മുതലാണ് എണ്ണയുൽപ്പാദന രംഗത്ത് വിദേശ നിക്ഷേപം വന്നു തുടങ്ങിയത്. ഇത് രാജ്യത്തെ വളർച്ചയുടെ പാതയി ലേക്ക് നയിച്ചുകൊണ്ടിരിക്കുന്നു. 80 ശതമാനം ജനങ്ങളുടേയും ഉപജീ വനമാർഗം കൃഷിയും കന്നുകാലി വളർത്തലുമാണ്. എണ്ണയുൽപ്പാദനം തുടങ്ങുന്നതിന് മുമ്പ് പരുത്തികയറ്റുമതിയായിരുന്നു രാജ്യത്തെ പ്രധാന വരുമാന മാർഗം. ആഭ്യന്തര യുദ്ധം രാജ്യത്തെ അടിസ്ഥാന സൗകര്യ ങ്ങളുടെ വികസനത്തെ വളരെ പ്രതികൂലമായി ബാധിച്ചു. 2004 ലെ കണ ക്കുകൾ പ്രകാരം ഛാഡിൽ 550 കിലോമീറ്റർ റോഡ് മാത്രമാണുണ്ടായി രുന്നത്. സ്വന്തമായി റയിൽവേ സൗകര്യമില്ലാത്ത ഛാഡ് അയൽരാജ്യ മായ കാമറൂണിന്റെ റയിൽ സൗകര്യങ്ങളാണ് പ്രധാനമായും ചരക്കുഗ താഗത്തിനായി ഉപയോഗിക്കുന്നത്. വാർത്താവിനിമയം, പൊതുജനാ രോഗ്യം. പരിസരശുചിത്വം, കുടിവെള്ള വിതരണം എന്നീ രംഗങ്ങളി ലെല്ലാം രാജ്യം വളരെ പിന്നോക്കാവസ്ഥയിലാണ്.

ഛാഡിലെ ജനങ്ങളിൽ 25.8 ശതമാനവും നഗരവാസികളാണ്. സ്ത്രീ പുരുഷ വിവേചനം നിലനിൽക്കുന്ന സമൂഹത്തിൽ സ്ത്രീകൾക്ക് വിദ്യാ ഭ്യാസം, തൊഴിൽ മറ്റ് സാമൂഹ്യ മേഖലകൾ എന്നിവിടങ്ങളിൽ വൻ വിവേ ചനമാണുള്ളത്. ബഹു ഭാര്യാത്വം ഇവിടെ സർവസാധാരണമാണ്. ഇരു നൂറിലധികം വംശീയവിഭാഗങ്ങളുള്ള ഛാഡിൽ ഇതുമായി ബന്ധപ്പെട്ട പ്രശ്നങ്ങൾ പതിവാണ്. ജനസംഖ്യയിൽ 54 ശതമാനം മുസ്ലിങ്ങളും, 20 ശതമാനം റോമൻ കത്തോലിക്കരും 14 ശതമാനം പ്രൊട്ടസ്റ്റന്റ് വിഭാഗ ങ്ങളുമാണ്.

ചിലി
(Chile)

തെക്കേ അമേരിക്കയുടെ പടിഞ്ഞാറ് തീരത്തുള്ള രാജ്യം. കിഴക്ക് ആൻഡീസ് പർവതനിരകളും പടിഞ്ഞാറ് പെസഫിക് സമുദ്രവും അതിരിടുന്ന ചിലി, വടക്ക് പെറു വടക്കുകിഴക്ക് ബൊളീവിയ കിഴക്ക് അർജന്റീന എന്നീരാജ്യങ്ങൾ പെസഫികിന്റെ 6435 കിലോമീറ്റർ ദൂരം സമുദ്രതീരം ചിലിക്കുണ്ട്. പെസഫിക് ദ്വീപുകളായ യുവാൻ ഫെർ ണാൻഡസ് (Juan Fernández), സലാസ് യ ഗോമസ്, (Salas y Gómez),

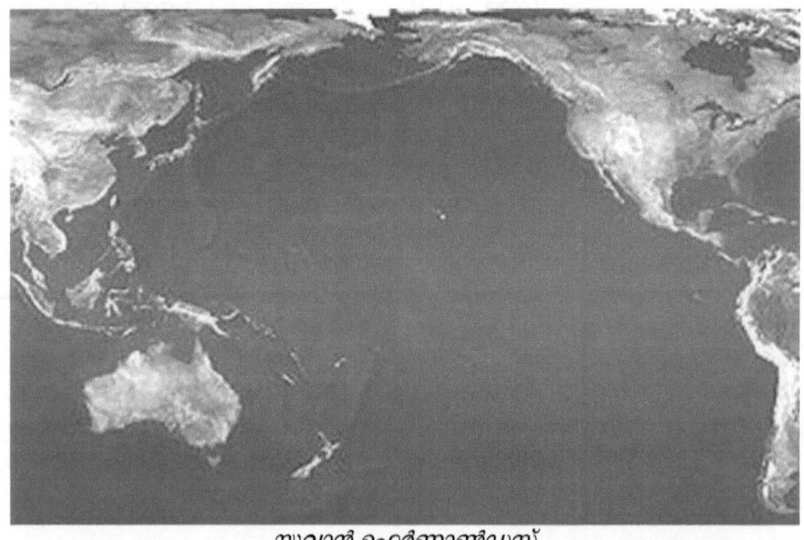

യുവാൻ ഫെർണാൻഡസ്

ഡെസെഞ്ചുറാദസ്, (Desventuradas) ഈസ്റ്റർ ഐലന്റ്സ് (Easter Island) എന്നിവയും ചിലിയുടെ ഭാഗമാണ്.

ചരിത്രം

ഏകദേശം പതിനായിരം വർഷങ്ങൾക്കുമുമ്പു തന്നെ തദ്ദേശീയരായ അമേരിക്കക്കാർ ചിലിയുടെ ഫലഭൂയിഷ്ഠമായ മണ്ണിൽ താമസമാക്കി യിരുന്നു. ലോകം ചുറ്റിയിരുന്ന പ്രമുഖ സഞ്ചാരിയായ ഫെർഡിനാൻന്റ് മെഗല്ലാൻ (Ferdinand Magellan) 1520 ൽ ചിലിയുടെ തെക്കേയറ്റത്തുള്ള കടലിടുക്ക് കണ്ടെത്തി. അങ്ങനെയാണ് ഈ കടലിടുക്കിന് മെഗല്ലാൻ കടലിടുക്കെന്ന് (Strait of Magellan). പേര് വന്നത്. 1535 ൽ യൂറോപ്പു കാർ ചിലിയിലെത്തി. ഡീഗോ ഡി അൽമാഗ്രോയുടെ (Diego de Almagro) നേതൃത്വത്തിൽ വന്ന സ്പാനിഷ് സ്വർണ പര്യവേക്ഷകരാണ് ആദ്യമായി ഇവിടെയെത്തിയ യൂറോപ്യൻ സംഘം. 1950 ലാണ് സ്പാനിഷ് അധിനിവേശകർ ചിലിയിലെത്തിയത്. 1541 ൽ പെദ്രോ ദ് വാല്ഡിവിയ (Pedro de valdivia) സാന്റിയാഗോ നഗരം സ്ഥാപിച്ചു. ചിലിയുടെ മധ്യ പ്രദേശങ്ങളിലെ കൃഷിക്കനുയോജ്യമായ ഫലഭൂയിഷ്ഠമായ മണ്ണിന്റെ സാധ്യത തിരിച്ചറിഞ്ഞ സ്പെയിൻകാർ രാജ്യത്തെ പെറുവിലെ വൈ സ്രോയിയുടെ ഭരണത്തിൻ കീഴിൽ കൊണ്ടുവന്നു. കോളനിവാഴ്ചക്കാർ കൂടുതൽ കാർഷിക ഭൂമി പിടിച്ചെടുത്തു തുടങ്ങിയതോടെ അതിനെതിരെ പ്രാദേശികമായ ചെറുത്തുനിൽപ്പുകളും തുടങ്ങി. മപുഷെ (Mapuche) പോലെയുള്ള പ്രാദേശിക സംഘങ്ങളാണ് പ്രക്ഷോഭങ്ങൾക്ക് തുടക്കം കുറിച്ചത്. 1598 ലും തുടർന്ന് 1655 ലും മപുഷെ യും മറ്റ് പ്രാദേശിക വംശീയ സംഘങ്ങളും ചേർന്ന് കോളനിഭരണത്തിനെതിരെ നടത്തിയ കലാപത്തിന്റെ ഫലമായി കോളനിയുടെ അധീനതയിലുള്ള പ്രദേശങ്ങൾ വടക്കൻ മേഖലയിലേക്ക് ഒതുങ്ങി. 1683 ൽ സ്പാനിഷ് ഭരണകൂടം അടി മത്തസമ്പ്രദായം അവസാനിപ്പിച്ചെങ്കിലും മപുഷെയുടെ കലാപങ്ങൾക്ക് വിരാമമായില്ല. കോളനിഭരണപ്രദേശങ്ങൾ ഭൂപ്രകൃത്യായും ഭരണപര മായും ഒറ്റപ്പെട്ട സാഹചര്യത്തിൽ സ്പെയിന്റെ യൂറോപ്യൻ ശത്രുക്ക ളായ ബ്രിട്ടനും ഡച്ചും ചിലിയിലേക്ക് കടന്നുകയറ്റം തുടങ്ങി.

ഇതോടൊപ്പം തന്നെ കോളനിഭരണത്തിൽ നിന്നും ചിലിയെ സ്വത ന്ത്രമാക്കുന്നതിനുള്ള മുന്നേറ്റങ്ങൾക്ക് പ്രചാരവും ശക്തിയുമാർജിച്ചു വന്നു. ചിലിയിലെ സൈനിക ഭരണകൂടം രാജ്യത്തെ സ്പാനിഷ് സാമ്രാ ജ്യത്തിന്റെ അധീനതയിലുള്ള സ്വയംഭരണ പ്രദേശമായി പ്രഖ്യാപിച്ചു. 1818 ഫെബ്രുവരി 12 ന് ഒ ഹിഗിൻസിന്റെ (Bernardo O'Higgins) നേതൃ ത്വത്തിൽ ചിലി സ്വതന്ത്ര റിപ്പബ്ലിക്കായി പ്രഖ്യാപിച്ചു. സ്വതന്ത്ര റിപ്പബ്ലി ക്കായെങ്കിലും അധികാരം ഏറെക്കുറെ കയ്യാളിയിരുന്നത് റോമൻ കത്തോലിക്ക സഭയും ഭൂവുടമകളും കുടുംബ രാഷ്ട്രീയവുമായിരുന്നു, 19 ാം നൂറ്റാണ്ടിന്റെ അവസാനമായപ്പോഴേക്കും ചിലിയിലെ ഭരണകൂടം രാജ്യത്തിന്റെ തെക്കും വടക്കുമുണ്ടായിരുന്ന അധിനിവേശകരെ ഒഴിപ്പിച്ച്

കൂടുതൽ പ്രദേശങ്ങൾ തങ്ങ ളുടെ അധീനതയിലാക്കി. 1891 ലെ ആഭ്യന്തര കലാപത്തെ തുടർന്ന് കോൺഗ്രസും പ്രസി ഡന്റും തമ്മിൽ അധികാര പുനഃസംഘടന നടന്നു. ചിലി പാർലമെന്ററി ജനാധി പത്യ സമ്പ്രദായം സ്വീകരിച്ചു.

ഇരുപതാം നൂറ്റാണ്ട് ചിലിയിൽ ഭരണരംഗത്ത് പല മൗലികമാറ്റങ്ങൾക്കും

ചിലിയുടെ ദേശീയ പതാക

സാക്ഷ്യംവഹിച്ചു. ആയിരത്തി തൊള്ളായിരത്തി ഇരുപതുകളിൽ തൊഴി ലാളി മുന്നേറ്റങ്ങളിലൂടെ മാർക്സിസ്റ്റ് സംഘങ്ങൾ ശക്തിയാർജ്ജിച്ചു. 1924 ൽ ജനറൽ ലൂയി അൾട്ടാമിറാനോ (Luis Altamirano)യുടെ നേതൃത്വ ത്തിൽ നടന്ന സൈനിക അട്ടിമറിയെ തുടർന്ന് രാജ്യം ദീർഘകാലം ഭരണപരമായ അസ്ഥിരതയിലായി. 1932 ൽ ജനാധിപത്യം പുനഃസ്ഥാ പിച്ചു. മധ്യവർഗം പ്രതിനിധാനം ചെയ്യുന്ന റാഡിക്കൽ പാർട്ടി ഭരണ ത്തിലെ ശക്തമായ സാന്നിദ്ധ്യമായി. 1952 വരെ റാഡിക്കൽ പാർട്ടി ഭരണ മുന്നണിയിലെ പ്രമുഖ പാർട്ടിയായി തുടർന്നു.1962 ൽ മുൻ ഭരണാധി കാരിയായിരുന്ന കാർലോസ് ഇബാന്യസ് ഡെൽ കാംപോ (Carlos Ibáñez del Campo) യെ ജനങ്ങൾ വീണ്ടും അധികാരത്തിലേറ്റി. 1958 ൽ ജോർഗെ അലെസ്സാന്ദ്രി (Jorge Alessandri) പ്രസിഡന്റായി. 1964 ൽ ക്രിസ്റ്റ്യൻ ഡെമോക്രാറ്റ് എഡ്വേർഡോ ഫ്രയി മൊണ്ടാൽവെ പ്രസിഡന്റാ യി. റവലൂഷൻ ഇൻ ലിബർട്ടി എന്ന പേരിൽ സാമൂഹ്യ സാമ്പത്തിക രംഗത്ത് വൻ മാറ്റങ്ങൾക്ക് തുടക്കമിട്ടു, ഫ്രയിഭരണം. 1970 ൽ പോപ്പു ലർ യൂണിറ്റി മുന്നണിയിൽ മത്സരിച്ച ചിലി സോഷ്യലിസ്റ്റ് പാർട്ടി നേതാവ് സാൽവദോർ അലൻഡെ(Salvador Allende)പ്രസിഡന്റായി തെരഞ്ഞെ ടുക്കപ്പെട്ടു. ഈ കാലയളവിൽ കടുത്ത സാമ്പത്തിക പ്രതിസന്ധിയി ലേക്ക് വഴുതിവീണ രാജ്യത്തെ രക്ഷിക്കുന്നതിനായി അലൻഡെ നിര വധി നടപടികൾ കൈക്കൊണ്ടു. എന്നാൽ ഇതൊന്നും ഉദ്ദേശിച്ച ഫലം കണ്ടില്ല.

1973 സെപ്റ്റംബർ 11ന് നടന്ന സൈനിക അട്ടിമറിയെ തുടർന്ന് പ്രസിഡണ്ടിന്റെ കൊട്ടാരത്തിലേക്ക് സൈന്യം ഇരച്ചുകയറി. സൈനിക നടപടിയെ തുടർന്ന് അലൻഡെ ആത്മഹത്യ ചെയ്തുവെന്ന് വിശ്വസി ക്കപ്പെടുന്നു. സൈനിക ജനറലായിരുന്ന അഗസ്റ്റോ പിനോഷെ ഉഗാർട്ടെ (Augusto Pinochet Ugarte) യുടെ നേതൃത്വത്തിൽ സൈന്യം ചിലിയുടെ ഭരണമേറ്റെടുത്തു. പിനോഷെയുടെ ഭരണകാലത്ത് വൻതോതിൽ മനു ഷ്യാവകാശ ലംഘനങ്ങൾ നടന്നു. ആയിരക്കണക്കിനാളുകളെ സൈന്യം

കൊലചെയ്തു. വിവാദമായ ജന ഹിത പരിശോധനയിലൂടെ പിനോ ഷെ ഭരണഘടന ഭേദഗതിചെയ്ത് 8 വർഷകാലയളവിലേക്ക് ചിലി യുടെ പ്രസിഡണ്ടായി സ്വയം അവ രോധിച്ചു. പിനോഷെ അധികാരം പിടിച്ചെടുത്ത ശേഷം ചിലി കമ്പോ ളവ്യവസ്ഥയിലേക്ക് മാറി. ആയിര ത്തിതൊള്ളായിരത്തി എൺപതുക ളുടെ അന്ത്യമായപ്പോഴേക്കും പിനോഷെ ജനങ്ങൾക്ക് കൂടുതൽ സ്വാതന്ത്ര്യം നൽകി. അഭിപ്രായ സ്വാതന്ത്ര്യവും സംഘടനാ സ്വാത ന്ത്ര്യവും പരിമിതമായ തോതിലെ

ങ്കിലും അനുവദിക്കപ്പെട്ടു. 1988 ഒക്ടോബർ 5 ന് നടന്ന ഹിത പരിശോ ധനയിൽ പിനോഷെയെ ഒരു കാലയളവുകൂടി പ്രസിഡന്റാകുന്നതിനെ ജനങ്ങൾ എതിർത്തു. തുടർന്ന് 1989 ഡിസംബർ 14 ന് നടന്ന തെരഞ്ഞെ ടുപ്പിൽ 17 അംഗ പാർട്ടി സഖ്യമായ കോണ്‍സെർട്ടാക് ഷൻ (Concertacion) ഭൂരിപക്ഷം നേടി. ക്രിസ്ത്യൻ ഡെമോക്രാറ്റ് പാർട്ടി നേതാവ് പാർട്ടീഷ്യോ ഐൽവിയൻ (Patricio Aylwin) പ്രസിഡന്റായി തെരഞ്ഞെടുക്കപ്പെട്ടു. 1993 ൽ നടന്ന തെരഞ്ഞെടുപ്പിൽ എഡ്വേർഡോ ഫ്രെയി റൂയി-ടാഗ്ളെ (Eduardo Frei Ruiz-Tagle) പ്രസിഡന്റായി. 2000 ൽ വലതുപക്ഷ ചിലിയൻ മുന്നണി നേതാവും സോഷ്യലിസ്റ്റുമായ റിക്കാർഡോ ലാഗോസ് അധികാരത്തിലേറി. 2006 ൽ ചിലിയൻ ജനത തങ്ങളുടെ ആദ്യ വനിതാ പ്രസിഡന്റായി മൈക്കൽ ബാച്ചലെറ്റ് ജെറിയയെ തെരഞ്ഞടുത്തു. 2010 ൽ വലതുപക്ഷ മുന്നണി നേതാവ് സെബാസ്റ്റ്യൻ പിന്നെറ ചിലിയിലെ ആദ്യ വലതുപക്ഷ പ്രസിഡന്റായി.

ഭൂമിശാസ്ത്രം

തെക്കുവടക്കു നീണ്ടുകിടക്കുന്ന ലോകത്തെ ഏറ്റവും നീളം കൂടിയ രാജ്യമാണ് ചിലി. ആന്റേൺ മലനിരകൾക്ക് പടിഞ്ഞാറായി തെക്കുവ ടക്ക് 4630 കിലോമീറ്റർ നീണ്ടുകിടക്കുന്ന ചിലിയുടെ ഏറ്റവും വീതികൂടിയ ഭാഗം വെറും 430 കിലോമീറ്റർ മാത്രമാണ്. 756.260 ചതുരശ്ര കിലോമീ റ്റർ വിസ്തൃതിയുള്ള ചിലിയുടെ വടക്കുഭാഗത്തുള്ള അറ്റക്കാമാ പർവത പ്രദേശം ചെമ്പ്, നൈട്രേറ്റ് എന്നീ ധാതുക്കളാൽ സമ്പന്നമാണ്. സാന്റി യാഗോ ഉൾപ്പെടുന്ന മധ്യഭാഗം ജനനിബിധമായ കൃഷിയിടമാണ്. തെക്കൻ ചിലി വനപ്രദേശവും പുൽമേടുകളുമാണ്. ഇവിടെ അഗ്നിപർവ തങ്ങൾ, തടാകങ്ങൾ, കനാലുകൾ, ദ്വീപുകൾ എന്നിവയുണ്ട്. പോളിനേ ഷ്യയിലെ കിഴക്കേയറ്റത്തുള്ള ഈസ്റ്റർ ഐലന്റ്, സലാ വൈ ഗോമസ്

ഐലന്റ് തീരത്തുനിന്നും 600 കിലോമീറ്റർ മാറിയുള്ള റോബിൻസൺ ക്രൂസോ ഐലന്റ് എന്നിവ ചിലിയുടെ നിയന്ത്രണത്തിലാണ്.

കാലാവസ്ഥ

38 ഡിഗ്രി അക്ഷാംശത്തിൽ സ്ഥിതി ചെയ്യുന്ന ചിലിയിൽ വൈവി ധ്യമാർന്ന കാലാവസ്ഥാഭേദങ്ങൾ അനുഭവപ്പെടുന്നു, വടക്ക് മരുഭൂകാ ലാവസ്ഥ, കിഴക്ക് മഞ്ഞുമൂടിയ ഗ്ലേസിയറുകൾ, മധ്യഭാഗത്ത് ഈർപ്പ മുള്ള ഉഷ്ണമേഖലാ മെഡിറ്ററേനിയൻ കാലാവസ്ഥ എന്നിങ്ങനെ വിവിധ തരത്തിലുള്ള കാലാവസ്ഥാ വ്യതിയാനങ്ങളാൽ അനുഗൃഹീതമാണ് ചിലി. വടക്കുഭാഗം മരുപ്രദേശമായതിനാൽ ഏറിയ കൂറും തരിശുഭൂ മിയാണ്. ആൻഡേസ് പർവ്വതനിരകളുടെ താഴ്‌വാരങ്ങളിൽ മരുഭൂസസ്യ ങ്ങൾ കാണാം. ദക്ഷിണ ചിലിയുടെ ബോ ബോ നദിക്ക് തെക്കുഭാഗത്ത് കനത്ത മഴകിട്ടുന്ന പ്രദേശമായതിനാൽ സസ്യസമ്പന്നമാണ് അവിടം. തണുപ്പുകാലാവസ്ഥ അനുഭവപ്പെടുന്ന തെക്കുഭാഗത്ത് വനപ്രദേശവും പുൽമേടുകളുമുണ്ട്.

സമ്പദ്ഘടന

വിദേശ വ്യാപാരത്തിലധിഷ്ഠിതമായ കമ്പോള സമ്പദ്ഘടനയാണ് ചിലിയുടേത്. 1991 മുതൽ 1997 വരെ എട്ട് ശതമാനം വാർഷിക വളർച്ചാ നിരക്ക് രേഖപ്പെടുത്തിയ സമ്പദ്ഘടനയാണ് ചിലിയുടേത്. എന്നാൽ 1998 ൽ ഏഷ്യൻ കമ്പോളത്തിലുണ്ടായ മാന്ദ്യത്തെ തുടർന്ന് നടപ്പാക്കിയ കടുത്ത സാമ്പത്തിക നടപടികളെ തുടർന്ന് വളർച്ചാനിരക്ക് പകുതിയായി കുറഞ്ഞു. എന്നാൽ കഴിഞ്ഞ കുറേ വർഷങ്ങളായി ചിലിയിലെ വാർഷിക സാമ്പത്തിക വളർച്ചാനിരക്ക് അഞ്ചുമുതൽ ഏഴുശതമാനം വരെയാണ്. കയറ്റുമതി പ്രധാനമായും അമേരിക്ക, നെതർലന്റ് ജപ്പാൻ എന്നിവിട ങ്ങളിലേക്കാണ്. ഇറക്കുമതി പ്രധാനമായും അമേരിക്ക, യൂറോപ്പ്, ഏഷ്യ എന്നിവിടങ്ങളിൽനിന്നും.

ഭരണക്രമം

1980 ൽ അഗസ്റ്റോ പിനോഷെയുടെ ഭരണകാലത്ത് നടന്ന കൃത്രി മം നിറഞ്ഞ ഹിതപരിശോധനയിലൂടെ അംഗീകരിക്കപ്പെട്ടതാണ് ഇപ്പോൾ നിലവിലുള്ള ഭരണഘടന. 1988 ൽ നടന്ന ഹിതപരിശോധന യിലൂടെ ഭാവിയിലുണ്ടാകാനിടയുള്ള ഭരണഘടനാ ഭേദഗതികൾക്ക് സാധ്യത നൽകി. കോൺഗ്രസ് ഓഫ് ചിലി എന്നറിയപ്പെടുന്ന പാർല മെന്റിൽ 38 അംഗ സെനറ്റും 120 അംഗ ചേംബർ ഓഫ് ഡെപ്യൂട്ടീസുമു ണ്ട്. നീതിന്യായവ്യവസ്ഥ സ്വതന്ത്രമാണ്. ഇതിൽ അപ്പീൽ കോടതി,

സൈനിക കോടതി, ഭരണഘടനാ ട്രിബ്യൂണൽ സുപ്രീം കോടതി എന്നി വയുണ്ട്. രാജ്യത്തെ 15 മേഖലകളായി വിഭജിച്ച് പ്രസിഡന്റ് നിയമിക്കുന്ന ഇന്റെൻഡന്റ് (intendant) മാർ ഭരിക്കുന്നു. മേഖലകളെ പ്രവിശ്യകളായി വീണ്ടും വിഭജിച്ചിരിക്കുന്നു. പ്രവിശ്യാഭരണം പ്രസിഡന്റ് നിയമിക്കുന്ന ഗവർണർമാരാണ് നിർവഹിക്കുന്നത്. പ്രവിശ്യകളെ കമ്യൂണുകളായി വിഭ ജിച്ച് അവയുടെ ഭരണം മുൻസിപ്പാലിറ്റികൾ നിയന്ത്രിക്കുന്നു.

ചൈന
(People Republic of China)

ലോകത്തെ ഏറ്റവും ജനസംഖ്യയുള്ള രാജ്യം. കിഴക്കൻ ഏഷ്യ യിലെ 9.6 ദശലക്ഷം ചതുരശ്രകിലോമീറ്റർ വിസ്തൃതിയുള്ള ചൈന യിലെ ജനസംഖ്യ 130 കോടിയിലധികമാണ്. വടക്ക് മംഗോളിയ, സൈബീ രിയ തെക്ക് വിയറ്റ്നാം, ലാവോസ്, ബർമ, പടിഞ്ഞാറ് ഇന്ത്യയുമായി അതിരിടുന്ന ഹിമാലയ പർവതനിരകൾ, കിഴക്കും തെക്കുകിഴക്കുമായി 14500 കിലോമീറ്റർ സമുദ്രതീരം എന്നിങ്ങനെയാണ് ചൈനയുടെ അതി രുകൾ. ഇന്ന് ലോകത്തെ ഏറ്റവും വളർച്ചാനിരക്ക് രേഖപ്പെടുത്തുന്ന രാജ്യ മാണ് ചൈന. ലോകത്തെ വൻ ശക്തിയായി അറിയപ്പെടുന്ന ചൈന ഏറ്റവും വലിയ മൂന്നാമത്തെ സാമ്പത്തിക ശക്തിയുമാണ്.

ചരിത്രം

ചരിത്രാതീത കാലം മുതൽക്കേ ചൈനയിൽ ജനവാസമുണ്ടായി രുന്നതായി പുരാവസ്തുക്കൾ സാക്ഷ്യപ്പെടുത്തുന്നു. ദശലക്ഷം വർഷ ങ്ങൾക്കുമുമ്പുതന്നെ നിവർന്നുനിൽക്കുന്ന മനുഷ്യന്റെ പൂർവികർ (Homo erectus) ചൈനയിൽ ജീവിച്ചിരുന്നു. ക്സിയോഹാങ്ഗ്ലിയാങ് (Xiaoc-hangliang) പ്രദേശത്തുനിന്നും കണ്ടെടുത്ത ശിലായുധങ്ങൾ 1.36 ദശ ലക്ഷം വർഷം പഴക്കമുള്ളതാണെന്ന് ചരിത്രഗവേഷകർ പറയുന്നു. എഴുതപ്പെട്ട ചൈനീസ് ചരിത്രം ബി സി 1700 ലെ ഷാങ് രാജവംശ ത്തിൽ തുടങ്ങുന്നു. ചൈനീസ് സംസ്കാരം, സാഹിത്യം, തത്വചിന്ത എന്നിവയുടെ ആവിർഭാവം ബി സി 1045 മുതൽ 256 വരെ നിലനിന്നി രുന്ന ഷൗ രാജവംശത്തിന്റെ കാലത്താണുണ്ടായത്. ഷൗ രാജവംശ ത്തിന്റെ കാലത്ത് പരസ്പരം യുദ്ധത്തിലേർപ്പെട്ട് വിഘടിച്ചുനിന്ന പ്രാദേ ശിക രാജാക്കന്മാരെ ഏകോപിപ്പിച്ച് ചൈനയെ ഒറ്റ രാജ്യമാക്കിമാറ്റിയത്

ബി സി 221 ൽ ക്വിൻ ഷി ഹുവാങ്ങാണ്.

ബി സി 1700 മുതൽ 1046 വരെ ചൈന ഭരിച്ചിരുന്ന ഷാങ് രാജവംശ ത്തിന്റെ ചരിത്രം മൃഗങ്ങ ളുടെ അസ്ഥികളിലും കട്ടികൂടിയ പുറംതോടുക ളിലും മറ്റുമായി ആലേ ഖനം ചെയ്ത് സൂക്ഷിച്ചി രുന്നു. ടാങ് മുതൽ ഷൗ

ചൈനയുടെ ദേശീയ പതാക

രാജാവ് വരെ 31 രാജപരമ്പരകളിലൂടെ നീണ്ടുകിടക്കുന്നു ഷാങ് രാജ വംശം. പ്രാചീനചൈനക്കാർ കാലാവസ്ഥയെയും ആകാശത്തെയും ദൈവമായി കരുതി ആരാധിച്ചുവന്നു. അതോടൊപ്പം പിതാമഹന്മാരെയും ദൈവമായി പൂജിച്ചിരുന്നു. ബി സി 1100 ൽ ചൈനഭരിച്ചിരുന്ന ഷൗ രാജ വംശത്തിന്റെ കാലത്ത് സ്വർഗം എന്നർഥം വരുന്ന ടിയാൻ എന്ന ദൈവ ത്തെ പൂജിച്ചിരുന്നു. സ്വർഗത്തെ കൽപ്പനകളനുസരിച്ചാണ് ഷൗ രാജാ ക്കന്മാർ ഭരിച്ചിരുന്നത് എന്നായിരുന്നു വിശ്വാസം. ഷാങ് രാജവംശം ആറു പ്രാവശ്യം ഭരണതലസ്ഥാനം മാറ്റി. അങ്ങനെ ബി സി 1350 ൽ യിൻ (Yin) എന്ന സ്ഥലം തലസ്ഥാനമാക്കി ഭരണംനടത്തിയകാലമാണ് അവ രുടെ സുവർണ്ണകാലമെന്ന് അറിയപ്പെട്ടിരുന്നത്. ചൈനീസ് ചരിത്ര കാരന്മാർ വിശ്വസിക്കുന്നത് ക്സിയ (Xia) ഷാങ് (Shang) എന്നീ രാജ വംശങ്ങൾ ഏതാണ്ട് ഒരേ കാലഘട്ടത്തിൽ തന്നെ ചൈനയിൽ ഭരണ ത്തിലിരുന്നു എന്നാണ്.

ബി സി 1066 മുതൽ ബി സി 221 വരെ ഉണ്ടായിരുന്ന ഷൗ (Zhou) രാജവംശമാണ് ഏറ്റവും കൂടുതൽ കാലം ചൈന ഭരിച്ചത്. മഞ്ഞനദീത ടങ്ങളിൽ വളർന്നുവന്ന ഷൗ ഭരണം പിന്നീട് പടിഞ്ഞാറുഭാഗത്തേക്കു നീങ്ങി ഇന്നത്തെ ക്സിയാങ്ങിന് (Xiang) സമീപം വെയി (Wei) നദിക്ക രയിൽ തലസ്ഥാനം സ്ഥാപിച്ചു. ചൈനീസ് ചരിത്രത്തിൽ വടക്കുഭാഗ ത്തുനിന്നും തെക്കോട്ടുള്ള കുടിയേറ്റം തുടങ്ങിയത് ഷൗ ഭരണകാല ത്താണ്.

ബി സി 722 മുതൽ 476 വരെ ചൈനീസ് ചരിത്രത്തിലെ വസന്ത ശരത് കാലം എന്നാണറിയപ്പെടുന്നത്. ഇക്കാലത്ത് അധികാര വികേ ന്ദ്രീകരണം മൂലം ഷൗ ഭരണാധികാരികൾ വളർത്തിക്കൊണ്ടുവന്ന പ്രാദേ ശിക സേനകൾ കൂടുതൽ ശക്തിപ്രാപിക്കുകയും അധികാരവടംവലി നടത്തുകയും ചെയ്തു. ക്വിൻ (Qin) പോലെ വടക്കുപടിഞ്ഞാറുനിന്നും വന്ന അധിനിവേശകരുടെ സമ്മർദം കൂടി ആയപ്പോഴേക്കും ഷൗ ഭരണ ത്തിന് തങ്ങളുടെ തലസ്ഥാനം കിഴക്ക് ലൗയാങ്ങിലേക്ക് മാറ്റേണ്ടതായി വന്നു. ഇങ്ങനെ ഷൗ സാമ്രാജ്യത്തിന് കിഴക്കൻ അധികാര കേന്ദ്രമു

ണ്ടായി. ഇക്കാലത്ത് രാജാധികാരം നാമമാത്രമാവുകയും പ്രാദേശിക തലത്തിൽ പ്രമുഖരായ വ്യക്തികൾ രാജാവിന്റെ ചിഹ്നങ്ങൾ നിലനിർത്തിക്കൊണ്ടുതന്നെ ഭരണം കയ്യാളുകയും ചെയ്തു. ഇക്കാലത്താണ് ചൈനീസ് ചരിത്രത്തിലെ ശതചിന്താപദ്ധതികൾ രൂപംകൊണ്ടത്. പ്രസിദ്ധമായ കൺഫ്യൂഷനിസം, താവോയിസം, ലീഗലിസം, മൊഹിസം എന്നിവ രൂപംകൊണ്ടത് ഇക്കാലത്താണ്. ബി സി 476 മുതൽ 221 വരെ പരസ്പരം പോരടിച്ചുനിന്ന നാട്ടുരാജ്യങ്ങളുടെ കാലമെന്നാണ് ചൈനീസ് ചരിത്രം അറിയപ്പെടുന്നത്. ബി സി 256 വരെ ഒരു ഷൗ രാജാവ് നാമമാത്രമായി ഉണ്ടായിരുന്നെങ്കിലും വളരെക്കുറച്ച് അധികാരം മാത്രമേ അദ്ദേഹത്തിനുണ്ടായിരുന്നുള്ളൂ. ഇങ്ങനെ വിഘടിച്ചുനിന്നിരുന്ന രാജ്യങ്ങളെ ചൈനീസ് സാമ്രാജ്യവുമായി കൂട്ടിച്ചേർത്തത് ഈ കാലഘട്ടത്തിലാണ്. എന്നാൽ 214 ബി സി യിൽ യിങ് സെങ് (Ying Zeng) രാജാവാണ് കൂടുതൽ പ്രദേശങ്ങൾ കൂട്ടിച്ചേർത്ത് സാമ്രാജ്യം കൂടുതൽ വിപുലമാക്കിയത്.

ബി സി 221 മുതൽ 206 വരെയുള്ള കാലത്തെ സാമ്രാജ്യകാലമെന്നാണ് ചൈനീസ് ചരിത്രകാരന്മാർ വിശേഷിപ്പിക്കുന്നത്. ക്വിൻ സാമ്രാട്ടിന്റെ കാലം മുതൽ ക്വിങ് സാമ്രാട്ടിന്റെ വരെയുള്ള കാലഘട്ടത്തെയാണ് ഇത്തരത്തിൽ വിശേഷിപ്പിച്ചു പോന്നത്. കൂടുതൽ പ്രദേശങ്ങളെ ഏകോപിപ്പിച്ച് സാമ്രാജ്യത്തിന്റെ വിസ്തൃതി കൂട്ടുന്നതിനും ക്സിൻയാങ് കേന്ദ്ര മാക്കി ഭരണം ശക്തിപ്പെടുത്തുന്നതിനും ക്വിങ് സാമ്രാട്ട് ശ്രമിച്ചു. നിയമ സംവിധാനം പ്രബലപ്പെടുത്തുന്നതിനും അധികാര കേന്ദ്രീകരണത്തിനും ശ്രമിച്ചതിനാൽ ഭരണത്തിനെതിരായ പ്രതിരോധവും ഈ കാലയളവിൽ

ചൈനീസ് വന്മതിൽ

പ്രബലമായിരുന്നു. ഈ വിമത ശബ്ദങ്ങളെ അടിച്ചമർത്തുന്നതിന്റെ ഭാഗ മായി ക്വിൻ സാമ്രാട്ട് പുസ്തകങ്ങൾ കത്തിക്കുകയും പണ്ഡിതന്മാരെ നിഷ്കാസനം ചെയ്യുന്നതുൾപ്പടെയുമുള്ള നടപടികൾ കൈക്കൊണ്ടു. ക്വിൻ സാമ്രാട്ടിന്റെ കാലത്താണ് ചൈനീസ് വൻമതിലിന്റെ നിർമാണം തുടങ്ങുന്നത്. ഇത് വിപുലപ്പെടുത്തിയത് മിങ് രാജവംശത്തിന്റെ കാല ത്തും. കേന്ദ്രീകൃത ഭരണം, ഏകീകൃത നിയമവ്യവസ്ഥ, വരമൊഴിയുടെ വികാസം, അളവുതൂക്ക വ്യവസ്ഥ, നാണ്യവ്യവസ്ഥ എന്നിവ ക്വിൻ രാജാ ക്കന്മാരുടെ സംഭാവനയാണ്.

ബി സി 202 മുതൽ എ ഡി 220 വരെയായിരുന്നു ഹാൻ രാജവംശ ത്തിന്റെ കാലം. കൺഫ്യൂഷനിസം ആദ്യമായി ഔദ്യോഗികമായി സ്വീക രിച്ച ഹാൻ രാജവംശത്തിന്റെ കാലത്ത് ചൈന ശാസ്ത്രം, കല എന്നീ മേഖലകളിൽ വൻ മുന്നേറ്റങ്ങൾ നടത്തി. സിൽക്ക് റൂട്ടിലൂടെ വാണിജ്യ ബന്ധം സ്ഥാപിതമായത് ഇക്കാലത്താണ്. ഹാൻ രാജാക്കന്മാരുടെ ജന റൽ ബാൻ ഛാവോയാണ് രാജ്യത്തിന്റെ വിസ്തൃതി കാസ്പിയൻ കട ലോരംവരെ വിപുലമാക്കിയത്. റോമാക്കാർ ആദ്യമായി ചൈനയിൽ വന്നതും ഇക്കാലത്താണ് (എ ഡി 166 ൽ) രാജാക്കന്മാർ പ്രധാനമായും ഭൂപരിഷ്കരണത്തിൽ പ്രത്യേക ശ്രദ്ധ നൽകിവന്നു. ഭൂ,സാമ്പത്തിക പരി ഷ്കരണത്തിൽ നിർണായകമായ മാറ്റങ്ങൾ ഉണ്ടായതോടെ അധികാര വടംവലിയും ഭരണത്തിന്റെ ഭാഗമായി തീർന്നു.

220 ൽ വെയി (Wei) രാജവംശം സ്ഥാപിതമായി. തുടർന്ന് വെയി രാജാവിന്റെ എതിരാളികളായിരുന്ന ഷു(Shu) വു(Wu) എന്നിവർ തങ്ങ ളുടെ രാജാധികാരം പ്രഖ്യാപിച്ചു. ഇങ്ങനെ ചൈന മൂന്നുരാജവംശങ്ങ ളുടെ ഭരണത്തിൻ കീഴിലായി. 304 മുതൽ 439 വരെയുള്ള കാലഘട്ടം വു ഹു രാജവംശത്തിന്റേതായിരുന്നു. ആഭ്യന്തര-വംശീയ കലാപങ്ങ ളുടെ കാലമായിരുന്നു ഇത്. നാലും അഞ്ചും നൂറ്റാണ്ടുകളിൽ പതിനാറ് രാജവംശങ്ങൾ ചൈന ഭരിച്ചു. തുർക്കികൾ, മംഗോളിയക്കാർ, ടിബറ്റു കാർ എന്നിവരും അധികാര വടംവലിയിൽ പങ്കാളികളായി. കിഴക്കൻ ചൈനയിലെ ജിൻരാജവംശത്തിന്റെ തകർച്ചയെ തുടർന്ന് 420 ൽ ചൈന യിൽ തെക്കും വടക്കും എന്നിങ്ങനെ രണ്ട് രാജവംശങ്ങൾ ഉണ്ടായി. നാലു നൂറ്റാണ്ടുകളായി വിഭജിച്ചു നിന്നിരുന്ന ചൈനയെ 589 ൽ ഏകോ പിപ്പിച്ചത് സുയി (Sui) രാജവംശമാണ്. 618 ജൂൺ 18 ൻ ഗൗസു അധി കാരമേറ്റെടുത്ത് താങ് രാജവംശം സ്ഥാപിച്ചു. കല, സംസ്ക്കാരം, സാങ്കേ തിക വിദ്യ എന്നീ രംഗങ്ങളിൽ വമ്പിച്ച മുന്നേറ്റം ഇക്കാലത്തുണ്ടായി. ബുദ്ധമതം രാജ്യത്തെ പ്രധാന മതമായി മാറി. താങ് ഹാങ് എന്നീ രാജ വംശങ്ങളുടെ കാലം ചൈനയുടെ ചരിത്രത്തിലെ ഏറ്റവും സമ്പന്നമായ കാലഘട്ടമായാണ് അറിയപ്പെടുന്നത്. വിദേശരാജ്യങ്ങളുമായുള്ള വാണിജ്യബന്ധം വളർച്ചപ്രാപിച്ചതും ഈ കാലഘട്ടത്തിലാണ്. 860 ആയ പ്പോഴേക്കും താങ് രാജവംശത്തിന്റെ പതനത്തിന് തുടക്കമായി.

907 മുതൽ 960 വരെയുള്ള കാലഘട്ടം താങ് മുതൽ സോങ് രാജാ

ക്കന്മാരുടെ കാലംവരെ രാഷ്ട്രീയ അസ്ഥിരതയുടെ കാലമായിരുന്നു. അഞ്ച് രാജവംശത്തിന്റെയും പത്ത് രാജാക്കന്മാരുടെയും കാലമെന്നാണ് ഇത് അറിയപ്പെട്ടിരുന്നത്. 960 ൽ സോങ് രാജവംശം കൈഫങ് തല സ്ഥാനമാക്കി ചൈനയുടെ ഏതാണ്ടെല്ലാ പ്രദേശങ്ങളിലും അധികാരം സ്ഥാപിച്ചു. ഇക്കാലം പൊതുവേ സാമ്പത്തിക അഭിവൃദ്ധിയുടെ കാല മായാണ് അറിയപ്പെടുന്നത്. 1115 ൽ അധികാരത്തിലേറി. 1032 മുതൽ 1227 വരെ വടക്കുപടിഞ്ഞാറൻ ചൈനീസ് പ്രദേശങ്ങളായ ഗൻഷു, ഷാങ്സി, നിങ്സിയ എന്നീസ്ഥലങ്ങൾ കേന്ദ്രീകരിച്ച് തങ്കുത് ആദിവാ സികൾ പശ്ചിമ ക്സിയ രാജവംശം സ്ഥാപിച്ചു. തുടർന്നുള്ള കാലഘട്ട ങ്ങളിൽ ചൈന സോങ്, ജിൻ, തങ്കുത് പശ്ചിമ ക്സിയ എന്നീ രാജവംശ ങ്ങൾ വിഭജിച്ച് ഭരിച്ചു വന്നു. സോങ് രാജവംശത്തിന്റെ കാലം ചൈന യുടെ ക്ലാസിക്കൽ കാലഘട്ടമെന്നാണ് അറിയപ്പെടുന്നത്. ശാസ്ത്ര സാങ്കേതിക രംഗങ്ങളിലുള്ള മുന്നേറ്റം, ചിന്താ പദ്ധതികളുടെ ഉദയം, രാഷ്ട്രീയമായ നവീനാശയങ്ങളുടെ ഉദയം എന്നിങ്ങനെ വൻ മാറ്റങ്ങ ളാണ് ഇക്കാലയളവിലുണ്ടായത്. പതിമൂന്നാം നൂറ്റാണ്ടിന്റെ മധ്യകാലം മുതൽ അന്ത്യംവരെ ദാർശനിക രംഗത്ത് സ്ഹു ക്സി പോലുള്ള ദാർശ നികരുടെ ചിന്താപദ്ധതികൾ, സാഹിത്യരംഗത്തും കലാരംഗത്തും നൂത നാശയങ്ങൾ എന്നിങ്ങനെ പലമാറ്റങ്ങളുമുണ്ടായി.

ജിൻ രാജവംശത്തെ മംഗോളിയക്കാർ പരാജയപ്പെടുത്തി തുടർന്ന് തെക്ക് സോങ് രാജാക്കന്മാരുമായി ദീർഘകാലം യുദ്ധത്തിലേർപ്പെട്ടു. ഈ യുദ്ധത്തിലാണ് ചൈനയിലാദ്യമായി വെടിക്കോപ്പുകൾ പ്രയോഗി ക്കപ്പെട്ടത്. ഇക്കാലത്താണ് യൂറോപ്യൻ സാഹസിക യാത്രികനായിരുന്ന മാർക്കോ പോളോ ചൈന സന്ദർശിക്കുന്നതും അവിടുത്തെ വിശേഷ ങ്ങൾ യൂറോപ്പിലെത്തിക്കുന്നതും. യുവാൻ രാജാക്കന്മാരുടെ കാലത്ത് ചൈനയിലുണ്ടായിരുന്ന മംഗോളിയക്കാർ ഇരുചേരിയിലായി. ഒരു വി ഭാഗം മലയടിവാരങ്ങളിൽ തന്നെ കഴിഞ്ഞ് തങ്ങളുടെ സംസ്കാരത്ത നിമ കാത്തുസൂക്ഷിക്കണമെന്ന് വാദിച്ചപ്പോൾ മറ്റൊരുവിഭാഗം ചൈനീസ് സംസ്കാരം ഉൾക്കൊണ്ട് ജീവിക്കണമെന്ന് വാദിച്ചു. ചെങ്കിസ് ഖാന്റെ ചെറുമകനായിരുന്ന കുബ്ലെ ഖാൻ ചൈനീസ് സംസ്കാരവും ജീവിത രീതിയുമുൾക്കൊണ്ട് അവിടെ യുവാൻ സാമ്രാജ്യം സ്ഥാപിച്ചു. ബൈജിങ് തലസ്ഥാനമാക്കി ചൈനയെ ഒറ്റ രാഷ്ട്രമായി ആദ്യമായി ഭരിച്ചത് യുവാൻ രാജാക്കന്മാരാണ്. 1271 മുതൽ 1368 വരെയാണ് യുവാൻ സാമ്രാ ജ്യത്തിന്റെ കാലം.

യുവാൻ ഭരണകാലത്തുടനീളം മംഗോളിയൻ ഭരണത്തിനെതിരായ ശക്തമായ വികാരം ജനങ്ങൾക്കിടയിൽ നിലനിന്നിരുന്നു. 1340 കളിലെ തുടർച്ചയായ പ്രകൃതി ദുരന്തങ്ങളെ തുടർന്നുണ്ടായ കർഷക പ്രക്ഷോ ഭങ്ങളുടെ ഫലമായി 1368 ൽ യുവാൻ ഭരണത്തെ പുറത്താക്കി മിങ് രാജാക്കന്മാർ അധികാരത്തിലേറി. ഇക്കാലത്ത് ജനസംഖ്യാ വർദ്ധന കാര്യമായ തോതിലായി നഗരവൽക്കരണത്തിന് ആക്കം കൂടി. സ്വകാര്യ

വ്യവസായങ്ങൾ വൻതോതിൽ ചൈനയിലാരംഭിക്കുന്നത് ഇക്കാലത്താ
ണ്. തുറമുഖങ്ങളുടെ വികസനം വിദേശവാണിജ്യ സാധ്യത വർദ്ധിപ്പി
ച്ചു. പ്രധാന വിദേശവിപണി ജപ്പാനായിരുന്നു. മിങ് രാജാക്കന്മാരുടെ
കാലത്ത് വളരെ ശക്തമായ കേന്ദ്രഭരണസംവിധാനം നിലനിന്നിരുന്നു.
കാർഷിക ഭൂപരിഷ്കരണം നടപ്പിലാക്കി ഉൽപ്പാദനം വർദ്ധിപ്പിച്ചതിലൂടെ
രാജ്യത്തുനിന്നും ദാരിദ്ര്യം തുടച്ചുനീക്കാൻ മിങ് രാജാക്കന്മാർക്ക് കഴി
ഞ്ഞു. ഇക്കാലത്താണ് ചൈനയെ വിദേശ ശക്തികളിൽ നിന്നും സംര
ക്ഷിക്കുന്നതിനായി നിർമിക്കപ്പെട്ട ചൈനീസ് വൻമതിൽ പരിഷ്കരിച്ച്
പൂർത്തിയാക്കപ്പെട്ടത്.

1644 മുതൽ 1911 വരെ ക്വിൻ (Qin)രാജാക്കന്മാരുടെ ഭരണകാലമാ
യിരുന്നു. 1644 ൽകർഷക വിമതർ ബൈജിങ് പിടിച്ചടക്കിയതിനെ തു
ടർന്ന് അവസാന മിങ് രാജാവായിരുന്ന ചോങ്സെൻ (Chongzhen)
മാൻചൂസ് ആത്മഹത്യ ചെയ്തു. ഇതോടെ മഞ്ചു (Manchus) മിങ് രാജാ
ക്കന്മാരുടെ ജനറലായിരുന്ന വു സാംഗി (Wu Sangui) യുമായി സഖ്യം
ചേർന്ന് ബൈജിങ് പിടിച്ചെടുത്തു. ഇതാണ് പിന്നീട് ക്വിൻ രാജാക്കന്മാ
രുടെ തലസ്ഥാനമായത്. ക്വിൻ ഭരണകാലത്ത് രാജ്യത്തെ ജനങ്ങളുടെ
വസ്ത്രധാരണം, സംസ്കാരം എന്നിവയിൽ അടിസ്ഥാനപരമായ മാറ്റ
ങ്ങൾ ഭരണകൂടം കൊണ്ടുവന്നു. കൂടാതെ സൈനികരംഗത്തും ചിട്ടയുള്ള
സമ്പ്രദായങ്ങൾ ക്വിൻ ഭരണം നടപ്പിലാക്കി. ക്വിൻ ഭരണകാലത്ത്
ഏതാണ്ട് അര നൂറ്റാണ്ടുകാലത്തോളം രാജ്യത്തിന്റെ വിസ്തൃതി വർദ്ധി
പ്പിക്കുന്നതിൽ രാജാക്കന്മാർ ശ്രദ്ധാലുക്കളായിരുന്നു. മിങ് അധീനതയി
ലുണ്ടായിരുന്ന യുന്നാൻ ഉൾപ്പടെയുള്ള പ്രദേശങ്ങൾ ക്വിൻ സാമ്രാജ്യ
ത്തോട് കൂട്ടിച്ചേർത്തു. ക്സിൻ ജിയാങ്, ടിബറ്റ്, മംഗോളിയ എന്നീ രാജ്യ
ങ്ങളുടെ മേലും ക്വിൻ ഭരണത്തിന് സ്വാധീനമുണ്ടായി. എന്നാൽ പത്തൊ
മ്പതാം നൂറ്റാണ്ടിൽ ബ്രിട്ടന്റെ ചൈനയുമായുള്ള കറുപ്പ് വ്യാപാരത്തിന്
ക്വിൻ ഭരണം തടസമായതോടെ 1840 ൽ ആദ്യത്തെ കറുപ്പുയുദ്ധം
(Opium War) നടന്നു. ഇതിന്റെ ഫലമായി 1842 ൽ ഹോങ്കോങ് ബ്രിട്ടന്റെ
നിയന്ത്രണത്തിലായി. സ്വർഗീയ രാജാവ് എന്നപേരിലറിയപ്പെടുന്ന
ഹോങ് ക്സിയുക്വാൻ (Hong Xiuquan) നയിച്ച കൃസ്ത്യൻ ബന്ധമു
ണ്ടായിരുന്ന തായ്പിങ് തിയാങ്ഗോ (Taiping Tianguo) എന്ന പ്രസ്ഥാനം
1851 മുതൽ 1864 വരെ നടത്തിയ തായ്പിങ് കലാപം ചൈനയുടെ മൂന്നി
ലൊന്നു ഭാഗങ്ങളെയും ബാധിച്ചു. 1864 ൽ തായ്പിങ് കലാപം അടിച്ച
മർത്തി. പതിനഞ്ചുവർഷം നീണ്ടുനിന്ന കലാപത്തിൽ ഇരുപതുദശല
ക്ഷത്തോളമാളുകൾ കൊല്ലപ്പെട്ടു. ഇതേ തുടർന്ന് കലാപങ്ങളുടെ പര
മ്പരതന്നെ ചൈനയിൽ അരങ്ങേറി. പുന്തി-ഹക്ക ഗോത്രയുദ്ധം (Punti-
Hakka, Rebellion), നയിൻ (Nien) കലാപം, മുസ്ലിം കലാപം, പാന്തായി
(Panthay Rebellion) കലാപം, ബോക്സർ കലാപം (Boxer Rebellion)
എന്നിവമൂലം വൻതോതിൽ ആൾനഷ്ടവും സാമ്പത്തിക നഷ്ടവും
ചൈനയിലുണ്ടായി. ക്വിൻ രാജാക്കന്മാർക്കാകട്ടെ പത്തൊമ്പതാം നൂറ്റാ

ണ്ടിന്റെ പുതിയ വെല്ലുവിളികൾ നേരിടാനുള്ള ശേഷിയുമില്ലായിരുന്നു. വൻ തോതിൽസാമ്പത്തിക ബാധ്യത ഇതുമൂലം രാജ്യത്തുണ്ടായി. ക്വിൻ രാജാക്കന്മാരുടെ ഭരണത്തിലെ പിടിപ്പുകേടുമൂലം പ്രാദേശികമായി യുദ്ധ പ്രഭുക്കന്മാരുമുണ്ടായി. ദുർബലമായ ക്വിൻ ഭരണത്തിന് 1883 മുതൽ 1885 വരെ ഫ്രെഞ്ചുകാരോടും 1894 മുതൽ 1895 വരെ ജപ്പാൻകാരോടും നടന്ന യുദ്ധങ്ങളിൽ പരാജയം ഏറ്റുവാങ്ങണ്ടതായി വന്നു. ഇരുപതാം നൂറ്റാണ്ടിന്റെ ആദ്യപാദത്തിൽ നടന്ന ബോക്സർ കലാപത്തെ തുടർന്ന് ക്വിൻ രാജ്ഞിയായിരുന്ന ഡൊവാഗർ (Empress Dowager Cixi) സ്വീക രിച്ച നയങ്ങളെ തുടർന്ന് ബ്രിട്ടൺ, ജപ്പാൻ, റഷ്യ, ഇറ്റലി, ജർമനി, ഫ്രാൻസ്, യു എസ്, ആസ്ട്രേലിയ എന്നീ എട്ട് രാജ്യങ്ങളുടെ സഖ്യം ബോക്സർ കലാപത്തെ അടിച്ചമർത്തി. തുടർന്ന് ഈ രാജ്യങ്ങളുടെ സഖ്യം ക്വിൻ ഭരണത്തിൽ നിന്നും കൂടുതൽ സൗജന്യങ്ങൾ ആവ ശ്യപ്പെട്ടു.

ആധുനിക കാലഘട്ടം

ക്വിൻ രാജാക്കന്മാരുടെ ഭരണത്തിൽ അതൃപ്തരായിരുന്ന യുവാ ക്കളും സൈനികരും വിദ്യാർഥികളും സൺ യാറ്റ് സെൻ(Sun Yat-sen) ന്റെ പുരോഗമനാശയങ്ങളാൽ പ്രചോദനമുൾക്കൊണ്ട് ചൈനയെ റിപ്പ ബ്ലിക്കാക്കണമെന്ന ആശയവുമായി മുന്നിട്ടിറങ്ങി. 1910 ൽ ചൈനയിൽ അടിമത്തം അവസാനിപ്പിച്ചു. സൈനിക വിപ്ലവമുന്നേറ്റം 1911 ഒക്ടോ ബർ 10 ന് ആരംഭിച്ചു. സൺയാത് സെന്നിനെ പ്രസിഡന്റാക്കി ചൈനീസ് റിപ്പബ്ലിക്കിന്റെ താൽക്കാലിക ഗവൺമെന്റ് 1912 മാർച്ച് 12 ന് രൂപംകൊടു ത്തു. എന്നാൽ ക്വിൻ ഭരണത്തിലെ പ്രധാനമന്ത്രിയും പുതുസേനയുടെ തലവനുമായിരുന്ന യുവാൻ ഷിഖായി (Yuan Shikai)യ്ക്ക് ഭരണം കൈമാറാൻ സൺയാത് സെൻ നിർബന്ധിതനായി. തുടർന്നുവന്ന വർഷ ങ്ങളിൽ യുവാൻ ഷിഖായി പ്രാദേശിക ഗവൺമെന്റുകളെ പിരിച്ചുവിട്ട് 1915 ൽ താൻ ചൈനയുടെ സാമ്രാട്ടാണെന്ന് പ്രഖ്യാപിക്കുകയും ചെയ്തു. വീണ്ടും ചൈനയിൽ അധികാരത്തർക്കങ്ങൾക്കും യുദ്ധപ്രഭുക്കന്മാരുടെ ഉയിർത്തെഴുന്നേൽപ്പിനും ഇത് കാരണമായി. 1916 ൽ യുവാൻ ഷിഖാ യിയുടെ മരണം ചൈനയിൽ അധികാരശൂന്യത സൃഷ്ടിച്ചു. 1920 കളിൽ സൺയാത് സെൻ ദക്ഷിണ ചൈനയിൽ തന്റെ വിപ്ലവപ്രസ്ഥാനത്തിന് തുടക്കമിട്ടു. സോവിയറ്റ് സഹായത്തോടെ അദ്ദേഹം ചൈനീസ് കമ്മ്യൂ ണിസ്റ്റ് പാർട്ടിയുമായി സഖ്യത്തിലേർപ്പെട്ടു. 1925 ൽ സൺയാത് സെന്നിന്റെ മരണത്തെ തുടർന്ന് ചിയാങ് കെ ഷിക്ക് ദേശീയ പാർട്ടി അഥവാ കുവോമിന്റാങ് *[Kuomintang (Nationalist Party or KMT)]*ന്റെ നിയന്ത്രണം ഏറ്റെടുത്തു. ചൈനീസ് കമ്മ്യൂണിസ്റ്റ് പാർട്ടി നേതൃത്വത്തി ലേക്ക് മൗ സെ ദൊങ് കടന്നുവരുന്നത് ഈ കാലഘട്ടത്തിലാണ്. ചൈനീസ് കമ്മ്യൂണിസ്റ്റ് പാർട്ടിയും നാഷണൽ പാർട്ടിയും തമ്മിലുള്ള വടംവലി ഒളിഞ്ഞും തെളിഞ്ഞും ഏതാണ്ട് പതിനാല് വർഷക്കാല

ത്തോളം (1931 മുതൽ 1945 വരെ) രാജ്യത്തിന്റെ വിവിധഭാഗങ്ങളിൽ നിലനിന്നിരുന്നു. 1931 മുതൽ 45 വരെ ചൈന ജപ്പാന്റെ അധിനിവേശത്തിൻ കീഴിലായിരുന്നു. ജപ്പാനെ ഉപരോധിക്കുന്നതിനായി ഈ രണ്ടു പാർട്ടികളും സഖ്യത്തിലേർപ്പെട്ടു. രണ്ടാം ലോകമഹായുദ്ധത്തിന്റെ ഭാഗമായി തീർന്ന ചീന-ജപ്പാൻ യുദ്ധത്തിൽ ജപ്പാനെതിരെ യുദ്ധം നടത്താനായിരുന്നു ഈ സഖ്യം. 1945 ൽ ജപ്പാൻ പരാജയപ്പെട്ടതിനെ തുടർന്ന് ഇരുപാർട്ടികളും തമ്മി ലുള്ള സംഘർഷം പുനർജനിച്ചു. 1949 ആയപ്പോഴേക്കും ചൈനയുടെ

മൗ സെ ദൊങ്

ഭൂരിഭാഗം പ്രദേശങ്ങളും ചൈനീസ് കമ്യൂണിസ്റ്റ് പാർട്ടിയുടെ നിയന്ത്ര ണത്തിലായി. 1945 ൽ രണ്ടാം ലോകമഹായുദ്ധത്തിന്റെ ഭാഗമായി ജപ്പാൻ കീഴടങ്ങിയതിനെ തുടർന്ന് തായ്‌വാനിലെ ജപ്പാൻ സൈന്യം ചൈനീസ് റിപ്പബ്ലിക്കിന് കീഴടങ്ങി. 1949 ൽ ചൈനീസ് വൻകരയിൽ ചിയാങ് കെ ഷിക്ക് ചൈനീസ് കമ്യൂണിസ്റ്റ് പാർട്ടിയിൽനിന്നും പരാജയം ഏറ്റുവാ ങ്ങേണ്ടിവന്നതിനെ തുടർന്ന് കെ ഷിക്ക് തന്റെ അവശേഷിച്ച സൈന്യ വുമായി തായിലാന്റിലേക്ക് പലായനം ചെയ്തു.

1949 ൽ ചൈനീസ് ആഭ്യന്തരയുദ്ധം അവസാനിച്ചതിനെ തുടർന്ന് ചൈനീസ് കമ്യൂണിസ്റ്റ് പാർട്ടിക്ക് ചൈന വൻകരയിൽ ആധിപത്യം ലഭി ച്ചു. 1949 ഒക്ടോബർ ഒന്നിന് മൗ സെ ദൊങ് പീപ്പിൾസ് റിപ്പബ്ലിക്ക് ഓഫ് ചൈന നിലവിൽ വന്നതായി പ്രഖ്യാപിച്ചു. മൗ നടപ്പിലാക്കിയ "ഗ്രേറ്റ് ലീപ്പ് ഫോർവേർഡ്" എന്ന സാമൂഹിക സാമ്പത്തിക പരിഷ്കാ രങ്ങളുടെ ഫലമായി മുപ്പതു ദശലക്ഷം ജനങ്ങൾ മരിച്ചതായാണ് കണ ക്ക്. 1966 ൽ മൗ തുടക്കമിട്ട സാംസ്കാരിക വിപ്ലവം ഒരു ദശാബ്ദക്കാ ലത്തോളം നിലനിന്നു. സോവിയറ്റ് യൂണിയനിൽ നിന്നുള്ള ഭീഷണി യെയും പാർട്ടിക്കുള്ളിലെ അധികാര വടംവലിയെയും തുടർന്ന് നടപ്പാ ക്കിയ സാംസ്കാരിക വിപ്ലവം ചൈനീസ് സമൂഹത്തിൽ വമ്പിച്ച ജനമു ന്നേറ്റങ്ങൾക്ക് കാരണമായി. 1972 ൽ മൗയും ചൗ എൻലായും ബൈജി ങ്ങിൽ റിച്ചാർഡ് നിക്സണുമായി അമേരിക്കയുമായി ബന്ധം സ്ഥാപി ക്കുന്നതിനായുള്ള ചർച്ചകൾ നടത്തി. അതേവർഷം തന്നെ ഐക്യ രാഷ്ട്രസഭയിൽ ചൈനീസ് റിപ്പബ്ലിക്കിന്റ സ്ഥാനത്ത് പീപ്പിൾസ് റിപ്പ ബ്ലിക്ക് ഓഫ് ചൈനയെ അംഗമാക്കിയതോടൊപ്പം ഐക്യരാഷ്ട്ര സുര ക്ഷാസമിതിയിൽ സ്ഥിരാംഗത്വവും നൽകി. 1976 ൽ മൗവിന്റെ മരണ ത്തെ തുടർന്ന് അദ്ദേഹത്തിന്റെ പിൻഗാമിയായിവന്ന ഹുവാ ഗുവോഫെ

ങ്ങി(Hua Guofeng)ൽനിന്നും ഡെങ് സിയാവോപെങ് (Deng Xiaoping) അധികാരം കൈയടക്കി. ഡെങ് സിയാവോപെങിന്റെ കാലത്ത് സാമ്പ ത്തിക പരിഷ്ക്കാരങ്ങൾക്ക് ആക്കം കൂടി. ജനങ്ങളുടെ മേൽ കമ്യൂണിസ്റ്റ് പാർട്ടിയുടെ സ്വാധീനത്തിന് ഉലച്ചിൽ തട്ടുകയും കമ്യൂണുകൾ തകരു കയും ചെയ്തതോടെ ചൈന സമ്മിശ്രസമ്പദ്വ്യവസ്ഥയിലേക്കും തുറന്ന വിപണിയിലേക്കും പോകാൻ നിർബന്ധിതമായി. പീപ്പിൾസ് റിപ്പബ്ലിക്ക് ഓഫ് ചൈന അതിന്റെ പുതിയ ഭരണഘടനയ്ക്ക് 1982 ഡിസംബർ 4 അംഗീകാരം നൽകി.

തുറന്നവിപണിയും പുതിയ സോഷ്യലിസ്റ്റ് വ്യവസ്ഥയും ജനങ്ങ ളിൽ കൂടുതൽ ജനാധിപത്യാവകാശങ്ങൾക്കുള്ള വാഞ്ഛ വളർത്തി. ടിയൺമെൻ സ്ക്വയറിൽ ജനാധിപത്യാവകാശങ്ങൾക്കും അഭിപ്രായ സ്വാതന്ത്ര്യത്തിനും വേണ്ടി സമരം ചെയ്തുവന്ന വിദ്യാർഥികളടക്കമു ള്ള പ്രക്ഷോഭകരുടെ നേർക്ക് 1989 ജൂൺ നാലാം തീയതി ചൈനീസ് സേന നടത്തിയ ആക്രമണത്തിൽ നിരവധിയാളുകൾ കൊല്ലപ്പെട്ടു. ഇത് ലോകമെമ്പാടും വാർത്താ പ്രാധാന്യം നേടി. ടിയൺമെൻ സ്ക്വയർ സംഭവം ലോകരാജ്യങ്ങൾ അപലപിച്ചു പലരാഷ്ട്രങ്ങളും ചൈനയ്ക്കെ തിരെ ഉപരോധവുമായി രംഗത്തുവന്നു. ടിയൺമെൻ കാലത്തിന് ശേഷ മുള്ള പത്തുവർഷക്കാലം പ്രസിഡന്റ് ജിയാങ് സെമിനും (Jiang Zemin) പ്രീമിയർ സ്ഹു രോങ്ജി (Zhu Rongji)യും നയിച്ച പീപ്പിൾസ് റിപ്പ ബ്ലിക്ക് ഓഫ് ചൈന രാജ്യത്ത് സുസ്ഥിരവികസനം പ്രദാനം ചെയ്തു. സാമ്പത്തിക വളർച്ചാനിരക്ക് (ജി ഡി പി) 11.2 ശതമാനമായി ഉയർന്നു. 150 ദശലക്ഷം കർഷകരെ ദാരിദ്ര്യത്തിൽ നിന്നും കരകയറ്റാൻ ജിയാങ് സെമിൻ ഭരണത്തിന് കഴിഞ്ഞു. 2001 ൽ ചൈന ലോക വ്യാപാര സംഘ ടനയിൽ അംഗമായി. രാജ്യത്തെ ദ്രുതഗതിയിലുള്ള സാമ്പത്തിക വളർച്ച വിഭവശോഷണത്തിനും പാരിസ്ഥിതിക പ്രശ്നങ്ങൾക്കും വഴിവച്ചേക്കു മെന്ന കണ്ടെത്തലിനെ തുടർന്ന് ഇപ്പോഴത്തെ പ്രസിഡന്റ് ഹു ജിൻ്റാവോ (Hu Jintao) സന്തുലിത വിഭവവിതരണം ലക്ഷ്യമിട്ടുള്ള നടപടികളുമായി മുന്നോട്ടു പോവുകയാണ്. വികസന പദ്ധതികളുടെ പേരിൽ ഏകദേശം 40 ദശലക്ഷത്തിലധികം കർഷകരാണ് സ്വന്തം മണ്ണിൽനിന്നും പറിച്ചുന ടപ്പെട്ടത്. ഇതിനെതിരെ രാജ്യവ്യാപകമായി പ്രതിഷേധങ്ങളും നടന്നുവ രുന്നു. പ്രധാന നഗരങ്ങളിൽ ജീവിത നിലവാരം വളരെ കൂടിയിരിക്കുന്നു. എന്നാൽ ഇതിന് ആനുപാതികമായ വികസനം ഗ്രാമങ്ങളിലെത്തിയിട്ടില്ല.

ഭരണക്രമം

പീപ്പിൾസ് റിപ്പബ്ലിക്ക് ഓഫ് ചൈനയിലെ ഗവൺമെന്റിന് കമ്യൂ ണിസ്റ്റ് പാർട്ടി ഓഫ് ചൈന, സ്റ്റേറ്റ്, പീപ്പിൾസ് ലിബറേഷൻ ആർമി എന്നിങ്ങനെ മൂന്ന് ഘടകങ്ങളുണ്ട്. അധികാരത്തിന്റെ പ്രധാനസ്ഥാന ങ്ങളെല്ലാം കയ്യാളുന്നത് ചൈനീസ് കമ്യൂണിസ്റ്റ് പാർട്ടി അംഗങ്ങളാണ്. സ്റ്റേറ്റിന്റെ അടിസ്ഥാന അധികാരം നാഷണൽ പീപ്പിൾസ് കോൺഗ്രസ്

(എൻ പി സി) പ്രസിഡന്റ്, സ്റ്റേറ്റ് കൗൺസിൽ എന്നിവരിൽ നിക്ഷിപ്ത മാണ്. സ്റ്റേറ്റ് കൗൺസിലിൽ ഒരു പ്രീമിയർ, നാലോളം വൈസ് പ്രീമി യർമാർ, 5 സ്റ്റേറ്റ് കൗൺസിലർമാർ 29 മന്ത്രിമാരും സ്റ്റേറ്റ് കൗൺസിൽ കമ്മീഷൻസിന്റെ തലവന്മാരുമുണ്ട്. ചൈനയിലെ സ്റ്റേറ്റിന്റെ ഉന്നതാധി കാര സമിതി എൻ പി സി യാണ്. ഇത് വർഷത്തിൽ രണ്ടാഴ്ച യോഗം ചേർന്ന് പ്രധാനപ്പെട്ട നയരൂപീകരണങ്ങൾ നിയമനിർമാണം, ബഡ്ജറ്റ്, പ്രധാന വ്യക്തികളുടെ നിയമനം എന്നീ കാര്യങ്ങളിൽ തീരുമാനമെടു ക്കുന്നു. ദേശീയതലത്തിലുള്ള ഏതാണ്ടെല്ലാ നിയമനിർമാണവും സ്റ്റാന്റിങ് കമ്മിറ്റി ഓഫ് നാഷണൽ പീപ്പിൾസ് കോൺഗ്രസ് അംഗീകരി ക്കേണ്ടതായുണ്ട്.

ഇക്കഴിഞ്ഞ ഇരുപതുവർഷമായി തുടർന്നുവരുന്ന ഭരണ ഘടന 1982 ഡിസംബർ 4 ന് അംഗീകരിച്ചതാണ്. ഭരണഘടന അനുശാസിക്കുന്ന പ്രകാരം എല്ലാ പൗരന്മാരും തുല്യരാണ്. പ്രസതുത ഭരണഘടന 1988, 1993, 1999 എന്നീവർഷങ്ങളിൽ ഭേദഗതി ചെയ്യപ്പെട്ടു, 2004 ൽ ഭരണഘട നാഭേദഗതിയിലൂടെ സ്വകാര്യസ്വത്തിന് അംഗീകാരം ലഭിച്ചു. മനുഷ്യാ വകാശം ഉറപ്പാക്കി, സ്വകാര്യമേഖലയ്ക്ക് പ്രോത്സാഹനം നൽകി.

നാഷണൽ പീപ്പിൾസ് കോൺഗ്രസ് രാജ്യത്തെ പരമോന്നത കേന്ദ്ര വും ഒരേയൊരു നിയമനിർമാണ സഭയുമാണ്. പ്രസിഡന്റിനെയും വൈസ് പ്രസിഡന്റിനെയും അഞ്ചു വർഷത്തേക്ക് നാഷണൽ പീപ്പിൾസ് കോൺഗ്രസ് തെരഞ്ഞെടുക്കുന്നു. പ്രസിഡന്റ് രാജ്യത്തിന്റെ തലവനാ ണെങ്കിലും അധികാരങ്ങൾ പരിമിതമാണ്. പീപ്പിൾസ് റിപ്പബ്ലിക്ക് ഓഫ് ചൈനയിലെ മുഖ്യ അധികാരകേന്ദ്രം സ്റ്റേറ്റ് കൗൺസിലാണ്. നാഷണൽ പീപ്പിൾസ് കോൺഗ്രസ് നിയമിക്കുന്ന സ്റ്റേറ്റ് കൗൺസിലിന്റെ അധ്യക്ഷൻ പ്രീമിയറും അംഗങ്ങളായി എല്ലാ ഗവൺമെന്റ് ഡിപ്പാർട്ട്മെന്റിന്റെയും ഏജൻസികളുടെയും തലവന്മാരുമുണ്ട്. പീപ്പിൾസ് ലിബറേഷൻ ആർമി യുടെ നിയന്ത്രണം സെൻട്രൽ മിലിറ്ററി കമ്മീഷനാണ്. സുപ്രീം പീപ്പിൾസ് കോർട്ടാണ് പരമോന്നത നീതിപീഠം. സുപ്രീം പീപ്പിൾസ് കോർട്ട് ജഡ്ജിമാരെ നാഷണൽ പീപ്പിൾസ് കോൺഗ്രസ് നിയമിക്കുന്നു. സുപ്രീം പ്രോക്യുറേറ്ററേറ്റ് പ്രോസിക്യൂഷന് അധികാരമുള്ള രാജ്യത്തെ ഏറ്റവും ഉയർന്ന സ്ഥാപനമാണ്.

ചൈനയിലെ പ്രവിശ്യകളിലേയും സ്വയംഭരണപ്രദേശങ്ങളിലേക്കു മുള്ള ഗവർണ്ണർമാരേയും കേന്ദ്രഭരണമുൻസിപ്പാലിറ്റികളിലേക്കുള്ള മേയർമാരേയും നാഷണൽ പീപ്പിൾസ് കോൺഗ്രസിന്റെ നാമമാത്രമായ അനുവാദത്തോടുകൂടി ബൈജിങ്ങിലെ കേന്ദ്രഭരണകൂടം നിയമിക്കുന്നു. ഹോങ്കോങ്ങും മക്കാവുവും പ്രത്യേകഭരണപ്രദേശങ്ങളായതിനാൽ അവിടെ പ്രത്യേക ഗവൺമെന്റും നിയമവ്യവസ്ഥയും അടിസ്ഥാന ഭര ണഘടനാ നിയമങ്ങളും നിലനിൽക്കുന്നു. ഈ പ്രദേശങ്ങളുടേയും, വിദേ ശകാര്യം, ദേശീയസുരക്ഷ അവിടങ്ങളിലെ ചീഫ് എക്സിക്യൂട്ടീവുമാ രുടെ നിയമനം എന്നിവ ബൈജിങ്ങിന്റെ നിയന്ത്രണത്തിലാണ്.

പ്രവിശ്യകൾക്ക് താഴെയായി 50 ഗ്രാമീണതല പ്രിഫക്ചറു (Prefectures) കളും 283 നഗരതലത്തിലുള്ള പ്രിഫക്ചറുകളും 374 കൗണ്ടി തല ത്തിലുള്ള നഗരങ്ങളും 852 കൗൺഡിതലത്തിലുള്ള ജില്ലകളും 1636 കൗണ്ടികളുമുണ്ട്. കേന്ദ്രീകൃതനിയന്ത്രണത്തിലുള്ള നാല് മുൻസിപ്പാ ലിറ്റികളുടെ കീഴിലായി 662 നഗരങ്ങളും 808 നഗര ഡിസ്ട്രിക്ടുകളും 43258 പട്ടണ തലത്തിലുള്ള പ്രദേശങ്ങളുമുണ്ട്. കൗണ്ടികളെ ടൗൺഷി പ്പുകളും വില്ലേജുകളുമായി വീണ്ടും വിഭജിച്ചിരിക്കുന്നു. ഇവയിൽ ഏതാ ണ്ടെല്ലാറ്റിന്റെയും ഭരണനിർവഹണത്തിന് ഉദ്യോഗസ്ഥന്മാരുണ്ടെങ്കിലും താഴേക്കിടയിലുള്ള ഭരണത്തിന് തെരഞ്ഞെടുക്കപ്പെട്ട ഭരണ സംവിധാ നങ്ങളുമുണ്ട്.

സമ്പദ്ഘടന

യു എസും ജപ്പാനും കഴിഞ്ഞാൽ ലോകത്തെ മൂന്നാമത്തെ സമ്പ ദ്ഘടനയാണ് ചൈനയുടേത്. 2009 ലെ കണക്കുകൾ പ്രകാരം ചൈന യുടെ ജി ഡി പി 4.99 ട്രില്ല്യൺ ഡോളറാണ്. ലോകത്തെ ഏറ്റവുമ ധികം വളർച്ചാനിരക്കുള്ള സമ്പദ്ഘടനയാണിത്. കഴിഞ്ഞ 30 വർഷത്തെ ശരാശരി വളർച്ചാനിരക്ക് 10 ശതമാനമാണ്. 2009 ലെ ആളോഹരി വരു മാനം 3677 ഡോളറാണ്. ലോകത്തെ വ്യാപാരക്കണക്കനുസരിച്ച് ചൈനയ്ക്ക് രണ്ടാംസ്ഥാനവും കയറ്റുമതിയിൽ ഒന്നാം സ്ഥാനവും ഇറ ക്കുമതിയിൽ രണ്ടാംസ്ഥാനവുമാണുള്ളത്. 1978 ൽ തുടക്കമിട്ട സാമ്പ ത്തിക പരിഷ്കാരങ്ങളാണ് ചൈനയുടെ ഈ വളർച്ചയ്ക്ക് കാരണം. ലോകവിപണിയിൽ ചൈന കൈവരിച്ച മുന്നേറ്റത്തിന് സ്വകാര്യവൽക്ക രണം നിർണായകമായ പങ്ക് വഹിച്ചിട്ടുണ്ട്. ബഹുരാഷ്ട്ര കമ്പനികൾക്ക് ചൈന കയറ്റുമതിക്കുള്ള പ്ലാറ്റ്ഫോം നൽകിയതോടെ ലോകകയറ്റുമ തിഭൂപടത്തിൽ പ്രധാന സ്ഥാനം കൈവരിക്കാനായി.

പ്രധാന പരമ്പരാഗത മേഖലകളായ കൃഷി, വ്യവസായം എന്നീ തുറകളിൽ എഴുപതു ശതമാനത്തോളം തൊഴിലാളികൾ ജോലിചെയ്യു ന്നു. ചൈന ലോകത്തെ ഏറ്റവും വലിയ നെല്ലുൽപ്പാദന രാജ്യമാണ്. ഗോതമ്പ്, ചോളം, പുകയില, സോയാബീൻ, കടല, പരുത്തി എന്നിവ യാണ് മറ്റ് പ്രധാന കാർഷികവിളകൾ. ധാതുസമ്പുഷ്ടമാണ് ചൈന. പക്ഷെ അത് പൂർണമായും ചൂഷണം ചെയ്യാൻ ഇതുവരെ ചൈനയ്ക്കാ യിട്ടില്ല. ക്രൂഡോയിൽ, ടങ്സ്റ്റൺ, ആന്റിമണി, കൽക്കരി എന്നിവയാണ് പ്രധാന ഉൽപ്പന്നങ്ങൾ. 2001 ൽ ലോക വ്യാപാരക്കരാറിൽ ഒപ്പിട്ടതോടെ ചൈന വൻതോതിൽ സബ്സിഡികൾ വെട്ടിക്കുറച്ചു. കരാറിനനുസൃത മായി സാമ്പത്തിക രംഗത്ത് വൻതോതിൽ ഉദാരവൽക്കരണം നടപ്പി ലാക്കി.

ഭൂപ്രകൃതി

കിഴക്കൻ ഏഷ്യയിൽ 5026 കിലോമീറ്റർ നീണ്ടുകിടക്കുന്നു ചൈന. സമതലം, വിശാലമായ മരുഭൂമി, പർവത പ്രദേശങ്ങൾ, സമുദ്രതീരം, എന്നിങ്ങനെ പ്രകൃതി വൈവിധ്യത്താൽ സമ്പന്നമാണ് ചൈന. 18000 കിലോമീറ്റർ വരുന്ന സമുദ്രതീരത്ത് ധാരാളം പ്രകൃതിദത്ത ഹാർബറു കളുണ്ട്. മഞ്ഞനദി രാജ്യത്തെ പ്രധാന നദീവ്യൂഹമാണ്. ദക്ഷിണഭാ ഗത്ത് ഉയരം കൂടിയ ടിബറ്റൻ പീഠഭൂമി കോട്ടതീർക്കുന്നു. ശരാശരി 4500 മീറ്റർ ഉയരമുള്ള ടിബറ്റൻ പീഠഭൂമിയുൾപ്പെടുന്ന ഹിമാലയൻ പർവത ശൃംഖല 2.5 ദശലക്ഷം ചതുരശ്രകിലോമീറ്റർ വ്യാപിച്ചുകിടക്കുന്നു. ടിബ റ്റൻ പീഠഭൂമി പ്രദേശത്ത് ഉത്ഭവിക്കുന്ന മഞ്ഞനദി വടക്കൻ ചൈന സമ തലങ്ങളിലൂടെ ഒഴുകി കടലിൽ പതിക്കുന്നു. കാലാവസ്ഥ, വൈവിധ്യം കൊണ്ടും ചൈന വ്യത്യസ്തമാണ്. ആർട്ടിക്, മിതോഷ്ണമേഖല, മൺസൂൺ എന്നിങ്ങനെ വിവിധ കാലാവസ്ഥാവ്യതിയാനങ്ങൾ ചൈന യിൽ കാണാനാകും.

കൊളംബിയ
(Colombia)

തെക്കേ അമേരിക്കയുടെ വടക്കുപടിഞ്ഞാറേയറ്റത്തുള്ള സ്വതന്ത്ര റിപ്പബ്ലിക്. കിഴക്ക് ബ്രസീൽ, വെനിസ്വേല, തെക്ക് ഇക്വഡോർ, പെറു, വടക്ക് കരീബിയൻ കടൽ, വടക്ക് പടിഞ്ഞാറ് പനാമ, പടിഞ്ഞാറ് പെസ ഫിക്ക് സമുദ്രം എന്നിങ്ങനെ രാജ്യാതിർത്തികൾ. വെനിസ്വേല, ജമൈ ക്ക, ഹെയ്തി, ഡൊമിനിക്കൻ റിപ്പബ്ലിക്, ഹോണ്ടുറാസ്, നിക്കരാഗ്വ, കോസ്റ്ററിക്ക എന്നീരാജ്യങ്ങളുമായി സമുദ്രാതിർത്തി പങ്കുവയ്ക്കുന്നു. 45 ദശലക്ഷം ജനങ്ങളുള്ള കൊളംബിയയ്ക്ക് ലോകത്ത് ജനസംഖ്യ യിൽ 49 ാം സ്ഥാനമാണുള്ളത്.

ചരിത്രം

ബി സി 10000 മുതൽ തന്നെ വേട്ടയാടി ജീവിച്ച ജനങ്ങൾ കൊളം ബിയൻ പ്രദേശങ്ങളിൽ അധിവസിച്ചിരുന്നതായി ചരിത്രകാരന്മാർ അഭി പ്രായപ്പെടുന്നു. മഗ്ദലീന നദീതടങ്ങളിൽ അധിവസിച്ചിരുന്ന ഇവർ പര സ്പരം കച്ചവടബന്ധത്തിൽ ഏർപ്പെട്ടിരുന്നു. ഒന്നാം സഹസ്രാബ്ദ ത്തിന്റെ തുടക്കംമുതൽക്കേ ഈ പ്രദേശത്ത് അധിവസിച്ചിരുന്ന അമേരി ന്ത്യക്കാർ കസീക്വിസ് (Caciques) ഭരണത്തലവനായി കസീക്വസ്ഗോസ് (Caciquzgos) എന്ന താഴേത്തട്ടിൽ നിന്നും മുകളിലേക്ക് അധികാരശ്രേ ണിയുള്ള ഭരണസംവിധാനം നിലനിറുത്തിയിരുന്നു. ഇത്തരത്തിലുള്ള രണ്ട് പ്രബല സാംസ്കാരിക ധാരകളായ കരീബിയൻ മേഖലയിലുള്ള തെയ്റൂണാ (tayronas)സും ബൊഗോട്ടാ പർവതപ്രദേശങ്ങളിൽ മുയി സ്ക്കാ (Muiscas)സും അക്കാലത്ത് നിലനിന്നിരുന്നു. രണ്ടും ചിബ്ചാ ഭാഷാകുടുംബത്തിൽപ്പെട്ടവയായിരുന്നു.

1499 മുതൽ സ്പെയിൻകാർ കരീബിയൻ പര്യവേക്ഷണം ആരം

ഭിച്ചു. തുടർന്ന് പടിപടിയായി അവിടെ അവർ യുദ്ധത്തി ലൂടെയും ഓരോ ഗോത്രവർ ഗങ്ങളുമായി നടത്തിയ സഖ്യങ്ങളിലൂടെയും കരീ ബിയയെ തങ്ങളുടെ കോള നിയാക്കിമാറ്റി.

കോളനിഭരണത്തിനെ തിരായി തുടക്കംമുതൽക്കേ വിമതപ്രവർത്തനങ്ങളും തുടങ്ങിയിരുന്നു. എന്നാൽ അവയെല്ലാം അടിച്ചമർത്ത പ്പെട്ടു. 1804ൽ സെന്റ് ഡൊമി നിക്ക് (ഇന്നത്തെ ഹെയ്തി) സ്പെയിനിൽ നിന്നും സ്വത ന്ത്രമായതോടെ 1810 ഓടു കൂടി സിമോൺ ബൊളിവറി (Simon Boliver)ന്റെയും ഫ്രാൻസിസ്കോ ഡി പൗ

സിമോൺ ബൊളിവർ

ലാ സന്താന്റെറി (Francisco de Paula Santander) ന്റെയും നേതൃത്വത്തിൽ നടന്ന വിപ്ലവവും അടിച്ചമർത്തപ്പെട്ടു. അന്റോണിയോ നറിനോയു (Antonio Narino)യുടെ നേതൃത്വത്തിൽ നടന്ന പ്രക്ഷോഭങ്ങളെ തുടർന്ന് 1811 ൽ കാർട്ടജീന (Cartagena) സ്വതന്ത്രമായി. ഇതെത്തുടർന്ന് രണ്ട് സ്വതന്ത്രഗവൺമെന്റുകൾ രൂപംകൊണ്ടു. അവ തമ്മിൽ ലാ പാട്രിയ ബോബാ (La Patria Boba) എന്നപേരിലറിയപ്പെട്ട യുദ്ധമുണ്ടായതിനെ തുടർന്ന് നറിന്യോ യുണൈറ്റഡ് പ്രോവിൻസ് ഓഫ് ന്യൂ ഗ്രാനഡാ (United Provinces of New Granada) രൂപീകരിച്ച് കാമിലോ ടോറസ് ടെനോറിയോ (Camilo Torres Tenorio) യെ ഭരണത്തലവനായി അവ രോധിച്ചു. എന്നാൽ ഫെഡറലിസവും കേന്ദ്രീകൃത സമ്പ്രദായവും തമ്മി ലുള്ള നിരന്തരമായ സംഘർഷം ഏറെക്കാലം നിലനിന്നു. തുടർന്നും സ്പാനിഷ് ഭരണം പ്രബലമാവുകയും അതിനെതിരെ വിപ്ലവവും പൊട്ടിപ്പു റപ്പെടുകയും ചെയ്തു. എന്നാൽ സിമോൺ ബൊളിവറുടെ നേതൃത്വത്തിൽ നടന്ന വിപ്ലവം 1819 ൽ സ്വാതന്ത്ര്യ പ്രഖ്യാപനം നടത്തി. ഇന്നത്തെ കൊളം ബിയ പ്രദേശങ്ങളിലുണ്ടായ സ്പാനിഷ് അനുകൂല പ്രതിരോധങ്ങളെ 1822 ലും വെനിസ്വേലയിൽ 1823 ലും പരാജയപ്പെടുത്തി. ഇകഡോർ, വെനിസ്വേല, കൊളംബിയ എന്നീ യൂണിയനുകളെ ചേർത്ത് വൈസ്രോ യിഭരണത്തിൻ കീഴിലായിരുന്ന ന്യൂ ഗ്രാനഡ (New Granada) യെ റിപ്പ ബ്ലിക്ക് ഓഫ് കൊളംബിയയായി പുനസ്സംഘടിപ്പിച്ചു, 1821 ൽ ചേർന്ന ക്യൂക്കുടാ (Cucuta Congress) കോൺഗ്രസ് പുതിയ റിപ്പബ്ലിക്കിന്റെ ഭര

ണഘടനയ്ക്ക് അംഗീകാരം നൽകി. ആദ്യപ്രസിഡന്റായി സീമോൺ ബോളിവറും വൈസ് പ്രസിഡന്റായി ഫ്രാൻസിസ്കോ ഡ പൗലാ സാന്റാന്ററും (Fransico de Paula Sabtander) തെരഞ്ഞെടുക്കപ്പെട്ടു. എന്നാൽ 1829 ൽ വെനിസേലയും 1830ൽ ഇക്വഡോറും വിട്ടുപോയ തോടെ റിപ്പബ്ലിക്ക് ശിഥിലമായി. ഇതിനെതുടർന്ന് ഡിപ്പാർട്ട്മെന്റ് ഓഫ് ക്യൂൻഡിനാമർക്കാ (Department of Cundinarmarca) എന്ന പേരിലറി യപ്പെട്ടിരുന്ന പ്രദേശം ന്യുവാ ഗ്രാൻറ്റാ എന്നപേര് സ്വീകരിച്ചു. 1863ൽ റിപ്പബ്ലിക്ക് ഓഫ് കൊളംബിയ എന്ന പേര് വീണ്ടും സ്വീകരിച്ചു. തുടർന്ന് രാജ്യത്ത് രാഷ്ട്രീയപാർട്ടികളുടെ ധ്രുവീകരണവും ആഭ്യന്തര കലാപ ങ്ങളും പതിവായി. 1899 മുതൽ 1902 വരെ നീണ്ടുനിന്ന ആയിരം നാളിലെ ആഭ്യന്തരയുദ്ധം (Thousand Days Civil War) ഇതിൽ ഏറ്റവും പ്രധാ നമായിരുന്നു. പനാമ കനാലിന്റെ നിർമാണവും നിയന്ത്രണവുമായി ബന്ധ പ്പെട്ടകാര്യങ്ങളിൽ അമേരിക്കയ്ക്കുണ്ടായ താൽപ്പര്യങ്ങളേ തുടർന്ന് പനാ മ ഡിപ്പാർട്ട്മെന്റ് കൊളംബിയയിൽനിന്നും വേർപെട്ട് 1903 ൽ പ്രത്യേക രാജ്യമായി. തുടർന്ന് കൊളംബിയയിൽ സാമാന്യം ഭേദപ്പെട്ട രാഷ്ട്രീയ സുസ്ഥിരത നിലനിന്നുവന്നു. ആയിരത്തിതൊള്ളായിരത്തി നാൽപ്പതു കളുടെ അവസാനവും ആയിരത്തിതൊള്ളായിരത്തി അമ്പതുകളുടെ തുട ക്കത്തിലുമായി നടന്ന രക്തരൂഷിതകലാപങ്ങളായിരുന്നു ഇതിനൊരപ വാദമായിരുന്നത്. 1948 ഏപ്രിൽ 9 ന് ലിബറൽ പ്രസിഡന്റ് സ്ഥാനാർഥി ജോർഗ് എലീസർ ഗൈയ്ഥാൻ കൊലചെയ്യപ്പെട്ടതിനെ തുടർന്നുണ്ടായ കലാപങ്ങളിൽ 180000 കൊളംബിയക്കാർ കൊല്ലപ്പെട്ടു. 1953 മുതൽ 1964 വരെ ലിബറൽ കൺസർവേറ്റീവ് പാർട്ടികൾ തമ്മിലുണ്ടായിരുന്ന കലാ പങ്ങൾക്ക് തെല്ലൊരു ശമനമുണ്ടായി. തുടർന്ന് ഇരുപാർട്ടികളും തമ്മിൽ നടന്ന അധികാര പങ്കിടൽ കരാറിനെ തുടർന്ന് ദേശീയമുന്നണി രൂപ വൽക്കരിക്കാനും 16 വർഷത്തേക്ക് 4 വർഷം വീതം ലിബറൽ പാർട്ടിയും കൺസർവേറ്റീവ് പാർട്ടിയും മാറി മാറി ഭരിക്കാനും ധാരണയായി. ഇരു പാർട്ടികളും നിരവധി സാമ്പത്തിക സാമൂഹിക പരിഷ്കാരങ്ങൾ നടപ്പാ ക്കാൻ ശ്രമിച്ചെങ്കിലും പല രാഷ്ട്രീയ പ്രശ്നങ്ങളും ഉടലെടുത്തുകൊ ണ്ടിരുന്നു. മാർക്സിസ്റ്റ് സിദ്ധാന്തങ്ങളോടനുഭാവമുള്ള ഗറില്ലാ സംഘ ങ്ങൾ രാജ്യത്ത് രൂപംകൊണ്ടു. മയക്കുമരുന്ന് മാഫിയകൾ 1970 കളുടെ അവസാനവും 1980 കളിലും 1990 കളിലും രാജ്യത്ത് തലപൊക്കി. ഇവർക്ക് രാഷ്ട്രീയ പാർട്ടികളുടേയും സാമ്പത്തിക ശക്തികളുടെയും പിൻബ ലവും ഉണ്ടായിരുന്നു.

1991 ൽ കൊളംബിയയിൽ പുതിയ ഭരണഘടനയ്ക്ക് അംഗീകാരം നൽകി. ഇപ്പോഴും കൊളംബിയൻ രാഷ്ട്രീയം മയക്കുമരുന്ന് മാഫിയക ളുടെയും സായുധഗറില്ലാ സംഘങ്ങളുടെയും നിഴലിലാണ്.

ഭരണക്രമം

1991 ൽ നിലവിൽവന്ന ഭരണഘടനപ്രകാരം കൊളംബിയ പ്രാതി നിധ്യ പ്രസിഡൻഷ്യൽ ജനാധിപത്യ റിപ്പബ്ലിക്കാണ്. ഗവൺമെന്റിന്

എക്സിക്യൂട്ടീവ്, ജുഡീഷ്യറി, ലെജിസ്ലേച്ചർ എന്നിങ്ങനെ മൂന്ന് വ്യത്യ സ്ത അധികാര കേന്ദ്രങ്ങളുണ്ട്. എക്സികുട്ടീവിന്റെ തലവനായ പ്രസി ഡന്റ് രാജ്യത്തിന്റെയും ഗവൺമെന്റിന്റെയും തലവനാണ്. നാലു വർഷ മാണ് പ്രസിഡന്റിന്റെ കാലാവധി. പ്രവിശ്യാതലത്തിൽ ഡിപ്പാർട്ട്മെന്റൽ ഗവർണ്ണർമാരും മുൻസിപ്പൽ തലത്തിൽ മേയർമാരും ഭരണം നിർവഹി ക്കുന്നു. ലെജിസ്ലേറ്റീവ് തലത്തിൽ 102 അംഗ സെനറ്റർമാരെ ദേശീയതല ത്തിൽ നടക്കുന്ന തെരഞ്ഞെടുപ്പിലൂടെ കണ്ടെത്തുന്നു. ഹൗസ് ഓഫ് റപ്രസന്റേറ്റീവുമാരെ ഓരോ പ്രദേശങ്ങളിലേയും ന്യൂനപക്ഷ വിഭാഗ ങ്ങളിൽ നിന്നും തെരഞ്ഞെടുക്കുന്നു. 23 ന്യായാധിപന്മാരുള്ള സുപ്രീം കോടതിക്ക് പീനൽ, സിവിൽ, അഗ്രേറിയൻ, ലേബർ എന്നിങ്ങനെ നാല് ചേമ്പറുകളുണ്ട്. കൊളംബിയയിൽ 32 ഡിപ്പാർട്ട്മെന്റുകളും ഒരു തല സ്ഥാനജില്ലയുമുണ്ട്. തലസ്ഥാനജില്ലയെയും ഒരു ഡിപ്പാർട്ട്മെന്റായി പരി ഗണിച്ച് ഭരണം നടത്തിവരുന്നു. ഡിപ്പാർട്ടുമെന്റുകളെ മുൻസിപ്പാലിറ്റിക ളായും അവയെ വീണ്ടും കൊറേജിമിയന്റോസ് (corregimientos) എന്ന പേരിലും വിഭജിച്ചിരിക്കുന്നു. ഓരോ ഡിപ്പാർട്ടുമെന്റുകൾക്കും ഗവർണർ അധ്യക്ഷനായുള്ള പ്രാദേശിക ഭരണകൂടങ്ങളുണ്ട്. ജനങ്ങൾ നേരിട്ട് തെര ഞ്ഞെടുക്കുന്ന ഗവർണറുടെ കാലാവധി നാലുവർഷമാണ്. മുൻസിപ്പാ ലിറ്റികൾക്ക് തലവന്മാരായി മേയർമാരും കൊറേജിമിയന്റോസിന് പ്രാദേ ശിക നേതാക്കന്മാരുമുണ്ട്.

ഭൂമിശാസ്ത്രം

കൊളംബിയ പർവതങ്ങളുടെ നാടാണ്. ലോകത്തെ അഗ്നിവൃത്ത (Ring of Fire) മേഖലയിലുൾപ്പെടുന്ന ഇവിടെ ഭൂകമ്പങ്ങളും അഗ്നിപർവ്വ തസ്ഫോടനങ്ങളും സർവസാധാരണമാണ്. പ്രധാന പർവതനിരകൾ

ബുയേനവെഞ്ചുര

ആൻറീസ് (Andes) പർവതങ്ങളാണ്. ആൻറീസ് പർവതങ്ങളുടെ കിഴക്കു ഭാഗത്തായി ഒറിനോക്കോ നദീതടവും സമതലപ്രദേശങ്ങളുമുണ്ട്. തെക്കു കിഴക്കെയെറ്റത്തായി ആമസോൺ വനപ്രദേശമാണ്. കൊളംബിയയുടെ ഭൂവിഭാഗത്തിന്റെ ഏകദേശം പകുതിയോളം വരും ഈ രണ്ട് മേഖല കൾ. എന്നാൽ ഇവിടെ ജനസംഖ്യയുടെ കേവലം മൂന്നു ശതമാനം മാത്ര മാണുള്ളത്. കരീബിയൻ തീരത്തിന്റെ വടക്കായി ഇരുപതുശതമാനം ജനങ്ങൾ അധിവസിക്കുന്നു. ബുയേനവെഞ്ചുര (Buenaventura) യാണ് രാജ്യത്തെ പ്രധാന തുറമുഖം. 15 വൻ അഗ്നിപർവതങ്ങൾ ഇടയ്ക്കിടെ പൊട്ടുന്നത് വൻ നാശനഷ്ടങ്ങൾ വരുത്തിവയ്ക്കാറുണ്ട്. അതിവൃഷ്ടി കാരണം മഴക്കാലവും നാശനഷ്ടങ്ങളുടെ കാലമാണ്.

സമ്പദ്ഘടന

ഇരുപതാം നൂറ്റാണ്ടിൽ തുടർച്ചയായി വളർച്ചാനിരക്ക് രേഖപ്പെടു ത്തിയ സാമ്പത്തികശക്തിയാണ് കൊളംബിയ. 1970 മുതൽ 1998 വരെ വർഷംതോറും ശരാശരി നാല് ശതമാനം ജി ഡി പി വളർച്ചാനിരക്ക് രാജ്യം രേഖപ്പെടുത്തി. 2007 ൽ ഇത് 8.2 ശതമാനമായിരുന്നു-ലാറ്റിനമേ രിക്കൻ പ്രദേശത്തെ ഏറ്റവും മുന്തിയ വളർച്ചാനിരക്ക്. ചരിത്രപരമായി കാർഷികസമ്പദ്ഘടനയാണ് രാജ്യത്തുള്ളതെങ്കിലും ഇരുപതാം നൂറ്റാ ണ്ടായപ്പോഴേക്കും അത് വ്യാവസായിക സേവനമേഖലകൾക്ക് ഊന്നൽ നൽകിത്തുടങ്ങി. പെട്രോളിയം, കൽക്കരി, കാപ്പി മറ്റ് കാർഷികവിളകൾ, സ്വർണം, എന്നിവയാണ് പ്രധാന കയറ്റുമതിയിനങ്ങൾ. പ്രധാനമായും അമേരിക്ക, വെനിസ്വേല, ചൈന എന്നിവിടങ്ങളിലേക്കാണ് ഉൽപ്പന്നങ്ങൾ കയറ്റുമതി ചെയ്യുന്നത്. 1990 കളിൽ നടപ്പാക്കിയ ഉദാരവൽക്കരണം രാജ്യത്തെ സാമ്പത്തികവളർച്ച ത്വരിതപ്പെടുത്തി. നിക്ഷേപം ജി ഡി പി യുടെ 26 ശതമാനമായി ഉയർന്നു 2008 ൽ.

കൊളംബിയയിൽ ഏറെനാളായി നിലനിന്നുവന്ന ആഭ്യന്തരകലാപം കാരണം പലരാജ്യങ്ങളും വിനോദസഞ്ചാരികൾക്ക് അവിടേക്ക് വില ക്കേർപ്പെടുത്തിയിരുന്നു. എന്നാൽ അടുത്തകാലത്തായി ഗവൺമെന്റ് ഏർപ്പെടുത്തിയ ജനാധിപത്യ സുരക്ഷാനയം കാരണം പ്രധാന നഗര ങ്ങളിൽ നിന്നും വിമത വിഭാഗങ്ങളെ പൊലീസ് തുരത്തിയതിനെ തുടർന്ന് അവിടം വിനോദസഞ്ചാരികൾക്ക് സുരക്ഷിതമയി. ഇതെത്തുടർന്ന് ലോകമെമ്പാടുംനിന്ന് സഞ്ചാരികൾ വൻതോതിൽ കൊളംബിയയിലേക്ക് എത്തിത്തുടങ്ങി.

ജനങ്ങളും സംസ്കാരവും

ലാറ്റിൻ അമേരിക്കയിൽ ബ്രസീലും മെക്സിക്കോയും കഴിഞ്ഞാൽ ജനസംഖ്യയിൽ മൂന്നാം സ്ഥാനമാണ് കൊളംബിയയ്ക്ക്. 2008 ലെ കണ ക്കനുസരിച്ച് 46 ദശലക്ഷം ജനങ്ങളാണ് അവിടെയുള്ളത്. പരമ്പരാഗത മായി ഗ്രാമങ്ങളിൽനിന്നും നഗരങ്ങളിലേക്കുള്ള ജനപ്രവാഹം വളരെ

കൂടുതലാണ്. കൊളംബിയ ലാറ്റിനമേ രിക്കയിലെ ഏറ്റവും വലിയ നഗര വൽകൃത രാജ്യങ്ങളിലൊന്നാണ്.

സമ്മിശ്രമായ സംസ്കാരമുള്ള രാജ്യമാണ് കൊളംബിയ. ആഫ്രിക്ക, അമേരിക്ക, യൂറോപ്പ്, കരീബിയ, ലാറ്റിന മേരിക്ക എന്നിവിടങ്ങളിൽ നിന്നുള്ള സംസ്കാരങ്ങളുടെ സ്വാധീനം അവിടെ കാണാനാകും. ചരിത്രപരമായി ഒറ്റ പ്പെട്ട ജീവിതരീതികൊണ്ട് തനതായ സാംസ്കാരിക സ്വത്വം കാത്തുസൂക്ഷി ച്ചുപോന്ന ജനങ്ങളാണ് കൊളംബിയ ക്കാർ. എന്നാൽ നഗരവൽക്കരണം, വ്യവസായവൽക്കരണം, ആഗോളീക രണം എന്നിവകൊണ്ട് സംസ്കാരങ്ങൾ സമ്മിശ്രമാകാൻ തുടങ്ങി. കൊളനി വൽക്കരണത്തിന്റെ ബാക്കിയെന്ന നില യിൽ രാജ്യത്ത് ശക്തമായ റോമൻ

ഗബ്രിയേൽ ഗർസിയ മാർക്വേസ്

കത്തോലിക്കാ സഭയുടെ സ്വാധീനമുണ്ട്. കൊളംബിയൻ സംഗീത ത്തിലും നൃത്തത്തിലും ശക്തമായ പോപ്പ്സംഗീതസ്വാധീനമുണ്ട്. ടെലി വിഷൻ, സിനിമ, ഫുട്ബോൾ എന്നിവ പ്രധാന വിനോദോപാധികളാണ്. കൊളംബിയൻ സാഹിത്യവും ലോകശ്രദ്ധയാകർഷിച്ചുവരുന്നു. നോബൽ സമ്മാനജേതാവ് ഗബ്രിയേൽ ഗർസിയ മാർക്വേസ് (Gabriel García Márquez), എഴുത്തുകാരായ ഫെർനാഡോ വല്ലേയോ (Fernando Vallejo) ലോവ്ര റെസ്ട്രെപ്പോ (Laura Restrepo), അൽവരോ മുടിസ് (Álvaro Mutis), ജയിംസ് കാനോൺ (James Cañón) തുടങ്ങി ലോക പ്രശസ്തരായ എഴുത്തുകാരുടെ നീണ്ടനിര തന്നെ കൊളംബിയയിലുണ്ട്.

കോമറോസ്
(Comoros)

ആ‌ഫ്രിക്കയുടെ കിഴക്ക് മൊസാംബിക്കിന് വടക്കുകിഴക്കിനും മഡ ഗാസ്കറിന് വടക്കുപടിഞ്ഞാറിനുമിടയ്ക്കായി ഇന്ത്യാസമുദ്രത്തിൽ സ്ഥിതിചെയ്യുന്ന ദ്വീപുരാഷ്ട്രമാണ് കോമറോസ്. വടക്കുകിഴക്ക് ടാൻസാ നിയയും വടക്കുപടിഞ്ഞാറ് സീഷെൽസുമാണ് മറ്റ് അയൽരാജ്യങ്ങൾ. ഗ്രാന്റെ കൊമോറിലുള്ള മൊറോണിയാണ് തലസ്ഥാനം. കോമറോസ് പ്രധാനമായും നാല് വലിയദ്വീപുകളും നിരവധി ചെറിയ ദ്വീപുകളും ഉൾപ്പെട്ട രാജ്യമാണ്. വടക്കുപടിഞ്ഞാറേയറ്റം ഗ്രാന്റെ കോമോർ (Grande Comore) അഥവാ ന്ഗാസിഡ്ജ (Ngazidga) മൊഹൈലി (Moheili) അഥവാ മ്വാളി (Mwali) അന്‍ജ്വാൻ (Anjouan) അഥവാ ന്സ്വാനി (Nzawani) തെക്കുകിഴക്കേയറ്റം മയോട്ടി (Mayotte) അഥവാ മഹോറീ (Mahore) എന്നിവയാണ് നാല് പ്രധാന ദ്വീപുകൾ. ഇതിൽ മയോട്ടി മാത്ര മാണ് ഇന്നും കോമറോണിയൻ പരമാധികാരത്തിൽ നിന്നും വേർപെട്ട് ഫ്രെഞ്ച് അധീനതയിൽ തുടരുന്ന ദ്വീപ്.

ചരിത്രം

ആഫ്രിക്കയിൽനിന്നും ആഫ്രോനേഷ്യൻ രാജ്യങ്ങളിൽനിന്നും ആറാം നൂറ്റാണ്ടിന് മുമ്പ് കോമറോൺ ദ്വീപുകളിലെത്തിയവരാണ് ഇവി ടുത്തെ ആദ്യകുടിയേറ്റക്കാർ എന്ന് പൊതുവേ വിശ്വസിക്കപ്പെടുന്നു. ആഫ്രിക്കൻ തീരം, മഡഗാസ്കർ, പേർഷ്യ, മലയൻ ദ്വീപുകൾ എന്നി വിടങ്ങളിൽ നിന്നും വ്യാപകമായ തോതിൽ കുടിയേറ്റം നടന്നിട്ടുണ്ട്. കോമ റോസിന്റെ വികസനം പലഘട്ടങ്ങളിലായാണ് നടന്നതെന്ന് ചരിത്രകാര ന്മാർ വിലയിരുത്തുന്നു. ഒമ്പതു മുതൽ പത്തുവരെ നൂറ്റാണ്ടുകളിൽ ഓരോ ദ്വീപുകളും ഒരു കേന്ദ്ര ഗ്രാമസമ്പ്രദായം നിലനിർത്തി വന്നു.

ഇത് ഡംബേനി ഘട്ടം എന്നാണറിയപ്പെട്ടിരുന്നത്. പതിനൊന്നുമുതൽ പതിനഞ്ചാം നൂറ്റാണ്ടുവരെ മധഗാസ്കറുമായും മധ്യപൂർവരാജ്യങ്ങളു മായും വാണിജ്യ ബന്ധം പുഷ്ടിപ്പെട്ടു. ചെറിയ ഗ്രാമങ്ങൾ കൂടുതലായി രൂപംകൊണ്ടു. നിലവിലുള്ള പട്ടണങ്ങൾ വികസിച്ചു. അറബ് വണിക്കു കളുടെ ശ്രമഫലമായാണ് കോമറോസ് ദ്വീപുകളിൽ ഇസ്ലാമിന്റെ സ്വാധീ നമുണ്ടാകുന്നത്. അറേബ്യൻ കച്ചവടക്കാരെ സംബന്ധിച്ചിടത്തോളം ഈ ദ്വീപുകൾ തന്ത്രപ്രധാനമായ വാണിജ്യകേന്ദ്രങ്ങളായിരുന്നു. അവർ ആഫ്രിക്കയിൽനിന്നുള്ള അടിമക്കച്ചവടത്തിനുള്ള പ്രധാന താവളമായി ദ്വീപുകളെ ഉപയോഗിച്ചു. തങ്ങളുടെ മതത്തിന് ദ്വീപുകളിൽ സ്വാധീനം വർദ്ധിച്ചതോടെ അവർ വൻതോതിൽ ആരാധനാലയങ്ങളും നിർമിച്ചു. അങ്ങനെ അറബ് കോളനിവൽക്കരണം കോമറോസിൽ ശക്തിപ്രാപിച്ചു.

യൂറോപ്യൻ കോളനിതാൽപ്പര്യങ്ങളുടെ ഭാഗമായി പോർച്ചുഗീസു കാർ 1505 ൽ കോമറോസ് ദ്വീപസമൂഹങ്ങൾ സന്ദർശിച്ചു. ഫ്രഞ്ചുകാർ 1841 ൽ കോമറോസിൽ കോളനി സ്ഥാപിച്ചു. ക്രമേണ ദ്വീപുകൾ ഓരോ ന്നായി കൂട്ടിച്ചേർത്ത് 1912 ആയപ്പോഴേക്ക് ദ്വീപുകൾ പൂർണ്ണമായും ഫ്രഞ്ച് അധീനതയിലായി. സൂയസ് കനാൽ നിർമ്മിക്കുന്നതുവരെ കിഴക്കൻ രാജ്യങ്ങൾ ഇൻഡ്യ എന്നിവിടേയ്ക്കുള്ള പടിഞ്ഞാറൻ നാടുകളുടെ ഒരു പ്രധാന വാണിജ്യപാതയായിരുന്നു കോമറോസ് ദ്വീപുകൾ. തദ്ദേശീയ മായി കയറ്റുമതി ചെയ്തിരുന്നത് നാളികേരം കന്നുകാലികൾ,ആമത്തോട് എന്നീ ഉൽപ്പന്നങ്ങളായിരുന്നു. ഫ്രഞ്ചുകാരായ കുടിയേറ്റക്കാരും അവ രുടെ കമ്പനികളും അറബ് കച്ചവടക്കാരും കോമറോസ് ദ്വീപുകളിൽ വാണിജ്യാടിസ്ഥാനത്തിൽ പ്രവർത്തിക്കുന്ന പ്ലാന്റേഷനുകൾ സ്ഥാപിച്ചു.

കോമറോസിന് 1978 ൽ സ്വാതന്ത്ര്യം നൽകാമെന്ന് 1973 ലെ കരാർ പ്രകാരം ഫ്രഞ്ച്സർക്കാർ സമ്മതിച്ചെങ്കിലും മയോട്ടി ദ്വീപിലെ ഡെപ്യൂ ട്ടിമാർ ഇതിൽനിന്നും വിട്ടുനിന്നു. സ്വാതന്ത്ര്യത്തിന് വേണ്ടിയുള്ള റഫ റണ്ടം നടത്തിയപ്പോഴും മൂന്ന് ദ്വീപുകാർ അനുകൂലമായി വോട്ടുചെയ്ത പ്പോൾ മയോട്ടിക്കാർ എതിർത്ത് വോട്ടുചെയ്തു. 1975 ജൂലൈ 6 ന് കോമോറിയൻ പാർലമെന്റ് സ്വാതന്ത്ര്യം പ്രഖ്യാപിച്ച് പ്രമേയം പാസാക്കി അഹമ്മദ് അബ്ദുള്ള ആദ്യ പ്രസിഡന്റായി സ്ഥാനമേറ്റു. തുടർന്നുള്ള 30 വർഷം രാഷ്ട്രീയ അസ്ഥിരതയുടെ കാലമായിരുന്നു. 1975 ആഗസ്റ്റ് 3ന് ബോബ് ഡെനാർഡ് (Bob Denard) ജാകിസ് ഫൊക്കാർട്ടി (Jacques Foccart)ന്റെ രഹസ്യ പിന്തുണയോടെ ഫ്രഞ്ച് സർക്കാരിന്റെ സഹായ ത്തോടെ സൈനിക അട്ടിമറിയിലൂടെ അഹമ്മദ് അബ്ദുള്ളയെ പുറ ത്താക്കി. യുണൈറ്റഡ് നാഷണൽ ഫ്രണ്ട് ഓഫ് കോമറോസ് അംഗം സയ്ദ് മൊഹമ്മദ് ജാഫറിനെ പ്രസിഡന്റാക്കി. 1976 ജനുവരിയിൽ ജാഫർ മന്ത്രിസഭയിലെ പ്രതിരോധമന്ത്രി അദ്ദേഹത്തെ അട്ടിമറിച്ച് പ്രസിഡന്റാ യി. അതേസമയം മയോട്ടിദ്വീപുകാർ ഇതിനെതിരെ വോട്ടുരേഖപ്പെടു ത്തി. 1978 മെയ് 13 ന് ബോബ് ഡെനാർഡ് തിരിച്ചെത്തി അലി സോളി ഹിനെ പുറത്താക്കി ഫ്രഞ്ച് ദക്ഷിണാഫ്രിക്കൻ ഗവൺമെന്റുകളുടെ സ

ഹായത്തോടുകൂടി അബ്ദുള്ളയെ പ്രസി
ഡന്റായി അവരോധിച്ചു.ഇസ്ലാമിക പാര
മ്പര്യവ്യവസ്ഥയിലധിഷ്ഠിതമായ ഭരണ
ക്രമത്തിലൂടെ രാജ്യത്തെ ഫെഡറൽ
ഇസ്ലാമിക് റിപ്പബ്ലിക്ക് ഓഫ് കോമറോസ്
ആയി അബ്ദുള്ള മാറ്റി. എന്നാൽ 1989
ൽ സ്വന്തം സൈന്യത്താൽ അബ്ദുള്ള
കൊല്ലപ്പെട്ടു. തുടർന്ന് സൈനിക അട്ടിമ
റികളുടെയും അധികാര മാറ്റങ്ങളുടെയും
പരമ്പരതന്നെ രാജ്യത്തുണ്ടായി. 1995 ൽ
ഫ്രെഞ്ച് ഗവൺമെന്റിന്റെ പിന്തുണയോടെ
നടന്ന തെരഞ്ഞെടുപ്പിൽ മുഹമ്മദ്
താക്കി അബ്ദുൾകരിം (Mohamed Taki
Abdulkarim) പ്രസിഡന്റായി. 1998 ൽ

അഹമ്മദ് അബ്ദുള്ള
മുഹമ്മദ് സാംബി

അബ്ദുൾകരിം അന്തരിച്ചതിനെ തുടർന്ന് താജ്ദിൻ ബെൻ സെയ്ദ്
മസൗണ്ടെ (Thadjidine Ben Said Massounde) ഇടക്കാല പ്രസിഡന്റാ
യി. 1997 ൽ അന്ജാൻ, മൊഹേലി എന്നീദ്വീപുകൾ കോമറോസിൽ
നിന്നും സ്വാതന്ത്ര്യം പ്രഖ്യാപിച്ച് ഫ്രെഞ്ച്ഭരണം പുനഃസ്ഥാപിക്കാനൊരു
ശ്രമം നടത്തി എന്നാൽ ഫ്രാൻസ് ഈ നീക്കത്തെ അംഗീകരിച്ചില്ല. 1999
ഏപ്രിലിൽ സൈനിക മേധാവി അസാലി അസൗമാനി (Azali
Assoumani) യുടെ നേതൃത്വത്തിൽ അധികാരം പിടിച്ചെടുക്കാനായി ഒരു
രക്തരഹിത വിപ്ലവം നടന്നു. ആഫ്രിക്കൻ യൂണിയന്റെ ഇടപെടലിനെ
തുടർന്ന് 2002 ൽ അസാലി സ്ഥാനമൊഴിഞ്ഞ് ജനാധിപത്യരീതിയിൽ
കോമറോസിൽ തെരഞ്ഞെടുപ്പ് നടത്തി. അസാലി പ്രസിഡന്റായി
തെരഞ്ഞെടുക്കപ്പെട്ടു. അസാലി ഭരണഘടനാ പരിഷ്കാരങ്ങളുൾപ്പടെ
നിരവധി പരിഷ്കാരങ്ങൾ രാജ്യത്തു നടപ്പാക്കി. അതെത്തുടർന്ന് 2006
ൽ നടന്ന തെരഞ്ഞെടുപ്പിൽ അഹമ്മദ് അബ്ദുള്ള മുഹമ്മദ് സാംബി
(Ahammed Abdullah Sambi) പ്രസിഡന്റായി. കോമറോസിൽ സമാ
ധാനപരമായി നടന്ന ആദ്യ ജനാധിപത്യ തെരഞ്ഞെടുപ്പായിരുന്നു അത്.

ഭൂമിശാസ്ത്രം

2235 ചതുരശ്രകിലോമീറ്റർ മാത്രം വിസ്തൃതിയുള്ള കോമറോസ്
ദ്വീപുകൾ ലോകത്തെ ഏറ്റവും ചെറിയ രാജ്യങ്ങളിലൊന്നാണ്. ദ്വീപിന്റെ
ഉൾനാടുകൾ കുത്തനെയുള്ള പർവതങ്ങളും ചെറുകുന്നുകളുമുൾപ്പെട്ട
ഭൂവിഭാഗങ്ങളാണ്. രണ്ട് സീസണാണ് പ്രധാനമായുള്ളത്. ഡിസംബർ
മുതൽ ഏപ്രിൽ വരെയുള്ള മഴക്കാലം കഷ്കാസി (Kashkazi)എന്ന പേരി
ലറിയപ്പെടുന്നു. മേയ് മുതൽ നവംബർ വരെയുള്ള കാലം തണുപ്പുകാലം
കുസി (Kusi) എന്നും അറിയപ്പെടുന്നു. നഗാസിദ്ജ കോമറോസിലെ
ഏറ്റവും വലിയ ദ്വീപാണ്. മറ്റുള്ള ദ്വീപുകളുടെ ആകെ വിസ്തൃതിയേ

ക്കാൾ കൂടുതലാണ് ഇതിന്റെ വലിപ്പം. പാറനിറഞ്ഞ മണ്ണാണ് ഇവി ടുത്തെ പ്രത്യേകത. ഏറ്റവും പഴക്കം ചെന്ന ദ്വീപായ മവോർ ഫലഭൂയിഷ്ഠമായ മണ്ണും മത്സ്യസമ്പത്തിനാൽ സമ്പന്നവുമാണ്. ലോകത്തെ ഏറ്റവും സജീവമായ അഗ്നിപർവതങ്ങളിലൊന്നായ കർത്താല നഗാസിദ്ജ ദ്വീപിലാണ്.

ഭരണക്രമം

പ്രസിഡന്റ് രാജ്യത്തിന്റെയും ഗവൺമെന്റിന്റെയും തലവനായുള്ള ഫെഡറൽ പ്രസിഡൻഷ്യൽ റിപ്പബ്ലിക്കൻ ഭരണക്രമമാണ് കോമറോ സിൽ നിലവിലുള്ളത്. എക്സിക്യൂട്ടീവ് അധികാരങ്ങൾ ഗവൺമെന്റിൽ നിക്ഷിപ്തമാണ്. ഫെഡറൽ ലെജിസ്ലേറ്റീവ് അധികാരങ്ങൾ ഗവൺമെന്റിലും പാർലമെന്റിലും നിക്ഷിപ്തമാണ്. ഇസ്ലാമിക നിയമ ത്തിലധിഷ്ഠിതമാണ് കോമറോസിന്റെ നിയമസംവിധാനം. ഗ്രാമമൂപ്പന്മാർ പ്രാദേശികമായ മിക്ക കേസുകളിലും തീർപ്പുകൽപ്പിക്കുന്നു. ജുഡീഷ്യറി ലെജിസ്ലേറ്റീവിൽ നിന്നും സ്വതന്ത്രമാണ്.

സമ്പദ്ഘടന

ലോകത്തെ ഏറ്റവും ദരിദ്രരാജ്യങ്ങളിലൊന്നാണ് കോമറോസ്. 14.3 ശതമാനമാണ് തൊഴിലില്ലായ്മനിരക്ക്. കൃഷി, മത്സ്യബന്ധനം, വനവി ഭവങ്ങൾ ശേഖരിക്കൽ, വേട്ടയാടൽ എന്നിവയാണ് ജനങ്ങളുടെ പ്രധാന സാമ്പത്തിക പ്രവർത്തനങ്ങൾ. ജനസംഖ്യയിൽ 38.4 ശതമാനവും പ്രാ ഥമിക മേഖലയിൽ ജോലിചെയ്ത് ഉപജീവനം കണ്ടെത്തുന്നു. ഉയർന്ന ജനസംഖ്യാവർദ്ധനനിരക്ക് കൃഷിഭൂമിയിലുള്ള ജനസമ്മർദ്ദം വർദ്ധിപ്പി ക്കുകയും അത് വമ്പിച്ച പാരിസ്ഥിതിക പ്രശ്നങ്ങൾക്ക് വഴിവയ്ക്കുകയും ചെയ്യുന്നു. കുറഞ്ഞുവരുന്ന നിക്ഷേപത്തോത്, ഉപഭോഗത്തിലുണ്ടാകുന്ന ഇടിവ്, നാണയപ്പെരുപ്പം, നാണ്യവിളകളിൽ ചിലതിന്റെ വിലയിടിവു മൂലമുണ്ടായ വാണിജ്യനീക്കിയിരിപ്പിലെ അസമത്വം എന്നിവമൂലം ജി ഡി പി യിൽ വർഷംതോറും വൻതോതിലുള്ള കുറവ് സംഭവിച്ചുകൊ ണ്ടിരിക്കുന്നു. വളരെ അപര്യാപ്തമായ ഗതാഗത സംവിധാനം രാജ്യത്തെ വാണിജ്യപ്രവർത്തനങ്ങളെ പിന്നാക്കം വലിക്കുന്നു.

കോംഗോ
(Democratic Republic of Congo)

മധ്യആഫ്രിക്കൻ രാജ്യം. ആഫ്രിക്കയിൽ സുഡാൻ, അൾജീരിയ എന്നീരാജ്യങ്ങൾ കഴിഞ്ഞാൽ വലിപ്പത്തിൽ മൂന്നാം സ്ഥാനത്തുള്ള രാജ്യം. വലിപ്പത്തിൽ ലോകരാജ്യങ്ങളുടെ ഇടയിൽ പന്ത്രണ്ടാം സ്ഥാന മുള്ള കോംഗോയ്ക്ക് ജനസംഖ്യയിൽ ലോകത്ത് പതിനെട്ടാം സ്ഥാന മാണുള്ളത്. സമീപരാജ്യമായ റിപ്പബ്ലിക്ക് ഓഫ് കോംഗോയുമായി തെറ്റി ദ്ധരിക്കപ്പെടാനിടയുള്ളതുകൊണ്ട് ഡെമോക്രാറ്റിക്ക് റിപ്പബ്ലിക്ക് ഓഫ് കോംഗോ ഡി ആർ കോംഗോ എന്നോ, ഡി ആർ ഒ സി എന്നോ, ഡി ആർ സി എന്നോ ആർ ഡി സി (റിപ്പബ്ലിക്ക്യൂ ഡെമോക്രാറ്റിക്യൂ ഡു കോംഗോ—ഫ്രഞ്ച് പേര്) എന്നിങ്ങനെ അറിയപ്പെടുന്നു. കിൻഷാൻസാ (Kinshasa) തലസ്ഥാനമായതിനാൽ കോംഗോ—കിൻഷാൻസാ എന്ന പേരിലും കോംഗോ അറിയപ്പെടുന്നു. വടക്ക് മധ്യ ആഫ്രിക്കൻ റിപ്പബ്ലി ക്ക്, സുഡാൻ വടക്ക് ഉഗാണ്ട, റുവാണ്ട, കിഴക്ക് ബറുണ്ടി, തെക്ക് സാംബിയ, അംഗോള എന്നിങ്ങനെ അയൽ രാജ്യങ്ങൾ. കോംഗോയുടെ പടിഞ്ഞാറ് 37 കിലോമീറ്റർ ദൂരം അറ്റ്ലാന്റിക് സമുദ്രവുമുണ്ട്.

ചരിത്രം

നിയോലിത്തിക് കാലഘട്ടം മുതൽക്കേ മധ്യആഫ്രിക്കൻ പ്രദേശ ങ്ങളിൽ ജനവാസമുണ്ടായിരുന്നതായി ചരിത്രശേഷിപ്പുകൾ സൂചന നൽകുന്നു. ബി സി 1500 മുതൽ 50 വരെ ദക്ഷിണ കാമറൂൺ സനാഗാ നദീതടം എന്നിവിടങ്ങളിൽ കന്നുകാലിവളർത്തലും കൃഷിയുമായി ഉപ ജീവനം നയിച്ചുവന്ന ജനങ്ങൾ അധിസിച്ചിരുന്നു. കോംഗോ മേഖലയിൽ എംബണ്ടക (Mbandaka) തുംബ(Tumba) തടാകം എന്നിവിടങ്ങളിൽ

ബി സി 650 കാലഘട്ടത്തിൽ ഇംബൊങ്ക (Imbonga Tradition) പാര
മ്പര്യം നിലനിന്നിരുന്നു. ബി സി 350 കാലഘട്ടങ്ങളിൽ അംഗോളയോടു
ചേർന്നുള്ള വടക്കൻ പ്രദേശങ്ങളിൽ ൻകോവോ (Ngovo) പാരമ്പര്യവും
നിലനിന്നിരുന്നു. ഉഗാണ്ട, റുവാണ്ട, ബറുണ്ടി, പശ്ചിമ കെനിയ, ടാൻസാ
നിയ എന്നീമേഖലകളിൽ ഉറേവേ (Urewe) സംസ്കാരം ബി സി 650
ൽ നിലനിന്നിരുന്നു. ബി സി 650 മുതൽ 550 വരെയുള്ള കാലഘട്ടത്തിൽ
തന്നെ മധ്യആഫ്രിക്കയിലെ കാമറൂൺ പ്രദേശങ്ങളിൽ ഇരുമ്പുരുക്ക്
സാങ്കേതികവിദ്യ പ്രചാരത്തിലിരുന്നതായി ആർക്കിയോളജി വിദഗ്ദ്ധർ
അഭിപ്രായപ്പെടുന്നു. നിയോലിത്തിക് കാലഘട്ടത്തിൽപ്പെട്ട ബാണ്ടു ഭാഷ
സംസാരിക്കുന്ന ജനവിഭാഗവും പൂർവാഫ്രിക്കയിൽ നിന്ന് കുടിയേറിയ
ജനങ്ങളും തമ്മിൽ സമ്മിശ്രമായുണ്ടായ വംശീയത കൃഷി, കന്നുകാലി
വളർത്തൽ, മത്സ്യബന്ധനം, ഇരുമ്പുരുക്ക് സാങ്കേതികവിദ്യ, വേട്ടയാ
ടൽ, ഫലവർഗ ശേഖരണം എന്നിങ്ങനെ വൈവിധ്യമാർന്ന തൊഴിൽ
മേഖലകൾ കോംഗോയിലേക്ക് കൊണ്ടുവന്നു. ബാണ്ടുഭാഷ കോംഗോ
യിലെ അടിസ്ഥാനഭാഷയായത് ഇങ്ങനെയാണ്.

കോംഗോപ്രദേശങ്ങളിൽ നിലനിന്നിരുന്ന വിവിധ സംസ്കാരങ്ങൾ
ഉപംബ (Upamba) സംസ്കാരവുമായിചേർന്ന് ലുംബ സാമ്രാജ്യം രൂപം
കൊണ്ടു. ധാതുസമ്പന്നമായിരുന്ന പ്രദേശമായതിനാൽ ലുംബ
സാമ്രാജ്യം വളരെ അഭിവൃദ്ധിപൂണ്ടു. ഇരുമ്പ്, ചെമ്പ്, കളിമണ്ണ് എന്നി
വയായിരുന്നു പ്രധാന ധാതുക്കൾ. അക്കാലത്ത് ലോഹത്തിന് ആവശ്യ
മേറെയായിരുന്നതിനാൽ വ്യാപകമായി ഇത് വിപണനം ചെയ്തുവന്നു.
പതിനാറാം നൂറ്റാണ്ടായപ്പോഴേക്കും ലുംബ സാമ്രാജ്യം ഈ മേഖലയിലെ
പ്രബലശക്തിയായി മാറി. 16 ാം നൂറ്റാണ്ടായപ്പോഴേക്കും ഈ മേഖല
യിലെ പ്രധാനവാണിജ്യ ശക്തിയായി കോംഗോ മാറി. 1500 കിലോമീറ്റർ
ദൂരെയുള്ള ഇന്ത്യാ സമുദ്രത്തിലുള്ള രാജ്യങ്ങളുമായി ഇക്കാലത്ത്
കോംഗോ വാണിജ്യ ബന്ധത്തിലേർപ്പെട്ടു വന്നു. 1870 മുതൽ 1920 കൾ
വരെ യൂറോപ്യൻ അധിനിവേശത്തിന്റെ കാലമായിരുന്നു. ബെൽജിയം
രാജാവ് ലിയോപോൾഡ് രണ്ടാമന്റെ നിർദേശാനുസരണം സർ. ഹെൻറി
മോർട്ടൺ സ്റ്റാൻലിയായിരുന്നു ആദ്യഅധിനിവേശസംഘത്തെ നയിച്ചത്.
1885 ൽ ലിയോപോൾഡ് കോംഗോയെ തന്റെ സ്വകാര്യ സ്വത്താക്കിമാറ്റി,
കോംഗോ ഫ്രീ സ്റ്റേറ്റ് എന്ന് നാമകരണം ചെയ്തു. ലിയോപോൾഡിന്റെ
ധനസമ്പാദനത്തിനായി കോംഗോയിൽ അദ്ദേഹം നിരവധി വികസന
പദ്ധതികൾ നടപ്പാക്കി. തദ്ദേശീയരെ മൃഗീയമായി ചൂഷണംചെയ്ത്
റബ്ബർ കൃഷി വിപുലമാക്കി. 1885-1905 കാലഘട്ടത്തിൽ ദശലക്ഷക്കണ
ക്കിന് കോംഗോക്കാർ പീഡനവും രോഗങ്ങളും മൂലം കൊല്ലപ്പെട്ടു.
കോംഗോയിലെ ജനസംഖ്യയിൽ ഏകദേശം പകുതിയോളംപേർ ഇത്ത
രത്തിൽ കൊല്ലപ്പെട്ടതായാണ് കണക്കുകൾ സൂചിപ്പിക്കുന്നത്. ഫ്രീ സ്റ്റേ
റ്റിന്റെ മനുഷ്യത്വരഹിതമായ ഭരണം ലോകമെമ്പാടുംനിന്നുള്ള പ്രതിഷേ
ധത്തിനിടയാക്കി.

1908 ൽ ബെൽജിയം പാർലമെന്റ് അന്താരാഷ്ട്ര സമ്മർദങ്ങളെ തുടർന്ന് കോംഗോയെ ഫ്രീ സ്റ്റേറ്റ് എന്ന സ്വകാര്യവ്യവസ്ഥിതിയിൽ നിന്നും മാറ്റി അവരുടെ കോളനിയാക്കി. 1908 മുതൽ 1960 വരെ ബെൽ ജിയം കോംഗോയെന്നാണ് രാജ്യം അറിയപ്പെട്ടത്. 1950കളിൽ തന്നെ കോംഗോയിൽ സ്വാതന്ത്ര്യ പ്രസ്ഥാനങ്ങൾ രൂപപ്പെട്ടുവന്നു. വംശീയപാ രമ്പര്യ പിന്തുടർച്ചകൾ, നഗരകേന്ദ്രീകൃതമായ ബുദ്ധിജീവിപ്രസ്ഥാന ങ്ങൾ, സ്ക്കൂൾ പൂർവവിദ്യാർഥികൂട്ടായ്മകൾ എന്നിവയായിരുന്നു സ്വാത ന്ത്ര്യപ്രസ്ഥാനങ്ങൾക്ക് തുടക്കമിട്ടത്. ഇതിലേറ്റവും പ്രധാനപ്പെട്ടത് 1950 ൽ രൂപീ കൃതമായ ബകോംഗോ ഭാഷ സംസാരിക്കുന്ന വംശീയപ്രസ്ഥാനമായി രുന്ന അസ്സോസിയേഷൻ ഡസ് ബകോംഗോ (Association des Bakongo (ABAKO)) സ്വാതന്ത്ര്യവും ഫെഡറലിസവും വേണമെന്ന ആവശ്യം ഉന്നയിച്ചുവന്നു. ബംഗാള (Bangala) വംശീയതയുടെ ലിബോക്ക് ലിയ ബംഗാള (Liboke lya Bangala) കാസിപ്രദേശത്തെ ജനങ്ങളുടെ ഫെഡെ ക്കാലിയോ (Fédékaléo)എന്നീ പ്രസ്ഥാനങ്ങളും സ്വാതന്ത്ര്യം എന്ന ആവ ശ്യവുമായി മുന്നോട്ടുവന്നു.

1960 മെയ് മാസത്തിൽ നടന്ന പാർലമെന്ററി തെരഞ്ഞെടുപ്പിൽ പാട്രിസ് ലുമുംബ (Patrice Lumumba) നേത്യത്വം കൊടുത്ത മവുമെന്റ് നാഷണൽ കോംഗോളൈസ് (Mouvement National Congolais) ഭൂരി പക്ഷം നേടി. പാട്രിസ് ലുമുംബയെ പ്രധാനമന്ത്രിയായി നിയമിച്ചു. അല യൻസ് ഡസ് ബകോംഗോ നേതാവ് (*Alliance des Bakongo* (ABAKO)) ജോസഫ് കസാവുബു പ്രസിഡന്റായി തെരഞ്ഞെടുക്കപ്പെട്ടു. 1960 ജൂൺ 30 ന് കോംഗോ സ്വതന്ത്രമായി, റിപ്പബ്ലിക്ക് ഓഫ് കോംഗോ എന്ന പേര് സ്വീകരിച്ചു. ഇതെത്തുടർന്ന് പ്രാദേശിക സമരങ്ങൾ നേത്യത്വത്തിനെ തിരെ പൊട്ടിപ്പുറപ്പെട്ടു.

ഫ്രെഞ്ച് കോളനിയായിരുന്ന മിഡിൽ കോംഗോ (മെയൻ കോംഗോ)യും സ്വാതന്ത്ര്യലബ്ധിയെ തുടർന്ന് റിപ്പബ്ലിക്ക് ഓഫ് കോംഗോ എന്ന പേര് സ്വീകരിച്ചതിനെ തുടർന്ന് ഇരുരാജ്യങ്ങളുടെയും പേരുകൾ തമ്മിൽ ആശ യക്കുഴപ്പമുണ്ടാകാൻ തുടങ്ങി. ഇരുരാജ്യങ്ങളും അവരവരുടെ തലസ്ഥാ നങ്ങളുടെ പേരുകൂടി ചേർത്ത് അറിയപ്പെടാൻ തുടങ്ങി- കോംഗോ ലിയോപോൾഡ്വില്ലെ എന്നും കോംഗോ ബ്രസവില്ലെ-എന്നിങ്ങനെ. ഇതുകൊണ്ടും ആശയക്കുഴപ്പം തീർന്നില്ല. തുടർന്ന് 1965 ൽ രാജ്യവ്യാപ കമായി നടത്തിയ ഹിതപരിശോധനയിൽ രാജ്യത്തിന്റെ ഔദ്യോഗിക നാമം ഡെമോക്രാറ്റിക്ക് റിപ്പബ്ലിക്ക് ഓഫ് ദ് കോംഗോ എന്നാക്കിമാറ്റുന്ന തിന് തീരുമാനിച്ചു. 1971 ൽ ഇത് വീണ്ടും റിപ്പബ്ലിക്ക് ഓഫ് സയർ എന്നാക്കി മാറ്റി.

ആയിരത്തിതൊള്ളായിരത്തി അറുപതുകൾ രാഷ്ട്രീയ അനിശ്ചി തത്ത്വത്തിന്റെയും ഭരണഅട്ടിമറികളുടെയും കാലമായിരുന്നു. 1960 സെപ്റ്റം ബർ 5 ന് പ്രസിഡന്റ് കസാവുബു പാട്രിസ് ലുമുംബയെ പ്രധാനമന്ത്രി

സ്ഥാനത്തുനിന്നും പുറത്താക്കി. ഇരു വരും തമ്മിലുള്ള സംഘർഷം മുതലെ ടുത്ത് സൈനികമേധാവിയായിരുന്ന ജോസഫ് മൊബുട്ടു സൈനികഅട്ടിമറി യിലൂടെ ഭരണം കൈവശപ്പെടുത്തി. ജോസഫ് മൊബുട്ടുവിന് അമേരിക്കയു ടെയും ബെൽജിയത്തിന്റെയും പിന്തു ണയും ലഭിച്ചിരുന്നു. 1961 ജനുവരി 17 ന് കട്ടാങ്കൻ സൈന്യവും ബൽജിയം അർ ദ്ധസൈനികരും ചേർന്ന് അമേരിക്കൻ പിന്തുണയോടുകൂടി പാട്രിസ് ലുമും ബയെ തട്ടിക്കൊണ്ടുപോയി വധിച്ചു. കട്ടാങ്കൻ സേനയുടെ അധിനിവേശം 1963 ൽ ഐക്യരാഷ്ട്രസഭയുടെ സൈന്യം ഇട പെട്ട് അവസാനിപ്പിച്ചു. തുടർന്ന് നിരവധി

പാട്രിസ് ലുമുംബ

ഗവൺമെന്റുകൾ മാറിമാറി രാജ്യം ഭരിച്ചെങ്കിലും ഒന്നും ദീർഘകാലം നിലനിന്നില്ല. 1965 ൽ ലഫ്റ്റനന്റ് ജനറൽ ജോസഫ് ഡസയർ മൊബുട്ടു അധികാരം പിടിച്ചെടുത്ത് 5 വർഷത്തേക്ക് രാജ്യത്തിന്റെ പ്രസിഡന്റായി സ്വയം അവരോധിച്ചു. കമ്യൂണിസ്റ്റ് വിരോധത്താൽ അമേരിക്കയുടെ പിന്തു ണയും മൊബുട്ടുവിന് ലഭിച്ചിരുന്നു. ഏകപാർട്ടി സംവിധാനം ഏർപ്പെടു ത്തിയ മൊബുട്ടു കാലാകാലങ്ങളിൽ തെരഞ്ഞെടുപ്പുകൾ നടത്തിയെ ങ്കിലും എല്ലാ തെരഞ്ഞെടുപ്പുകളിലും അദ്ദേഹം തന്നെയായിരുന്നു ഏക സ്ഥാനാർഥി. രാജ്യത്ത് സമാധാനം പേരിന് നിലവിൽ വന്നെങ്കിലും കടുത്ത മനുഷ്യാവകാശ ലംഘനങ്ങളും രാഷ്ട്രീയ അടിച്ചമർത്തലുകളും ഭരണത്തിന്റെ ഭാഗമായി അരങ്ങേറി. അഴിമതിയും ദുർഭരണവും രാജ്യത്തെ ഗ്രസിച്ചു. 1971 ൽ മൊബുട്ടു രാജ്യത്തിന്റെ പേർ റിപ്പബ്ലിക്ക് ഓഫ് സയർ എന്നാക്കിമാറ്റി. കോംഗോ നദിയുടെ പേർ സയർ നദി എന്നും മാറ്റി.

അഴിമതിയുടെയും ദുർഭരണത്തിന്റെയും പര്യായമായി മാറി മൊബു ട്ടുവിന്റെ ഭരണം. അന്താരാഷ്ട്ര ഏജൻസികളിൽ അടിസ്ഥാനവികസനാ വശ്യങ്ങൾക്കായി ലഭ്യമായ ധനസഹായത്തിന്റ് സിംഹഭാഗവും ഇത്തര ത്തിൽ കൊള്ളയടിക്കപ്പെട്ടു. മൊബൊട്ടു സർവാധികാരങ്ങളുമുപയോ ഗിച്ച് രാജ്യഭരണം നടത്തി കോടിക്കണക്കിന് ഡോളർ സമ്പാദൃത്തിന് ഉടമയായി. അധികാരം തലയ്ക്കുപിടിച്ച മൊബുട്ടു തന്റെ പേർ "പിന്നിൽ അഗ്നിപാറിച്ച് വിജയത്തിൽ നിന്ന് വിജയത്തിലേക്ക് കുതിക്കുന്ന അപ്ര തിരോധ്യനായ മഹാനായ പോരാളി" (Mobutu Sese Seko Kuku Ngbendu Wa Za Banga) എന്ന് മാറ്റി. മൊബുട്ടുവിന്റെ പ്രതിയോഗി കൾ ഭരണപരിഷ്കാരമാവശ്യപ്പെട്ട് മുന്നോട്ടുവന്നു. 1990 ൽ ചില ഭരണ

പരിഷ്കാരങ്ങൾ നടത്താൻ മൊബുട്ടു തയാറായി. എന്നാൽ സംഘർഷം തുടർന്നുകൊണ്ടേയിരുന്നു.

1996 ആയപ്പോഴേക്ക് അയൽ രാജ്യമായ റുവാണ്ടയിൽ ആഭ്യന്തര യുദ്ധം പൊട്ടിപ്പുറപ്പെട്ടു. റുവാണ്ടയിൽനിന്ന് പലായനം ചെയ്ത് സയ റിൽ അഭയം തേടിയ ഹുട്ടു കലാപകാരികൾ അവിടുത്തെ തങ്ങളുടെ അഭയാർഥിക്യാമ്പുകൾ റുവാണ്ടയ്ക്കെതിരെ കലാപം നയിക്കുന്നതി നുള്ള വേദിയായി ഉപയോഗിച്ചുതുടങ്ങി. ഹുട്ടുകലാപകാരികൾ സയർ സൈന്യവുമായി ചേർന്ന് കിഴക്കൻ സയറിലുണ്ടായിരുന്ന കോംഗോ വം ശീയകലാപകാരികൾക്കെതിരെ ആക്രമണം തുടങ്ങി. അതേസമയം റുവാണ്ടയുടെയും ഉഗാണ്ടയുടെയും സൈന്യങ്ങൾ ഒന്നുചേർന്ന് സയ റിനെ കീഴടക്കി മൊബുട്ടുവിനെ അധികാരഭ്രഷ്ടനാക്കി. മൊബുട്ടുവിനെ എതിർത്തുവന്ന പ്രതിപക്ഷരാഷ്ട്രീയക്കാരും ഇവരോടൊപ്പം ചേർന്നു. ദീർഘകാലമായി ഭരണമാറ്റമാവശ്യപ്പെട്ടുകൊണ്ടിരുന്ന അലയൻസ് ഡി ഫോഴ്സസ് ഡെമോക്രാറ്റികി പൗർ ല ലിബറേഷൻ ഡു കോംഗോ സയർ (Alliance des Forces Démocratiques pour la Libération du Congo-Zaïre (AFDL) നേതാവ് ലോറന്റ് ഡിസയർ കബില (Laurent-Désiré Kabila) റുവാണ്ടൻ ഉഗാണ്ടൻ സൈന്യങ്ങളുടെ പിൻബലത്തോടുകൂടി മൊബുട്ടുവിനെ അധികാരഭ്രഷ്ടനാക്കി. അങ്ങനെ 1997 ൽ മൊബുട്ടു വിന് രാജ്യം വിട്ടുപോകേണ്ടതായി വന്നു. കബില പ്രസിഡന്റായി സ്വയം പ്രഖ്യാപിച്ചു. തുടർന്ന് രാജ്യം അതിന്റെ പഴയ ഡെമോക്രാറ്റിക്ക് റിപ്പ ബ്ലിക്ക് ഓഫ് ദ് കോംഗോ എന്ന പേര് സ്വീകരിച്ചു.

റുവാണ്ടയുടെയും ഉഗാണ്ടയുടെയും സാന്നിധ്യം തന്റെ നിലനിൽ പ്പിന് ഭീഷണിയായേക്കുമെന്ന തിരിച്ചറിഞ്ഞ കബില അവരുടെ സൈനി കർ തിരിച്ചുപോകണമെന്ന് നിർദേശിച്ചു. പക്ഷെ ഈ നിർദേശം ഇരുരാ ജ്യങ്ങൾക്കും സ്വീകാര്യമായിരുന്നില്ല. റുവാണ്ടയും ഉഗാണ്ടയും തങ്ങളു ടെ സൈന്യത്തിന്റെ പിന്തുണയോടുകൂടി രൂപീകരിച്ച വിമോചനസേന കളുടെ സഹായത്തോടുകൂടി കബിലയ്ക്കെതിരെ ആക്രമണം നടത്തി. അംഗോള, സിംബാവെ, നമീബിയ എന്നീ രാജ്യങ്ങൾ കോംഗോയുടെ സഹായത്തിനുമെത്തി. കബില 2001 ൽ വധിക്കപ്പെട്ടു. തുടർന്ന് അദ്ദേ ഹത്തിന്റെ മകൻ ജോസഫ് അധികാരമേറ്റെടുത്തു. 2001 ഫെബ്രുവരി യിൽ ജോസഫ് കബില, റുവാണ്ട, ഉഗാണ്ട എന്നീ രാജ്യങ്ങളുമായി നടത്തിയ സമാധാന ചർച്ചയിൽ ഇരുരാജ്യങ്ങളുടെയും സേനാപിന്മാറ്റ ത്തിന് ധാരണയായി. 2002 ജനുവരിയിൽ വീണ്ടും സംഘർഷം ഉടലെടു ത്തതിനെ തുടർന്ന് ഇരുരാജ്യങ്ങളും സേനാപിന്മാറ്റം നിർത്തിവച്ചു. 2003 ജൂണിൽ എല്ലാ വിദേശസൈന്യങ്ങളും കോംഗോ വിടാൻ ധാരണയായി. എന്നാൽ റുവാണ്ടൻ സൈന്യമൊഴികെ മറ്റെല്ലാവരും രാജ്യത്തുനിന്നും പിന്മാറി. കോംഗോയിൽ സമൃദ്ധമായി ലഭ്യമായിരുന്ന പ്രകൃതിവിഭവങ്ങ ളിലായിരുന്നു എല്ലാവർക്കും താൽപ്പര്യം.

2006 ജൂലൈ 30 ന് ഡെമോക്രാറ്റിക്ക് റിപ്പബ്ലിക്ക് ഓഫ് കോംഗോ പുതിയ ഭരണഘടനയ്ക്ക് അംഗീകാരം നൽകി ആദ്യ ബഹുകക്ഷി തെരഞ്ഞെടുപ്പ് നടന്നു. ജോസഫ് കബിലയ്ക്ക് 45 ശതമാനവും തൊട്ടടുത്ത എതിരാളി ഴാൻ പിയർ ബെംബാ (Jean-Pierre Bemba)യ്ക്ക് 20 ശത മാനവും വോട്ടുകൾ ലഭിച്ചു. തെരഞ്ഞെടുപ്പ് ഫലം തർക്കവിഷയമായ തിനെ തുടർന്ന് കലാപം പൊട്ടിപ്പുറപ്പെട്ടു. 2006 ഒക്ടോബർ 29 ന് നടന്ന തെരഞ്ഞെടുപ്പിൽ ജോസഫ് കബില 70 ശതമാനം വോട്ടുകൾ നേടി വൻഭൂരിപക്ഷം നേടി. 2006 ഡിസംബർ 6 ന് ജോസഫ് കബില പ്രസി ഡന്റായി അധികാരമേറ്റെടുത്തു.

കലാപങ്ങളും വംശീയയുദ്ധങ്ങളും രാജ്യത്ത് പതിവു സംഭവങ്ങ ളായി. രണ്ടാം ലോകമഹായുദ്ധത്തിന് ശേഷം ലോകത്ത് ഏറ്റവുമധികം ജനങ്ങൾ കൊല്ലപ്പെട്ടത് ഈ കലാപങ്ങളിലാണ്. ഏകദേശം 5.4 ദശലക്ഷം ജനങ്ങളാണ് ഇങ്ങനെ കൊല്ലപ്പെട്ടത്. 2009ലെ ഒരു കണക്ക് പ്രകാരം കോംഗോയിൽ പ്രതിമാസം രോഗപീഡകളാലും ക്ഷാമംമൂലവും അനേ കംപേർ കൊല്ലപ്പെടുന്നു. ഇതിൽ പകുതിയിലധികവും അഞ്ചുവയസിന് താഴെയുള്ള കുട്ടികളാണത്രെ. രണ്ടുലക്ഷത്തിലധികം സ്ത്രീകളാണ് ബലാത്സംഗം ചെയ്യപ്പെട്ടത്.

കോംഗോയിൽ നടന്നുവരുന്ന മനുഷ്യാവകാശ ധ്വംസനങ്ങളെ അന്താരാഷ്ട്രസമൂഹം ഒന്നടങ്കം അപലപിക്കുന്നുണ്ടെങ്കിലും സമാധാനം എത്രയോ അകലെയാണ്. ഐക്യരാഷ്ട്ര സഭാ രക്ഷാസമിതിയും യു എൻ സെക്രട്ടറി ജനറലും നിരന്തരം കോംഗോയ്ക്ക് മുന്നറിയിപ്പ് നൽകു ന്നുണ്ടെങ്കിലും അവർ അതൊന്നും മുഖവിലയ്ക്കെടുക്കുന്നതേയില്ല. അങ്ങനെ ലോകരാഷ്ട്രങ്ങളുടെ ഇടയിൽ പരിഹൃതമാകാതെ കിടക്കുന്ന പ്രശ്നമായി കോംഗോ അവശേഷിക്കുന്നു.

ഭൂപ്രകൃതി

ഭൂമധ്യരേഖയ്ക്ക് ഇരുപുറവുമായി കിടക്കുന്ന കോംഗോയ്ക്ക് 2,345,408 ചതുരശ്രകിലോമീറ്റർ വിസ്തൃതിയുണ്ട്. ഭൂമധ്യരേഖാപ്രദേശ മായതിനാൽ ധാരാളം മഴലഭിക്കുന്നുണ്ടിവിടെ. ശരാശരി വാർഷികമഴ യുടെ തോത് 2000 മില്ലിമീറ്ററാണ്. ആമസോൺ കഴിഞ്ഞാൽ ലോകത്തെ ഏറ്റവും വലിയ മഴക്കാടുകൾ കോംഗോയിലാണ്. പുൽമേടുകൾ, സമ തലം, പർവതപ്രദേശങ്ങൾ നദീതടങ്ങൾ എന്നിങ്ങനെ സമ്മിശ്രമായ ഭൂപ്ര കൃതിയാണ് ഇവിടെ. കോംഗോ നദീതടം ഏകദേശം പത്തുലക്ഷം ചതു രശ്രകിലോമീറ്റർ വ്യാപിച്ചുകിടക്കുന്നു. കോംഗോ നദിയുടെ പ്രധാന പോഷകനദികളായ കസായി (Kasai) സംഘ (Sangha), ഉബംഗി (Ubangi), അറുവിമി (Aruwimi) ലുലോംഗ (Lulonga) എന്നിവ ജനങ്ങ ളുടെ സാമ്പത്തിക പ്രവർത്തനങ്ങളുമായി അഭേദ്യമായി ബന്ധപ്പെട്ടിരി ക്കുന്നു. ഗ്രേറ്റ് റിഫ്റ്റ് വാലി എന്ന പ്രദേശം-പ്രത്യേകിച്ച് കിഴക്കൻ റിഫ്റ്റ്

കോംഗോ നദി: ഒരു ആകാശക്കാഴ്ച

വാലി കോംഗോയുടെ പ്രധാനപ്പെട്ട സാമ്പത്തിക മേഖലയാണ്. ധാതു ദ്രവ്യങ്ങളാൽ സമ്പുഷ്ടമാണ് ഈ പ്രദേശം. കോബാൾട്ട്, ചെമ്പ്, കാഡ്മി യം, വൈഡൂര്യം, വെള്ളി, നാഗം, ജെർമേനിയം, യുറേനിയം. റേഡിയം, ബോക്സൈറ്റ്, ഇരുമ്പെര, കൽക്കരി എന്നീ ധാതുക്കളാണ് പ്രധാന മായും ഇവിടെ കണ്ടുവരുന്നത്. ഈ ധാതുസമ്പത്തിനെ ലക്ഷ്യം വച്ചാണ് അയൽ രാജ്യങ്ങളും യൂറോപ്യൻ രാജ്യങ്ങളും കോംഗോയിൽ അധിനി വേശത്തിന് കാലാകാലങ്ങളായി ശ്രമിച്ചുപോന്നത്.

ഭരണക്രമം

കോംഗോയിൽ നിലവിലുള്ളത് പ്രസിഡൻഷ്യൽ ഡെമോക്രാറ്റിക്ക് സംവിധാനമാണ്. ഇരുമണ്ഡലങ്ങളുള്ള ലെജിസ്ലേച്ചറിന് സെനറ്റും നാഷ ണൽ അസംബ്ലിയുമുണ്ട്. എക്സിക്യൂട്ടീവിൽ 60 അംഗ ക്യാബിനറ്റിൽ പ്രധാനമന്ത്രിയെ നാഷണൽ അസംബ്ലിയിൽ ഭൂരിപക്ഷം ലഭിക്കുന്ന പാർട്ടി തെരഞ്ഞെടുക്കുന്നു. പ്രസിഡന്റാണ് സൈന്യത്തലവൻ.

പ്രാദേശിക ഗവൺമെന്റുകളും പ്രാദേശിക പാർലമെന്റുകളും അധി കാരവികേന്ദ്രീകരണത്തിന്റെ ഭാഗമായി രൂപീകരിച്ചിട്ടുണ്ട്. പ്രാദേശിക ഭരണസംവിധാനം ഗവർണ്ണർമാരുടെ മേൽനോട്ടത്തിൽ പ്രവർത്തിക്കുന്നു. സുപ്രീം കോടതി മൂന്നായി വിഭജിച്ചിരിക്കുന്നു. അതിൽ ഭരണഘടനാപ രമായ കാര്യങ്ങളിൽ വ്യാഖ്യാനങ്ങൾ നൽകാൻ ഭരണഘടനാകോ ടതിയുണ്ട്.

സമ്പദ്ഘടന

1960 ൽ സ്വാതന്ത്ര്യം ലഭിക്കുമ്പോൾ ആഫ്രിക്കയിലെ ദക്ഷിണാ ഫ്രിക്ക കഴിഞ്ഞാൽ രണ്ടാമത്തെ വലിയ വ്യവസായവൽക്കൃതരാജ്യമാ യിരുന്നു കോംഗോ. വികസിതമായ ധാതുഖനനവും പുരോഗതിയാർജ്ജിച്ച കാർഷിക സമ്പദ്ഘടനയും രാജ്യത്തുണ്ടായിരുന്നു. 1980 കൾ മുതൽ രാജ്യത്തിന്റെ സാമ്പത്തികത്തകർച്ചയ്ക്ക് തുടക്കമായി. ഉൽപ്പാദനം കുറ ഞ്ഞു ഗവൺമെന്റെ വരുമാനത്തിൽ ഇടിവുണ്ടായി. ബാഹ്യകടബാധ്യത വർദ്ധിച്ചു. രാജ്യത്ത് യുദ്ധം മൂലവും ദാരിദ്ര്യവും രോഗബാധയും പോഷ കാഹാരക്കുറവും മൂലവും അഞ്ച് ദശലക്ഷത്തിലധികം പേരാണ് മരിച്ച ത്. അന്തർദേശീയ നാണ്യനിധിയുടെയും ലോകബാങ്കിന്റെയും ധനസ ഹായത്തോടുകൂടി പ്രസിഡന്റ് ജോസഫ് കബില ചിലസാമ്പത്തിക പരി ഷ്കാരങ്ങൾക്ക് തുടക്കമിട്ടെങ്കിലും ഉദ്ദേശിച്ച ഫലം കണ്ടില്ല. ഐക്യരാ ഷ്ട്രസഭയുടെ മനുഷ്യവികസനസൂചികയനുസരിച്ച് ലോകത്തെ ഏറ്റവും കുറഞ്ഞ മനുഷ്യവികസനസൂചികയുള്ള രാജ്യങ്ങളിലൊന്നാണ് കോംഗോ.

ജനങ്ങൾ സംസ്ക്കാരം

2007 ലെ യു എൻ കണക്കുപ്രകാരം കോംഗോയിലെ ജനസംഖ്യ 62.6 ദശലക്ഷമാണ്. ജനങ്ങളിൽ ഏകദേശം 250 ൽപ്പരം വംശീയവിഭാഗ ങ്ങളെ തിരിച്ചറിഞ്ഞിട്ടുണ്ട്. കോംഗോ, ലുബാ, മോംഗോ എന്നിവയാണ് ഭൂരിപക്ഷം. ആറ് ലക്ഷത്തോളം പിഗ്മി വിഭാഗവും കോംഗോയിലെ തദ്ദേ ശജനവിഭാഗങ്ങളുടെ ഭാഗമായുണ്ട്. ഫ്രെഞ്ചാണ് ഔദ്യോഗിക ഭാഷ. 600 ഓളം ഭാഷകളും ഭാഷാഭേദങ്ങളും നിലവിലുണ്ടെങ്കിലും മിക്കതും ഫ്രെഞ്ചു പോലെയുള്ള ഭാഷകളുമായി ഇടകലർന്ന് അന്യം നിന്നുപോവുകയോ ഭാഷാന്തരം സംഭവിക്കുകയോ ചെയ്തിട്ടുണ്ട്. ജനങ്ങളിൽ ഭൂരിഭാഗവും ഏതാണ്ട് 55 ശതമാനം റോമൻ കത്തോലിക്കരാണ്. 35 ശതമാനം പ്രൊട്ട സ്റ്റന്റും 5 ശതമാനം മുസ്ലിങ്ങളുമുണ്ട്.

അധിനിവേശവും യുദ്ധങ്ങളും കലാപങ്ങളുമെല്ലാം തുടർക്കഥയാ ണെങ്കിലും കോംഗോക്കാർ അവരുടെ സാംസ്കാരികത്തനിമ കാത്തു സൂക്ഷിച്ചുപോന്നു. 60 ശതമാനം ജനങ്ങളും ഗ്രാമപ്രദേശങ്ങളിൽ ജീവി ക്കുന്നു. 30 ശതമാനം നഗരവാസികൾ പാശ്ചാത്യസംസ്കാരത്തിന്റെ സ്വാധീനമുള്ളവരാണ്. കോംഗോയ്ക്ക് സുയി (sui) സംഗീതപാരമ്പര്യ ത്തിൽനിന്ന് രൂപംകൊണ്ട സൗക്കൗസ്(soukous) സംഗീതമുണ്ട്.

കോംഗോ
(Republic of Congo)

കോംഗോ ബ്രസവില്ലെ, ലിറ്റിൽ കോംഗോ എന്നപേരിലറിയപ്പെ ടുന്ന മധ്യആഫ്രിക്കൻ രാജ്യം. ഗബ്ബോൺ, കാമറൂൺ, മധ്യആഫ്രിക്കൻ റിപ്പബ്ലിക്ക്, ഡെമോക്രാറ്റിക്ക് റിപ്പബ്ലിക്ക് ഓഫ് ദ് കോംഗോ, അംഗോള യുടെ പ്രവിശ്യയായ കാബിൻഡ, ഗൾഫ് ഓഫ് ഗിനിയ എന്നിവ അയൽ രാജ്യങ്ങൾ. മുമ്പ് ഫ്രെഞ്ച് കോളനിയായിരുന്നു. 1960 ൽ സ്വതന്ത്രമായി.

ചരിത്രം

പിഗ്മികളായിരുന്നു റിപ്പബ്ലിക്ക് ഓഫ് കോംഗോയിലെ ആദ്യകാല ജനത. കോളനി കാലഘട്ടത്തിന് മുമ്പ് പ്രധാനമായും മൂന്ന് രാജവംശ ങ്ങളാണ് കോംഗോ ഭരിച്ചിരുന്നത്. 1000 ാം ആണ്ടിൽ കോംഗോ രാജവം ശം, 17 ാം നൂറ്റാണ്ടിൽ ലൊവാംഗോ (Loango), ടെക്കെ (Teke) എന്നി വർ. പിഗ്മികളെ തുടർന്നുവന്ന ബാണ്ടു (Bantu) ജനത കീഴടക്കി അംഗോള, ഗബ്ബോൺ ഡെമോക്രാറ്റിക്ക് റിപ്പബ്ലിക്ക് ഓഫ് കോംഗോ എന്നീ പ്രദേശങ്ങളും അവരുടെ അധീനതയിലായി. പോർച്ചുഗീസുകാർ 15 ാം നൂറ്റാണ്ടിൽ ഈ പ്രദേശം കണ്ടെത്തിയതോടെ തീരപ്രദേശങ്ങൾ അടിമ ക്കച്ചവടത്തിന്റെ കേന്ദ്രമായി മാറി. ബാണ്ടുരാജാക്കന്മാർ പാശ്ചാത്യനാ ടുകളുമായി പത്തൊമ്പതാം നൂറ്റാണ്ടുവരെ വാണിജ്യബന്ധം തുടർന്നു വന്നു. അടിമകളെ കൂടാതെ വിവിധ ഉൽപ്പന്നങ്ങളും യൂറോപ്പിലേക്ക് കയ റ്റിഅയച്ചിരുന്നു. പത്തൊമ്പതാം നൂറ്റാണ്ടിൽ യൂറോപ്പ് ആഫ്രിക്കയിൽ കോളനി സ്ഥാപിക്കാൻ തുടങ്ങിയതോടെ ബാണ്ടു രാജാക്കന്മാരുടെ ശക്തി ക്ഷയിച്ചുതുടങ്ങി.

1880 കളിൽ ഈ പ്രദേശം ഫ്രെഞ്ച് ഭരണത്തിൻ കീഴിലായി.

കോംഗോ, ഗബോൺ, ഷാഡ്, ഔബംഗി-ചാരി എന്നീ പ്രദേശങ്ങൾ ചേർത്ത് ബ്രസാവില്ലെ (Brazzaville) തലസ്ഥാനമാക്കി ഫ്രെഞ്ച് ഇക്വറ്റോ റിയൽ ആഫ്രിക്ക എന്നപേരിലാണ് ഫ്രെഞ്ചുകാർ ഭരണം നടത്തിവന്നത്. കോംഗോ ഫ്രെഞ്ച് കോളനിയുടെ കേന്ദ്രഭാഗവും തലസ്ഥാന നഗരമായ ബ്രസാവില്ലെ ഉൾപ്പെടുന്ന സ്ഥലവുമായതിനാൽ വികസനപ്രവർത്തന ങ്ങളിൽ കൂടുതൽ പരിഗണന ലഭിച്ചുപോന്നു.

1960 ആഗസ്റ്റ് 15 ന് റിപ്പബ്ലിക്ക് ഓഫ് കോംഗോ സ്വതന്ത്രമായി. ഫുൾബെർട്ട് യുലു (Fulbert Youlou) ആദ്യപ്രസിഡന്റായി. എന്നാൽ പ്രതിപക്ഷ കക്ഷികളും തൊഴിലാളി സംഘങ്ങളും ചേർന്ന് യുലുവിനെ പുറത്താക്കി. കോംഗോ സൈന്യം തുടർന്ന് കുറച്ചുകാലത്തേക്ക് രാജ്യ ഭരണം ഏറ്റെടുത്ത് അൽഫോൺസ് മസംബാ ഡീബാറ്റി (Alphonse Massamba-Débat)നെ പ്രസിഡന്റാക്കി. 1963 ൽ മസംബാ ഡീബാറ്റിനെ അഞ്ചുവർഷത്തേക്ക് പ്രസിഡന്റായി തെരഞ്ഞെടുത്തു. 1968 ൽ മരിയൻ നഗൗബി (Marien Ngouabi) യുടെ നേതൃത്വത്തിൽ നടന്ന അട്ടിമറി യിലൂടെ മസംബാ ഡീബാറ്റിനെ പുറത്താക്കി നഗൗബി പ്രസിഡന്റായി. 1977 മാർച്ച് 16 ന് പ്രസിഡന്റ് നഗൗബി വധിക്കപ്പെട്ടു. 11 അംഗ സൈനിക കൗൺസിൽ ജോകിം യഹോംബി ഒപാംഗോ (Joachim Yhombi-Opango) യെ പ്രസിഡന്റായി നിയമിച്ചു. രണ്ടുവർഷങ്ങൾക്കു ശേഷം ഒപാംഗോ അധികാരമൊഴിയാൻ നിർബന്ധിതമായി. ഡെനിസ് സസ്സൗ നഗ്വെസ്സോ (Denis Sassou Nguesso) ഇടക്കാല പ്രസിഡന്റായി. സോവി യറ്റ് യൂണിയന്റെ വിഭജനത്തെതുടർന്ന് 1992 ൽ കോംഗോ ഏകകക്ഷി ഭരണത്തിൽനിന്നും ബഹുകക്ഷി ജനാധിപത്യ സമ്പ്രദായത്തിലേക്ക് മാറി.

സസ്സൗ നഗ്വെസ്സോ ബഹുകക്ഷിതെരഞ്ഞെടുപ്പിൽ പരാജയപ്പെട്ടു പ്രൊഫ. പാസ്കൽ ലിസ്സൗബ പുതിയപ്രസിഡന്റായി. തുടർന്നും ജനാ ധിപത്യം നിരവധി പ്രതിസന്ധികളിലൂടെ കടന്നുപോകേണ്ടിവന്നു. 1992 നവംബറിൽ ദേശീയ അസംബ്ലി പിരിച്ചുവിട്ട് തെരഞ്ഞെടുപ്പ് നടത്തി. തെര ഞ്ഞെടുപ്പ് ഫലം പുറത്തുവന്നതിനെ തുടർന്ന് രാജ്യവ്യാപകമായി അസ്വ സ്ഥത പൊട്ടിപ്പുറപ്പെട്ടു. 1994 ൽ എല്ലാപാർട്ടികളും അഭിപ്രായസമന്വയ ത്തിലെത്തിയതിനെ തുടർന്ന് പ്രശ്നപരിഹാരത്തിനായി അന്താരാഷ്ട്ര മധ്യസ്ഥത അംഗീകരിക്കാൻ തീരുമാനിച്ചു. എന്നാൽ 1997 ൽ പ്രസിഡന്റ് തെരഞ്ഞെടുപ്പ് അടുത്തതോടെ വീണ്ടും അസ്വസ്ഥത തുടങ്ങി. പ്രസി ഡന്റ് പാസ്കൽ ലിസ്സൗബ പ്രതിപക്ഷത്തുള്ള സസ്സൗ നഗ്വെസ്സോ ക്യാമ്പുകൾ തമ്മിൽ സംഘർഷം രൂക്ഷമായി. തുടർന്ന് നാലുമാസ ത്തോളം നീണ്ടുനിന്ന സംഘർഷത്തിൽ തലസ്ഥാനമായ ബ്രസവില്ലെ താറുമാറായി. ഒക്ടോബർ മാസത്തിൽ അംഗോളൻ സൈന്യം സസ്സോ നഗ്വെസ്സോയുടെ പിന്തുണയോടുകൂടി രാജ്യം ആക്രമിച്ചു. ലിസ്സൗബ

ഗവൺമെന്റിന്റെ പതനത്തെതുടർന്ന് സസ്സൗ നഗ്വെസ്സോ പ്രസിഡന്റായി സ്വയം അവരോധിച്ച് 33 അംഗ മന്ത്രിസഭയുമായി ഭരണം തുടങ്ങി. 1998ൽ ഇടക്കാല ഗവൺമെന്റിന്റെ ഭാവിയെ സംബന്ധിച്ച് തീരുമാനമെടുക്കുന്ന തിന് ദേശീയ സമിതി രൂപീകരിച്ചെങ്കിലും അത് പൂർണമായും ഗവൺമെന്റ് നിയന്ത്രണത്തിൽ തന്നെയുള്ളതായിരുന്നു. തുടർന്ന് കല പങ്ങൾ വീണ്ടും പൊട്ടിപ്പുറപ്പെട്ടു. ഇത് സമ്പദ്ഘടനയെ സാരമായി ബാധി ച്ചു. പലപ്രദേശങ്ങളിൽ നിന്നും ആളുകൾ പലായനം ചെയ്യാൻ തുടങ്ങി. 1999 നവംബറിൽ ഭരണകൂടം വിമത ഗ്രൂപ്പുകളുമായി കരാറൊപ്പിട്ടു.

2002 ൽ നടന്ന തെരഞ്ഞെടുപ്പിൽ 90 ശതമാനം വോട്ടുകൾ സസ്സൗ വിന് ലഭിച്ചു. എന്നാൽ തെരഞ്ഞെടുപ്പിൽ വ്യാപകമായ കൃത്രിമം നട ന്നുവെന്നാരോപിച്ച് എതിർ കക്ഷികൾ തെരഞ്ഞെടുപ്പ് ബഹിഷ്കരിച്ചു. കലാപങ്ങൾ വീണ്ടും പൊട്ടിപ്പുറപ്പെട്ടു. ഇതിനിടെ സസ്സൗ ഹിതപരിശോ ധന നടത്തി ഭരണഘടന ഭേദഗതിയിലൂടെ പ്രസിഡന്റിന്റെ കാലാവധി ഏഴു വർഷമാക്കി ഉയർത്തി. 2009 ജൂലൈയിൽ നടന്ന തെരഞ്ഞെടുപ്പിൽ സസ്സൗ വീണ്ടും പ്രസിഡന്റായി തെരഞ്ഞെടുക്കപ്പെട്ടു. എന്നാൽ പ്രസ്തുത തെരഞ്ഞെടുപ്പ് കൃത്രിമം നിറഞ്ഞതും വളരെകുറഞ്ഞ വോട്ടർപങ്കാളിത്തം മാത്രമുള്ളതുമായിരുന്നുവെന്ന് മനുഷ്യാവകാശ സംഘടനകൾ ആരോപിക്കുന്നു.

ഭരണക്രമം

പ്രസിഡന്റ് രാജ്യത്തിന്റെയും ഗവൺമെന്റിന്റെയും തലവനായുള്ള പ്രസിഡൻഷ്യൽ റിപ്പബ്ലിക്കാണ് കോംഗോ. ഇരുമണ്ഡലങ്ങളുള്ള പാർല മെന്റിന്റെ കാലാവധി ഏഴുവർഷമാണ്. നാഷണൽ അസംബ്ലിയിൽ 153 അംഗങ്ങളുണ്ട്. കാലാവധി 5 വർഷം. ആറ് വർഷകാലാവധിയുള്ള സെന റ്റിൽ 66 അംഗങ്ങളുണ്ട്. ഏകകക്ഷി ഭരണം നടക്കുന്ന കോംഗോയിൽ കോംഗൊലീസ് ലേബർ പാർട്ടി അധികാരം വഹിക്കുന്നു. പ്രതിപക്ഷ കക്ഷികളുണ്ടെങ്കിലും അവയ്ക്ക് നാമമാത്രമായ പങ്കാളിത്തം മാത്രമാ ണുള്ളത്. കോംഗോയിൽ 12 ഡിപ്പാർട്ടുമെന്റുകളും ഓരോ ഡിപ്പാർട്ടു മെന്റും കമ്യൂണുകൾ അഥവാ ജില്ലകളായി വീണ്ടും വിഭജിച്ച് ഭരണം നടത്തിവരുന്നു.

ഭൂപ്രകൃതി

ഭൂമധ്യരേഖാപ്രദേശത്ത് സബ്സഹാറൻ ആഫ്രിക്കയുടെ മധ്യപ ശ്ചിമ ഭാഗത്തായി റിപ്പബ്ലിക്ക് ഓഫ് കോംഗോ സ്ഥിതി ചെയ്യുന്നു. രാജ്യ ത്തിന്റെ തെക്ക് പടിഞ്ഞാറ് ഭാഗം തീരദേശസമതലപ്രദേശമാണ്. മധ്യ ഭാഗം പീഠഭൂമിയാണ്. ഭൂമധ്യരേഖാപ്രദേശത്തുള്ള രാജ്യമായതിനാൽ വർഷം മുഴുവനും ഈർപ്പം നിറഞ്ഞ കാലാവസ്ഥയാണ്. ശരാശരി പകൽ

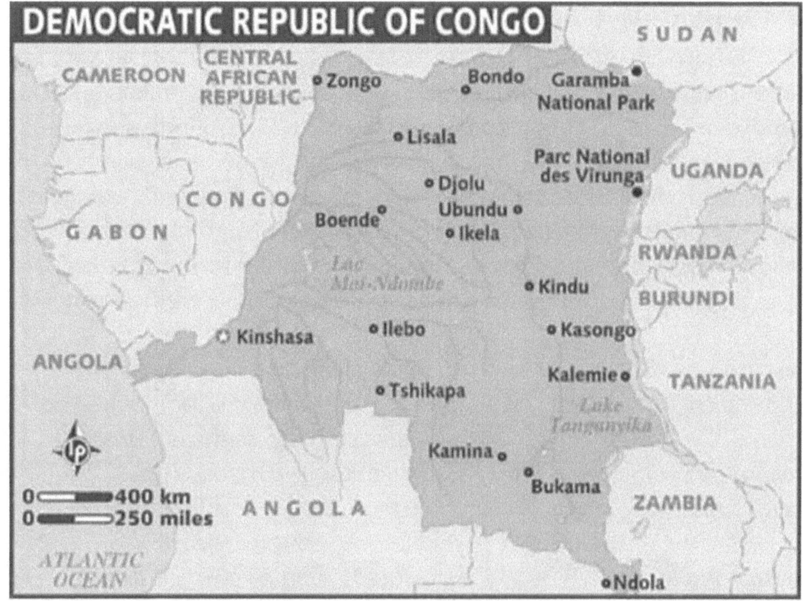

താപനില 24 ഡിഗ്രി സെൽഷ്യസും രാത്രി 16 മുതൽ 21ഡിഗ്രിവരെയും അനുഭവപ്പെടുന്നു. പ്രതിവർഷം ശരാശരി 110 മുതൽ 200 സെന്റീമീറ്റർ വരെ മഴലഭിക്കുന്നു.

സമ്പദ്‌ഘടന

പെട്രോളിയം ഉൽപ്പാദനമാണ് പ്രധാന സാമ്പത്തികപ്രവർത്തനം. കൃഷി, കൈത്തൊഴിൽ, പെട്രോളിയം, അനുബന്ധ വ്യവസായങ്ങൾ എന്നിവയും സമ്പദ്‌ഘടനയിൽ പ്രധാന പങ്കുവഹിക്കുന്നു. 2008 ലെ കണ ക്കുകൾ പ്രകാരം ജി ഡി പി യുടെ 65 ശതമാനവും ഗവൺമെന്റ് വരുമാ നത്തിന്റെ 85 ശതമാനവും കയറ്റുമതിയുടെ 92 ശതമാനവും വരുമാനം പെട്രോളിൽ നിന്നാണ്. ലോകബാങ്കും അന്തർദ്ദേശീയ നാണ്യനിധിയും വികസനപ്രവർത്തനങ്ങൾക്ക് സഹായം നൽകിവരുന്നുണ്ട്. എന്നാൽ എണ്ണവിലയിടിവും വിമത പ്രവർത്തനങ്ങളും സാമ്പത്തികപ്രവർത്തന ങ്ങളെ തകിടം മറിക്കുന്നു. കോംഗോ വൻതോതിൽ വജ്രവും പ്രകൃതി വാതകവും കയറ്റുമതി ചെയ്യുന്നു. അടിസ്ഥാന ലോഹങ്ങൾ, സ്വർണം, ഇരുമ്പ്, ഫോസ്ഫേറ്റ് എന്നിവയുടെ നിക്ഷേപവും രാജ്യത്ത് ധാരാളമാ യുണ്ട്.

ജനങ്ങളും സംസ്കാരവും

രാജ്യത്തെ ജനസംഖ്യയിൽ 50.5 ശതമാനവും റോമൻ കത്തോലി ക്കരും 40.2ശതമാനം പ്രൊട്ടസ്റ്റന്റും 1.3 ശതമാനം മുസ്ലിങ്ങളുമാണ്. രാജ്യത്തെ എഴുപതുശതമാനം ജനങ്ങളും രാജ്യത്തിന്റെ തെക്കുപടി ഞ്ഞാറ് ഭാഗത്ത് ജീവിക്കുന്നു. ബാക്കിഭാഗം മുഴുവൻ വനപ്രദേശമാണ്. ജനസംഖ്യയിൽ പകുതിയോളം വരുന്ന കോംഗോയാണ് രാജ്യത്തെ ഏറ്റവും വലിയ ജനവിഭാഗം. ടെകേ ബൗലാംഗി എന്നിവയാണ് മറ്റ് ജന വിഭാഗങ്ങൾ. കോംഗോയിലെ ആദിമനിവാസികളായിരുന്ന പിഗ്മികൾ ഇപ്പോൾ ജനസംഖ്യയുടെ കേവലം പത്ത് ശതമാനം മാത്രമാണുള്ളത്.

മുഴുവൻ പേര്	റിപ്പബ്ലിക്ക് ഓഫ് കോംഗോ
ജനസംഖ്യ	3.7 ദശലക്ഷം (2010 ലെ ഐക്യരാ ഷ്ട്രസഭയുടെ കണക്കുപ്രകാരം)
തലസ്ഥാനം	ബ്രസവില്ലെ (Brazzaville)
വിസ്തീർണം	342000 ചതുരശ്ര കിലോമീറ്റർ (132047 ചതുരശ്ര മൈൽ)
പ്രധാനഭാഷ	ഫ്രെഞ്ച്, തദ്ദേശീയ ആഫ്രിക്കൻ ഭാഷകൾ
പ്രധാന മതങ്ങൾ	ക്രിസ്തുമതം, ഇസ്ലാം, മറ്റ് ആഫ്രിക്കൻ തദ്ദേശീയമതങ്ങൾ
ആയുർ ദൈർഘ്യം	പുരുഷൻമാർ 53 വയസ്സ് സ്ത്രീകൾ 56 വയസ്സ്
കറൻസി	സി എഫ് എ (Communaute Financiere Africaine)
ഐ എസ് ഡി കോഡ്	+242

കോസ്റ്ററിക്ക
(Republic of Costa Rica)

സമ്പന്നമായ തീരം എന്ന് സ്പെയിൻകാർ പേരിട്ട രാജ്യമാണ് കോസ്റ്ററിക്ക. സ്വർണം, മറ്റ് വിലപിടിപ്പുള്ള ധാതുദ്രവ്യങ്ങൾ എന്നിവ കൊണ്ട് സമ്പന്നമായതിനാലാവാം ഈ മധ്യഅമേരിക്കൻ രാജ്യത്തിന് ഇത്തരത്തിൽ പേര് ലഭിച്ചത്. സൈന്യമില്ലാത്ത രാജ്യം എന്ന പ്രത്യേക തകൂടി കോസ്റ്ററിക്കയ്ക്കുണ്ട്. മനുഷ്യവികസന സൂചികയിൽ ലാറ്റിന മേരിക്കൻ രാജ്യങ്ങളുടെ ഇടയിൽ ഒന്നാം സ്ഥാനമാണ് കോസ്റ്ററിക്കയ്ക്കു ള്ളത്. 51100 ചതുരശ്രകിലോമീറ്റർ വിസ്തൃതിയുള്ള കോസ്റ്ററിക്കയുടെ തലസ്ഥാനം സാൻ ഹൗസേ (San José). വടക്ക് നിക്കരാഗ്വെ, തെക്കും കിഴക്കും പനാമ, പടിഞ്ഞാറും തെക്കും പെസഫിക്ക് മഹാസമുദ്രം, കിഴക്ക കരീബിയൻ കടൽ എന്നിങ്ങനെയാണ് ഈ മധ്യഅമേരിക്കൻ റിപ്പബ്ലി ക്കിന്റെ അതിർത്തികൾ.

ചരിത്രം

ക്രിസ്റ്റഫർ കൊളംബസാണ് കോസ്റ്ററിക്കയിലെത്തുന്ന ആദ്യ യൂറോ പ്യൻ. 1502 ൽ കൊളംബസ് പ്യൂർട്ടോ ലിമോൺ(Puerto Limón) എന്ന സ്ഥലത്ത് കപ്പലിറങ്ങി. കൊളംബിയൻ കോളനിവാഴ്ചക്കാലത്തിന് മുമ്പ് കോസ്റ്ററിക്ക പ്രദേശത്ത് തദ്ദേശവാസികളായ ജനങ്ങൾ ഒറ്റപ്പെട്ട പ്രദേ ശങ്ങളിൽ വളരെ പരിമിതമായ സെറ്റിൽമെന്റുകളിൽ മാത്രമാണുണ്ടാ യിരുന്നത്. യൂറോപ്പുകാരുടെ കുടിയേറ്റം ആരംഭിക്കുന്നത് 1522 മുതൽക്കാ ണ്. അതിന് മുമ്പ് തദ്ദേശീയരായ ജനങ്ങൾ വിവിധ കുടിയേറ്റ സംസ്കാ രങ്ങളുടെ സമ്പർക്കത്താൽ ഇല്ലാതാവുകയോ പുതിയ സ്വത്വമാർജിക്കു കയോ ചെയ്തുവന്നു. അതുമൂലം ആധുനിക കോസ്റ്ററിക്കയുടെ സംസ്കൃതിയിൽ തദ്ദേശവാസികളുടെ പങ്കാളിത്തം വളരെ ചെറുതാണ്.

ക്രിസ്റ്റഫർ കൊളംബസ്

കോളനികുടിയേറ്റം ആരംഭിച്ച തോടെ തദ്ദേശീയ ജനങ്ങളിൽ ഭൂരി ഭാഗവും വിദേശികൾ കൊണ്ടുവന്ന് പകർത്തിയ രോഗം മൂലമോ അവ രുടെ പീഡനങ്ങൾ കൊണ്ടോ കൊ ല്ലപ്പെട്ടു. ബാക്കിയുള്ളവരിൽ ബ്രിബ്രി (Bribri) ബൊറുക്ക (Boruca) എന്നീ ആദിവാസി സമൂഹമൊഴികെ മറ്റെ ല്ലാവരും സ്പാനിഷ് ഭാഷ സംസാ രിക്കുന്ന കോളനിക്കാരായി മാറി. ഈ രണ്ട് ആദിവാസി സമൂഹ ങ്ങളും ഇന്ന് കോസ്റ്റോറിക്കയുടെ ദക്ഷിണഭാഗത്തുള്ള കോർഡി ല്ലെറാ ഡി തലാമൻകാ (Cordillera de Talamanca) പർവതപ്രദേശങ്ങ ളിൽ അധിവസിക്കുന്നു.

സ്പെയിന്റെ കോളനിയായിരുന്നു കോസ്റ്ററിക്ക. സ്പെയിയിനിന്റെ പ്രവിശ്യകളിൽ ഏറ്റവും ദരിദ്രമായ സ്ഥലമായിരുന്നു അന്ന് കോസ്റ്ററി ക്ക. തദ്ദേശീയരായ തൊഴിലാളികളുടെ അഭാവം മൂലം സ്പെയിന് വൻകിട തോട്ടങ്ങളോ ഉൽപ്പാദനകേന്ദ്രങ്ങളോ തുടങ്ങാനായില്ല. അതു മൂലം അന്നുനിലനിന്നിരുന്ന വൻകിട ഭൂവുടമാസമ്പ്രദായത്തിന് ഇവിടെ സാധ്യതയില്ലായിരുന്നു. സ്പാനിഷ് രാജാവാകട്ടെ കോസ്റ്ററിക്കയുടെ വിക സനത്തിന് കാര്യമായ പ്രവർത്തനമൊന്നും ചെയ്തില്ല. ഈ പ്രദേശ ത്തിന്റെ വികസനം തനതായ രീതിയിൽ നടക്കട്ടെ എന്നതായിരുന്നു അവ രുടെ നിലപാട്. അതുകൊണ്ടുതന്നെ മറ്റ് സമീപസ്ഥ കോളനികളെ അപേ ക്ഷിച്ച് കോസ്റ്ററിക്കയുടെ വികസനം ഏതാണ്ട് സമത്വത്തിലധിഷ്ഠിത മായിരുന്നു. അടിച്ചമർത്തപ്പെട്ട ജനവിഭാഗങ്ങൾ അധികമില്ലാതെ ഗ്രാമീ ണ ജനാധിപത്യരീതി അവിടെ നിലനിന്നിരുന്നു.

1810 മുതൽ 1821 വരെ നടന്ന മെക്സിക്കൻ സ്വാതന്ത്ര്യയുദ്ധത്തെ തുടർന്ന് സ്പെയിൻ പരാജയപ്പെട്ടപ്പോൾ മറ്റ് മധ്യഅമേരിക്കൻ കോള നികളെ പോലെ കോസ്റ്ററിക്കയും മെക്സിക്കോയോട് ചേർന്നു. എന്നാൽ 1823 ൽ തന്നെ ഈ ബന്ധം അവസാനിച്ചു. കോസ്റ്ററിക്കയുൾപ്പെട്ട നാല് പ്രവിശ്യകൾ ചേർന്ന് ഫെഡറൽ റിപ്പബ്ലിക്ക് ഓഫ് സെൻട്രൽ അമേ രിക്ക രൂപീകൃതമായി. 1823 മുതൽ 1839 വരെ നിലനിന്ന ഈ റിപ്പബ്ലി ക്കിന് കാര്യമായ അധികാരവ്യവസ്ഥകളൊന്നും തന്നെയുണ്ടായിരുന്നി ല്ല. റിപ്പബ്ലിക്ക് പ്രവർത്തനരഹിതമായതോടെ കോസ്റ്ററിക്ക പരമാധികാ രരാജ്യമായി സ്വയം പ്രഖ്യാപിച്ചു.

19 ാം നൂറ്റാണ്ടിൽ കാപ്പിയുടെ കയറ്റുമതിയിലൂടെ കോസ്റ്ററിക്കയുടെ സമ്പദ്ഘടനയ്ക്ക് കാര്യമായ പുരോഗതിയുണ്ടായി. കാർഷികരംഗത്തും

കോർഡില്ലെറാ ഡി തലാമൻകാ പർവതങ്ങൾ

വിദ്യാഭ്യാസരംഗത്തും വൻമാറ്റങ്ങൾക്ക് തുടക്കമായി. 1980 ൽ ജോസ് ജൊവാക്വിൻ റോഡ്രിഗ്സ് (José Joaquín Rodríguez) പ്രസിഡന്റായി തെരഞ്ഞെടുക്കപ്പെട്ടു. മധ്യഅമേരിക്കൻ രാജ്യങ്ങളിൽ നടന്ന ആദ്യത്തെ സ്വതന്ത്ര തെരഞ്ഞെടുപ്പാണിതെന്ന് വിലയിരുത്തപ്പെടുന്നു. മറ്റ് ലാറ്റിന മേരിക്കൻ രാജ്യങ്ങളുമായി താരതമ്യപ്പെടുത്തുമ്പോൾ കോസ്റ്ററിക്കയിൽ പൊതുവേ സുസ്ഥിരമായ ഭരണസംവിധാനം നിലനിന്നുവന്നു. പത്തൊമ്പ താംനൂറ്റാണ്ടിന്റെ അവസാനകാലം മുതൽ ഇന്നുവരെ പരിശോധിച്ചാൽ രണ്ടുപ്രാവശ്യം മാത്രമാണ് രാജ്യത്തു കലാപം ഉണ്ടായത്. ആദ്യം 1917 -19 കാലഘട്ടത്തിലും പിന്നീട് 1948 ലും. 1948 ൽ പ്രസിഡന്റ് തെരഞ്ഞെ ടുപ്പ് തർക്കവിഷയമായതിനെതുടർന്ന് ജോസ് ഫിഗറസ് ഫെറർ (José Figueres Ferrer)ന്റെ നേതൃത്വത്തിൽ നടന്ന സായുധകലാപം 44 ദിവസം നീണ്ടുനിന്ന രക്തരൂഷിതമായ കോസ്റ്ററിക്കൻ സിവിൽയുദ്ധത്തിലേക്ക് നയിച്ചു. കലാപത്തിൽ വിജയിച്ച വിമത സൈനികനേതൃത്വം സൈന്യ ത്തെ പിരിച്ചുവിട്ട് പുതിയ ഭരണഘടനയ്ക്ക് രൂപരേഖ നൽകി. സൈനി കനേതൃത്വം 1949 ൽ അധികാരമൊഴിഞ്ഞ് പുതിയ തെരഞ്ഞെടുപ്പിന് കള മൊരുക്കി. പുതിയ ഭരണഘടനപ്രകാരം നടന്ന ആദ്യതെരഞ്ഞെടുപ്പിൽ ഫിഗറസ് പ്രസിഡന്റായി തെരഞ്ഞെടുക്കപ്പെട്ടു. തുടർന്ന് കോസ്റ്ററിക്ക യിൽ 13 തവണ പ്രസിഡന്റ് തെരഞ്ഞെടുപ്പ് നടന്നു. ഇതെല്ലാം സമാധാ നപരവും നീതിപൂർവകവുമായിരുന്നു.

ഭരണക്രമം

ലാറ്റിനമേരിക്കൻ മേഖലയിൽ 59 വർഷമായി സുസ്ഥിരമായ ജനാ ധിപത്യഭരണക്രമമുള്ള രാജ്യമാണ് കോസ്റ്ററിക്ക. 1949 ൽ അംഗീകരിച്ച

ഭരണഘടനപ്രകാരം കോസ്റ്ററിക്ക ജനാധിപത്യ റിപ്പബ്ലിക്കാണ്. സ്വത ന്ത്രമായ നിയമനിർമാണസംവിധാനം, എക്സിക്യൂട്ടീവ്, ജുഡീഷ്യറി എന്നിവ ഭരണഘടന വിഭാവന ചെയ്യുന്നു. ഏകമണ്ഡലം മാത്രമുള്ള അസംബ്ലിയിൽ 57 അംഗങ്ങളുണ്ട്. നാല് വർഷകാലാവധിയുള്ള ഇവരെ പ്രായപൂർത്തി വോട്ടവകാശ സംവിധാനമുപയോഗിച്ച് തെരഞ്ഞെടുക്കു ന്നു. അസംബ്ലിയാണ് നിയമനിർമാണം നടത്തുന്നത്. എക്സിക്യൂട്ടീവ് അധികാരങ്ങൾ പ്രസിഡന്റിൽ നിക്ഷിപ്തമാണ്. നാലുവർഷമാണ് പ്രസി ഡന്റിന്റെ കാലാവധി. നിയമസംവിധാനം സുപ്രീം കോർട്ട് ഓഫ് ജസ്റ്റിസ് മേൽനോട്ടം വഹിക്കുന്നു. കോസ്റ്ററിക്കയ്ക്ക് ഏഴ് പ്രവിശ്യകളും 81 കാന്റ ണുകളും (cantons) ഉണ്ട്. കാന്റണുകളിലെ ജനങ്ങൾ അവരുടെ മേയറെ തെരഞ്ഞെടുക്കുന്നു. നാലു വർഷമാണ് മേയർമാരുടെ കാലാവധി.

ഭൂപ്രകൃതി

പസഫിക് തീരപ്രദേശങ്ങളിൽനിന്ന് രാജ്യത്തിന്റെ മധ്യഭാഗത്തേക്ക് ഉയർന്നുനിൽക്കുന്ന ഭൂപ്രകൃതിയാണ് കോസ്റ്ററിക്കയ്ക്കുള്ളത്. പസഫിക് തീരം കരീബിയൻ തീരംപോലെ താഴ്ന്ന പ്രദേശമാണ്. ഇവിടെ ധാരാളം ബീച്ചുകൾ ഉണ്ട്. രണ്ട് സീസണുകളുണ്ട്. വരണ്ടകാലാവസ്ഥ അനുഭവ പ്പെടുന്ന കാലത്തെ വേനൽക്കാലമെന്നും മഴക്കാലത്തെ തണുപ്പുകാല മെന്നും തദ്ദേശവാസികൾ വിളിക്കുന്നു. കോസ്റ്ററിക്കയിൽ വർഷം ശരാ ശരി 450 മുതൽ 500 സെന്റിമീറ്റർവരെ മഴ ലഭിക്കുന്നു. ശരാശരി താപ നില 25 ഡിഗ്രി സെന്റിഗ്രേഡ്. ജന്തുവൈവിധ്യത്താൽ സമ്പന്നമാണ് രാജ്യം. പ്രകൃതിവിഭവങ്ങളാൽ സമ്പന്നമല്ല ഇവിടം. കോസ്റ്ററിക്കയുടെ ഭാഗമായി നിരവധി ദ്വീപുകളുമുണ്ട്.

സമ്പദ്ഘടന

കാപ്പി, ഏത്തപ്പഴം എന്നിവയുടെ കയറ്റുമതിയിലൂടെ വികസ്വരമാ യിക്കൊണ്ടിരിക്കുന്ന കമ്പോള സമ്പദ്ഘടനയാണ് കോസ്റ്ററിക്കയുടേത്. ലാറ്റിനമേരിക്കൻ രാജ്യങ്ങളുടെ ഇടയിൽ നാണയപ്പെരുപ്പം കാര്യമാ യുള്ള രാജ്യമാണ് കോസ്റ്ററിക്ക. എന്നാൽ മധ്യഅമേരിക്കയിലെ ഏറ്റവും കൂടുതൽ ആളോഹരി ജി എൻ പി ഉള്ള രാജ്യവുമാണിത്. ജി ഡി പി യുടെ അഞ്ചുശതമാനവും ലഭിക്കുന്നത് കാർഷികമേഖലയിൽ നിന്നാ ണ്. അഞ്ചിലൊന്ന് വരുമാനം വ്യാവസായിക മേഖലയിൽ നിന്നുമാണ്. പ്രധാന വ്യവസായങ്ങൾ ഭക്ഷ്യം, മദ്യപാനീയങ്ങൾ, മദ്യേതരപാനീയ ങ്ങൾ, പെട്രോളിയം ഉൽപ്പന്നങ്ങൾ, തുണി, രാസവസ്തുക്കൾ, തടി എന്നി വയാണ്. സേവനമേഖല ജി ഡി പിയുടെ പകുതിയും സംഭാവനനൽകു ന്നു. സൗജന്യ നിർബന്ധിത പ്രാഥമിക വിദ്യാഭ്യാസമാണ് രാജ്യത്ത് നില വിലുള്ളത്. ആറിനും പതിനൊന്നിനുമിടയ്ക്ക് പ്രായമുള്ള കുട്ടികളിൽ 90 ശതമാനവും സ്കൂളിൽ പോകുന്നു. 2004 മുതൽ ദക്ഷിണപൂർവേ

ഷ്യൻ രാജ്യങ്ങളും റഷ്യയുമായുള്ള വ്യാപാരബന്ധം ശക്തമാണ്. വിനോ ദസഞ്ചാരമാണ് മറ്റൊരു പ്രധാന വരുമാനമേഖല.

ജനങ്ങളും സംസ്കാരവും

കോസ്റ്ററിക്കയിലെ ജനങ്ങൾ പ്രധാനമായും സ്പാനിഷ് വർഗക്കാ രാണ്. ജനസംഖ്യയുടെ 94 ശതമാനവും വെള്ളക്കാരാണ്. മൂന്നുശത മാനം ആഫ്രോകരീബിയൻ കറുത്തവർഗക്കാരാണ്. 2010ലെ കണക്കുപ്ര കാരം 4640000 ആണ് കോസ്റ്ററിക്കയിലെ ജനസംഖ്യ. തദ്ദേശീയരായ അമേരിക്കക്കാർ, ഇറ്റലിക്കാർ, ജർമനിക്കാർ, ഇംഗ്ലീഷുകാർ, ഡച്ച്, ഫ്രഞ്ച്, പോർച്ചുഗീസ്, ലെബനീസ്, പോളിഷ് എന്നീ ജനവിഭാഗങ്ങളും കോസ്റ്റ റിക്കയിലുണ്ട്. കൊളംബിയ, നിക്കരാഗ്വ എന്നിവിടങ്ങളിൽ നിന്നുള്ള അഭ യാർഥികളും രാജ്യത്തെ ജനസംഖ്യയുടെ ഭാഗമായുണ്ട്. ക്രിസ്തുമത മാണ് പ്രധാനമതം. റോമൻ കത്തോലിക്കയാണ് രാജ്യത്തെ ഔദ്യോ ഗിക മതം. സ്പാനിഷാണ് ഔദ്യോഗിക ഭാഷ.

കൊളംബിയൻ കാലഘട്ടത്തിന് മുമ്പുള്ള കലാരൂപങ്ങൾക്ക് പേരു കേട്ട നാടാണ് കോസ്റ്ററിക്ക. കല്ലിലും സ്വർണത്തിലും നിർമിച്ച നിരവധി ശിൽപ്പങ്ങൾ രാജ്യത്തിന്റെ പലഭാഗങ്ങളിൽ നിന്നും കണ്ടെടുത്തിട്ടുണ്ട്. സമ്പന്നമായ സാഹിത്യമാണ് കോസ്റ്ററിക്കയുടേത്. സോക്ക, സസ്സ, ബാച്ചാടാ, മെറിങ്ഗി, കുംബിന എന്നിങ്ങനെ നൃത്തരൂപങ്ങളും പ്രചാര ത്തിലുണ്ട്.

തലസ്ഥാനം	സാൻ ജോസ് (San José)
ഔദ്യോഗിക ഭാഷ	സ്പാനിഷ്
ഗവൺമെന്റ്	കോൺസ്റ്റിറ്റ്യൂഷണൽ ഡെമോക്രസി (പ്രസിഡൻഷ്യൽ റിപ്പബ്ലിക്ക്)
പ്രസിഡന്റ്	ലൗറാ ചിൻചില്ല (Laura Chinchilla)
വിസ്തീർണം	51100 ചതുരശ്രകിലോമീറ്റർ (19653 ചതുരശ്രമൈൽ)
ജനസംഖ്യ	4253897 (2010)
കറൻസി	കോസ്റ്ററിക്കൻ കൊളോൺ (CRC)
ഐ എസ് ഡി	+506

ക്രൊയേഷ്യ
(Croatia)

മധ്യയൂറോപ്പിലും ദക്ഷിണപൂർവ്വയൂറോപ്പിലുമായി സ്ഥിതിചെയ്യുന്ന രാജ്യം. തലസ്ഥാനം സഗ്രേബ് (Sagreb) വടക്ക് സ്ലൊവേനിയ, വടക്കു കിഴക്ക് ഹംഗറി, തെക്കുകിഴക്ക് ബോസ്നിയ ഹെർസിഗോവ്ന, കിഴക്ക് സൈബീരിയ, തെക്കുകിഴക്ക് മോണ്ടിനെഗ്രോ എന്നിവ അയൽരാജ്യ ങ്ങൾ.

ചരിത്രം

ചരിത്രാതീതകാലം മുത ലേ ക്രൊയേഷ്യൻ പ്രദേശങ്ങ ളിൽ മനുഷ്യവാസമുണ്ടായിരു ന്നു. മധ്യപാലിയോലിത്തിക് കാലഘട്ടത്തിലെ നിയാൻഡർ ത്താൽ സമൂഹത്തിന്റ ഫോസി ലുകൾ ക്രാപ്പിന (Krapina), വിൻഡിജ (Vindija), മുജിന പെ യാന (Mujina peina) എന്നീ പ്രദേശങ്ങളിൽ നിന്നും കണ്ടെ

ക്രൊയേഷ്യയുടെ ദേശീയപതാക

ത്തിയിട്ടുണ്ട്. ആദിമനിയോലിത്തിക് കാലഘട്ടത്തിലെ സ്റ്റാറെവോ (Starevo), വുവെഡോൾ (Vuedol), ഹുവാർ (Hvar) സംസ്കാരത്തി ന്റെയും ഇരുമ്പിന്റെ ഉപയോഗം പ്രചാരത്തിലുണ്ടായിരുന്ന കാലഘട്ട ത്തിലെ ഹാൾസ്റ്റാട്ട് (Hallstatt) ലാ ടീൻ (La Tène) എന്നീ സംസ്കാ രങ്ങളുടെ അവശിഷ്ടങ്ങളും ക്രൊയേഷ്യൻ മേഖലയിൽനിന്നും കണ്ടെ ടുത്തിട്ടുണ്ട്. ലിബർണിയൻസ്(Liburnians), ഇൽയിറിയൻസ് (Illyrians)

ഗ്രീക്ക് എന്നിവരുടെ കോളനികളായിരുന്നു വിസ് (Vis) ഹവാർ (Hvar) എന്നീ ദ്വീപുകൾ. എ ഡി 9 ൽ ക്രൊയേഷ്യ റോമൻ സാമ്രാജ്യത്തിന്റെ ഭാഗമായിരുന്നു. എവാർ (Avar) അധിനിവേശം ഏഴാം നൂറ്റാണ്ടിൽ റോമ ക്കാരെ പരാജയപ്പെടുത്തി. എവാർ അധിനിവേശത്തെ ചെറുത്തുനിന്ന റോമക്കാർ സ്ഥാപിച്ച നഗരമാണ് ഡുബ്രോവ്നിക് (Dubrovnik). ഏഴാം നൂറ്റാണ്ടിൽ ക്രൊയേഷ്യയിലെത്തിയവരാണ് ഇന്നത്തെ ക്രൊയറ്റുകൾ. പോപ്പ് ജോൺ നാലാമൻ ഇവിടേയ്ക്ക് മിഷനറിമാരെയും അധ്യാപക രേയും അയച്ച് ക്രൊയേഷ്യയിലെ ഡ്യൂക്കുകളെ ക്രിസ്തുമതത്തിലേക്ക് പരിവർത്തനം ചെയ്തു. 640 ാംമാണ്ടായപ്പോഴേക്കും പരിവർത്തനം ഏതാണ്ട് പൂർണമായി. പലതായി വിഭജിച്ചുനിന്നിരുന്ന ക്രൊയേഷ്യ യിലെ സാമ്രാജ്യങ്ങളെ ഏകോപിപ്പിച്ച് അതിശക്തമായ ഒരു സാമ്രാജ്യ മാക്കി മാറ്റിയത് 925ൽ ടോമിസ്ലാവ് (Tomislav) രാജാവായിരുന്നു. ടോമി സ്ലാവിന്റെ കാലത്ത് ക്രൊയേഷ്യ മധ്യകാലയൂറോപ്പിലെ പ്രബല രാജ്യ മായിരുന്നു. ക്രൊയേഷ്യൻ സാമ്രാജ്യം ആദ്യകാലങ്ങളിൽ സ്വതന്ത്ര മായും പിന്നീട് ഹംഗറി, ഹാബ്സ്ബർഗ്, ഓസ്ട്രിയ-ഹംഗറി എന്നിവിട ങ്ങളിലെ സാമ്രാജ്യങ്ങളുമായി ചേർന്നും ഒന്നാംലോകമഹായുദ്ധകാല ഘട്ടംവരെ നിലനിന്നു.

1091 ൽ ക്രൊയേഷ്യൻ രാജവംശം അന്യംനിന്നുപോയതോടെ ഹംഗ റിയിലെ ലാഡിസ്ലാവ്സ്-1 (Ladislaus I) ക്രൊയേഷ്യയിൽ രാജാവായി അവരോധിക്കപ്പെട്ടു. എന്നാൽ ഇത് ക്രൊയേഷ്യയിലെ പ്രഭുക്കന്മാർക്ക് സ്വീകാര്യമായിരുന്നില്ല, തുടർന്ന് 10 വർഷം നീണ്ടുനിന്ന യുദ്ധത്തിന് ഈ സ്ഥാനാരോഹണം വഴിവെച്ചു. 1102 ൽ ഹംഗേറിയൻ ഭരണാധികാരിയാ യിരുന്ന കൊളോമൻ(Coloman)ക്രൊയേഷ്യക്ക് കൂടുതൽ സ്വയംഭരണം നൽകിക്കൊണ്ടുള്ള ചില കരാറുകളിൽ ഏർപ്പെട്ടു. ഇതനുസരിച്ച് ക്രൊയേഷ്യക്കാർക്ക് അവരുടെ രാജാവിനെ തെരഞ്ഞെടുക്കാനുള്ള അധി കാരം ലഭിച്ചു. 1293ലും 1403ലും അവർ സ്വന്തം രാജാവിനെ തെരഞ്ഞെ ടുത്തു. തുടർന്ന് നാലുനൂറ്റാണ്ട് കാലം ക്രൊയേഷ്യ ഹംഗറിയിലെ രാജാ ക്കന്മാർ നിയമിക്കുന്ന സബോർ (Sabor) അല്ലെങ്കിൽ ബാൻസ്(Bans) ഭരിച്ചുവന്നു. ഇക്കാലയളവിൽ രാജ്യത്തിന് നിയമാധിഷ്ഠിതമായി പ്രത്യേ കപദവി നൽകിയിരുന്നെങ്കിലും അത് ഭൂവുടമാസമ്പ്രദായത്തിനും ജന്മി ത്വത്തിനും വഴിതെളിച്ചു. 1526ലെ മൊഹാക്സ് യുദ്ധ (Battle of Mohács) ത്തിൽ ഒട്ടോമൻ സൈന്യം ഹംഗറിയെ പരാജയപ്പെടുത്തിയതിനെ തുടർ ന്ന് ഹംഗറിയും ക്രൊയേഷ്യയും തമ്മിലുള്ള ബന്ധം വിച്ഛേദിക്കപ്പെട്ടു. ക്രൊയേഷ്യയിലെ രാജ്യത്തെ ഒട്ടോമൻ ആക്രമണത്തിൽനിന്നും സംര ക്ഷിക്കാമെന്ന കരാറിന്മേൽ ക്രൊയേഷ്യൻ പ്രഭുക്കന്മാർ രാജ്യഭരണം ഹാബ്സ്ബർഗ്സി (Habsburgs) നെ ഏൽപ്പിച്ചു. ഹാബ്സ്ബർഗ്സ് ഒട്ടോ മൻ സാമ്രാജ്യത്തിന്റെയും ക്രൊയേഷ്യയുടെയും രാജ്യാതിർത്തികൾ തമ്മിൽ സംഘർഷരഹിതമായി നിലനിർത്താൻ ശ്രമിച്ചെങ്കിലും 1529 ൽ ഒട്ടോമൻ സൈന്യം ക്രൊയേഷ്യൻ അതിർത്തി കടന്ന് ബുഡാ (Buda)

പിടിച്ചടക്കി വിയന്നയ്ക്ക് ചുറ്റും ഉപരോധം ഏർപ്പെടുത്തി. സൈനികന
ടപടി വിജയപ്രദമാകാതിരുന്നതിനെത്തുടർന്ന് 1553 ൽ ക്രൊയേഷ്യ സിവി
ലിയൻ, സൈനികം എന്നിങ്ങനെ രണ്ടുയൂണിറ്റുകളായി വിഭജിക്കപ്പെട്ടു.
രണ്ടുയൂണിറ്റുകളും ക്രൊയേഷ്യൻ സൈന്യത്തിന്റെ നിയന്ത്രണത്തിൽ
തന്നെ തുടർന്നു. ക്രൊയേഷ്യൻ സൈന്യമാകട്ടെ വിയന്നയുടെ വരുതി
യിലായിരുന്നു. എന്നാലും ക്രൊയേഷ്യൻ അതിർത്തികൾക്കുള്ളിലേ
ക്കുള്ള ഒട്ടോമൻ ആക്രമണം തുടർന്നുകൊണ്ടേയിരുന്നു. 1593 ലെ
സിസാക്ക് യുദ്ധത്തോടെ (Battle of Sisak) യാണ് ഇതിന് അറുതിയാ
യത്.

1848 ലെ ഹംഗേറിയൻ വിപ്ലവത്തെതുടർന്ന് ക്രൊയേഷ്യ ഹംഗറി
ക്കെതിരെ യുദ്ധം പ്രഖ്യാപിച്ചു. 1849 ൽ ആസ്ട്രിയ, റഷ്യ, ക്രൊയേഷ്യ
എന്നീ രാജ്യങ്ങൾ ചേർന്ന് ഹംഗറിയെ പരാജയപ്പെടുത്തി. തുടർന്നുള്ള
17 വർഷക്കാലം ക്രൊയേഷ്യയും ഹംഗറിയും ജർമനൈസേഷൻ എന്നൊ
രു നയം തുടർന്നുവന്നു. 1867 ൽ ആസ്ട്രോ ഹംഗേറിയൻ സന്ധിയെ
തുടർന്ന് ആസ്ട്രോ-ഹംഗേറിയൻ സഖ്യം രൂപംകൊണ്ടു. ക്രൊയേഷ്യ
യും സ്ലൊവേനിയയും 1868 ൽ ഏകോപിച്ച് ക്രൊയേഷ്യ-സ്ലൊവേനിയ
സഖ്യവും രൂപീകൃതമായി. തൊട്ടടുത്തവർഷം ഈ നാല് രാജ്യങ്ങളും
ചേർന്ന് ഒറ്റയൂണിയനായി പ്രവർത്തിക്കാൻ ധാരണയായി. ഈ ധാരണ
ഏതാണ്ട് ഒന്നാംലോകമഹായുദ്ധ കാലഘട്ടംവരെ നിലനിന്നു.

ഒന്നാം ലോകമഹായുദ്ധാനന്തരം 1918 ഒക്ടോബർ 29ന് ക്രൊയേ
ഷ്യൻ പാർലമെന്റ് സ്ലൊവേനിയക്കാർ ക്രോട്ട്സ്, സെർബിയക്കാർ എന്നി
വർക്കായി ഒരു പുതിയ രാജ്യം രൂപീകരിച്ച് സ്വാതന്ത്ര്യപ്രഖ്യാപനം നട
ത്തി. 1918 ഡിസംബർ ഒന്നിന് സെർബ്സ്, ക്രൊയെട്ട്സ്, സ്ലൊവേനി
യൻസ് എന്നിവർക്കായി പുതുരാജ്യം രൂപീകരിച്ചു, അതിന് പ്രാദേശിക
ഭാഷയിൽ യുഗോസ്ലൊവ്യ എന്ന് പേരും നൽകി. എന്നാൽ ക്രൊയേഷ്യൻ
ജനങ്ങളിലൊരുവിഭാഗം ഈ തീരുമാനത്തിനെതിരായിരുന്നു. രാജ്യ
ത്തിന്റെ സ്വയംഭരണം സംരക്ഷിക്കാനായി ക്രൊയേഷ്യൻ പെസന്റ്
പാർട്ടി രൂപീകരിച്ചു. യുഗോസ്ലൊവ്യയിലെ ഘടകരാജ്യങ്ങളിൽ പലർക്കും
1921 ൽ രൂപംനൽകിയ ഭരണഘടനയോട് യോജിപ്പുണ്ടായിരുന്നില്ല. ഒരു
വർഷത്തിലേറെ നീണ്ടുനിന്ന രാഷ്ട്രീയ അനിശ്ചിതത്വം അലക്സാണ്ടർ
രാജാവ് ഭരണഘടന നിരോധിച്ച് ഏകാധിപത്യഭരണം ഏറ്റെടുത്തതോടെ
അവസാനിച്ചു. അലക്സാണ്ടർ രാജാവിന്റെ ഏകാധിപത്യഭരണകാലത്ത്
ക്രൊയേഷ്യൻ ജനങ്ങൾ വിവരണാതീതമായ പീഡനങ്ങളാണ് ഏറ്റുവാ
ങ്ങേണ്ടിവന്നത്. 1939 ആഗസ്റ്റ് 26 ന് സെറ്റ്കോവി-മായെക്ക് എഗ്രിമെന്റ്
(Cvetkovi-Maek Agreement) പ്രകാരം ക്രൊയേഷ്യക്ക് സ്വയംഭരണം
ലഭിച്ചു. ക്രൊയേഷ്യൻ പെസന്റ്സ് പാർട്ടി നേതാവ് വ്ലാഡ്കോ മായെ
ക്കിനെ (Vladko Maek) യുഗോസ്ലൊവ്യയുടെ ഉപപ്രധാനമന്ത്രിയായി
നിയമിച്ചു. 1941 ലെ ജർമൻ അധിനിവേശത്തോടെ ഈ സമാധാനകാല
ത്തിന് തിരശ്ശീല വീണു.

രണ്ടാംലോകമഹായുദ്ധത്തെ തുടർന്ന് 1941 ൽ ജർമൻ ഇറ്റാലിയൻ
സൈന്യം യൂഗോസ്ലൊവ്യയെ ആക്രമിച്ചു. ഏപ്രിൽ 17ന് യുഗോസ്ലൊവ്യ

ജർമൻ-ഇറ്റാലിയൻ സൈന്യത്തിന് കീഴടങ്ങി. ഇതെത്തുടർന്ന് നാസി ജർമനി ഇന്റിപ്പെന്റന്റ് സ്റ്റേറ്റ് ഓഫ് ക്രൊയേഷ്യ എന്ന പേരിൽ ഒരു പാവ ഗവൺമെന്റ് രൂപീകരിച്ച് ക്രൊയേഷ്യ, ബോസ്നിയ-ഹെർസിഗോവ്ന, സിർമിയ എന്നീപ്രദേശങ്ങളുടെ ഭരണം അതിൻ കീഴിലാക്കി. ഇസ്ട്രിയ (Istria) തുറമുഖനഗരമായ റിജെക്ക (Rijeka), ഡാൽമേഷ്യയുടെ (Dalmatia) ഭാഗങ്ങൾ എന്നിവ ഇറ്റലിയുടെ നിയന്ത്രണത്തിലായി. ബറാൻജ (Baranja) മെഡ്ജിമ്യൂർജെ (Medjimurje) എന്നീ സ്ഥലങ്ങൾ ഹംഗറിയുടെ അധീനതയിലായി. മാറിമാറിവന്ന ഭരണാധികാരികൾ ക്രൊയേഷ്യൻജനതയോട് കൊടുംക്രൂരതകളാണ് കാട്ടിയത്. രണ്ടാംലോ കമഹായുദ്ധത്തിൽ യുഗോസ്ലോവ്യയിലെ ക്രോട്ടസും സെർബ്സും എത്ര പേർ കൊല്ലപ്പെട്ടു എന്നതിന് ഇന്നും കണക്കുകളില്ല.

ആധുനിക യുഗോസ്ലോവ്യ സോഷ്യലിസ്റ്റ് ഫെഡറൽ റിപ്പബ്ലിക്കായി രൂപംകൊള്ളുന്നത് രണ്ടാംലോകമഹായുദ്ധകാലത്താണ്. 1950കൾ മുതൽ കമ്യൂണിസ്റ്റ് ഭരണത്തിൻകീഴിൽ കൂടുതൽ സ്വയംഭരണം ലഭിച്ചു. 1968ന് ശേഷം കൂടുതൽ സിവിലിയൻ അവകാശങ്ങളും വികേന്ദ്രീകൃതസംബ ദ്ധഘടനയും വേണമെന്ന ആവശ്യം ക്രൊയേഷ്യയിൽ കൂടുതൽ ശക്ത മായി. 1974 ൽ യൂഗോസ്ലോവ്യയുടെ പുതിയഭരണഘടന റിപ്പബ്ലിക്കു കൾക്ക് കൂടുതൽ സ്വയംഭണം വ്യവസ്ഥചെയ്തു.

1991 ൽ ക്രൊയേഷ്യ സോഷ്യലിസ്റ്റ് യൂഗോസ്ലോവ്യയിൽ നിന്ന് സ്വാതന്ത്ര്യം പ്രഖ്യാപിച്ച് പുറത്തുവന്നു. തുടർന്ന് യുദ്ധം പൊട്ടിപ്പുറപ്പെട്ടു. യൂഗോസ്ലോവ് നാഷണൽ ആർമി ക്രൊയേഷ്യക്കെതിരെ യുദ്ധം ചെയ്തു. യഥാർഥത്തിൽ യുദ്ധം മുൻയൂഗോസ്ലോവ്യയിലെ റിപ്പബ്ലിക്കായിരുന്ന സെർബിയയും സ്വതന്ത്രക്രൊയേഷ്യയിലെ ക്രോട്ട്സും തമ്മിലായിരു ന്നു. ക്രൊയേഷ്യയും സെർബിയയും യൂഗോസ്ലോവ്യയിൽ നിന്നും വിട്ടു പോകുന്നത് സെർബിയയ്ക്ക് സമ്മതമായിരുന്നില്ല എന്നതിനാലാണ് അവർ യുദ്ധത്തിന് മുൻകൈയെടുത്തത്. 1991 മുതൽ 1995 വരെ നീണ്ടു നിന്ന ക്രൊയേഷ്യൻ സ്വാതന്ത്ര്യയുദ്ധത്തിലേക്ക് നയിക്കുന്നതിന് ഇത് കാരണമായി. 1995 ൽ ക്രൊയേഷ്യൻ യുദ്ധം അവസാനിച്ചു. ക്രൊയേഷ്യ സ്വതന്ത്രമായി. 1995 ജനുവരി 15 ന് യൂറോപ്യൻ യൂണിയനും ഐക്യരാ ഷ്ട്രസഭയും ക്രൊയേഷ്യയെ അംഗീകരിച്ചു.

ഭൂമിശാസ്ത്രം

സമതലങ്ങൾ, തടാകങ്ങൾ, പർവതപ്രദേശങ്ങൾ, വനം, സമുദ്രതീരം എന്നിങ്ങനെ വൈവിധ്യമാർന്ന ഭൂപ്രകൃതിയാണ് ക്രൊയേഷ്യയുടെത്. സമ്മിശ്രമായ കാലാവസ്ഥ അനുഭവപ്പെടുന്ന ഇവിടെ പലമേഖലകളിലും വൃത്യസ്തങ്ങളായ കാലാവസ്ഥയാണുള്ളത് എന്ന പ്രത്യേകതകൂടിയു ണ്ട്. വടക്കും കിഴക്കുംപ്രദേശങ്ങളിൽ തീരത്തോടടുത്ത് യൂറോപ്യൻ, മെഡിറ്ററേനിയൻ കാലാവസ്ഥ അനുഭവപ്പെടുന്നു. ദക്ഷിണ-മധ്യ പ്രദേ ശങ്ങളിൽ പർവതപ്രദേശങ്ങൾക്ക് സമാനമായ കാലാവസ്ഥയും ഇസ്ട്രാ മേഖലയിൽ മിതശീതോഷ്ണകാലാവസ്ഥയും അനുഭവപ്പെടുന്നു. ആയി രത്തോളം ദ്വീപുകളും ക്രൊയേഷ്യയുടെ ഭാഗമായുണ്ട്. യൂറോപ്പിലെ

വ്രാൺസ്കോ തടാകം

രണ്ടാമത്തെ വലിയ നദിയായ ഡാന്യൂബ് ക്രൊയേഷ്യയിലെ വുകോ
വർ (Vukovar)നഗരത്തിലൂടെ ഒഴുകുന്നു. സമുദ്രനിരപ്പിൽ നിന്നും 6007
അടി ഉയരമുള്ള ഡയാറിക് ആൽപ്സ് (Dinaric Alps) രാജ്യത്തെ ഏറ്റ
വും വലിയ കൊടുമുടിയാണ്. 820 അടിയിൽ കൂടുതൽ താഴ്ചയുള്ള 49
ഗുഹകൾ ക്രൊയേഷ്യയിലുണ്ട്. തടാകങ്ങളുടെ നാടാണ് ക്രൊയേഷ്യ.
വ്രാൺസ്കോ (Vransko lake) തടാകമാണ് ഇതിൽ ഏറ്റവും വലുത്
(30 ചതുരശ്രകിലോമീറ്റർ).

ഭരണസംവിധാനം

1990 ൽ സ്വീകരിച്ച ഭരണഘടനപ്രകാരം ക്രൊയേഷ്യ, ഡെമോക്രാ
റ്റിക് പാർലമെന്ററി റിപ്പബ്ലിക്കാണ്. പ്രസിഡന്റാണ് രാജ്യത്തലവൻ. പ്രസി
ഡന്റിനെ അഞ്ചുവർഷത്തേക്ക് നേരിട്ട് തെരഞ്ഞെടുക്കുന്നു. പാർലമെന്റി
ന്റെ അനുമതിയോടുകൂടി പ്രസിഡന്റ് പ്രധാനമന്ത്രിയെ തെരഞ്ഞെടു
ക്കുന്നു. സൈന്യത്തിന്റെ കമാൻഡർ ഇൻ ചീഫ് പ്രസിഡന്റാണ്. പ്രധാന
മന്ത്രിയാണ് ഗവൺമെന്റിന്റെ തലവൻ. മന്ത്രിസഭയിൽ പ്രധാനമന്ത്രിയെ
കൂടാതെ രണ്ട് ഉപപ്രധാനമന്ത്രിമാരും 14 മന്ത്രിമാരുമുണ്ട്. ഏകമണ്ഡ
ലമാത്രമുള്ള പാർലമെന്റിൽ 100 മുതൽ 160 അംഗങ്ങൾവരെയുണ്ടാകും.
ഭൂരിപക്ഷവോട്ടെടുപ്പിലൂടെ തെരഞ്ഞെടുക്കപ്പെടുന്ന അംഗങ്ങളുടെ കാലാ
വധി നാലു വർഷമാണ്. ക്രൊയേഷ്യൻ ഡെമോക്രാറ്റിക് യൂണിയൻ,
സോഷ്യൽ ഡെമോക്രാറ്റിക്ക് പാർട്ടി ഓഫ് ക്രൊയേഷ്യ എന്നിവയാണ്
രണ്ട് പ്രധാനപാർട്ടികൾ.

സമ്പദ്ഘടന

യുദ്ധം തകർത്തെറിഞ്ഞ സമ്പദ്ഘടനയാണ് ക്രൊയേഷ്യയുടെത്.

വിനോദസഞ്ചാരമായിരുന്നു പ്രധാന സാമ്പത്തിക പ്രവർത്തനം. പക്ഷെ 1991 ൽ തുടങ്ങിയ യുദ്ധം വിനോദസഞ്ചാരമേഖലയ്ക്ക് കനത്ത തിരിച്ചടിയായി. 2000 ത്തോടുകൂടി സമ്പദ്ഘടനയ്ക്ക് പുത്തനുണർവ് കൈവന്നു. നിർമാണ മേഖലയിൽ സ്വകാര്യനിക്ഷേപം വൻതോതിൽ വന്നുതുടങ്ങി. വിദേശ ബാങ്കുകൾ ധാരാളമായി പ്രവർത്തനം തുടങ്ങി. റോഡു നിർമാണം വിനോദസഞ്ചാരത്തിന് പുത്തനുണർവ് നൽകി. ക്രൊയേഷ്യയിലെ ജനങ്ങളുടെ ആളോഹരിവരുമാനവും ക്രയശേഷിയും വളരെ ഉയർന്നതാണ്. ഉയർന്നവേതനനിരക്കാണ് ഇതിന് പ്രധാനകാരണം. ജനങ്ങളിൽ 2.7 ശതമാനം കൃഷിയിലും, 32.8 ശതമാനം വ്യവസായത്തിലും 64.5 ശതമാനം സേവനമേഖലയിലും ജോലിചെയ്യുന്നു. കപ്പൽ നിർമാണം, ഭക്ഷ്യോൽപ്പന്നങ്ങൾ, ഔഷധം, വിവരസാങ്കേതികവിദ്യ, ബയോകെമിക്കൽ, തടി എന്നിവയാണ് പ്രധാനപ്പെട്ട വ്യവസായ രംഗം. ആഗോളമാന്ദ്യത്തെ അതിജീവിച്ചെങ്കിലും രാജ്യം നേരിടുന്ന ഏറ്റവും വലിയ സാമ്പത്തികപ്രശ്നം വിദേശവ്യാപാരക്കമ്മിയാണ്.

ജനങ്ങളും സംസ്കാരവും

ജനങ്ങളിൽ ഭൂരിഭാഗവും റോമൻ കത്തോലിക്കരാണ് (87.8 ശതമാനം) അവിശ്വാസികളോ ആജ്ഞേയതാവാദികളോ ആയി 5.2 ശതമാനവും 4.4 ശതമാനം ഓർത്തഡോക്സുമുണ്ട്. മുസ്ലിംജനസംഖ്യ 1.3 ശതമാനംവരും. 89.6 ശതമാനം ക്രോട്ട്സും 4.5 ശതമാനം സെർബ്സും 5.9 ശതമാനം ബോസ്നിയക്കാർ. ഹംഗറിക്കാർ, ഇറ്റലിക്കാർ, സ്ലൊവേനിയക്കാർ, ജർമനിക്കാർ, ചെക്കോസ്ലോവ്യക്കാർ, റോമാക്കാർ എന്നിവരാണ്. 98.1 ശതമാനം സാക്ഷരതാനിരക്കുണ്ട്. ഗ്രീക്ക്, റോമൻ, ഇല്ലിറിയൻ സംസ്കാരങ്ങളുടെ സ്വാധീനം ക്രൊയേഷ്യൻ സംസ്കാരത്തിൽ വളരെ വിപുലമായ തോതിൽ കാണാം. മധ്യയൂറോപ്യൻ, മെഡിറ്ററേനിയൻ എന്നിങ്ങനെ രണ്ട് പ്രമുഖസാംസ്കാരികധാരകൾ ഇവിടെ കാണാനാകും. പ്രബലമായ പ്രാദേശികസംസ്ക്കാരങ്ങളും ക്രൊയേഷ്യയിൽ നിലവിലുണ്ട്. ഡൽമേഷ്യ (Dalmatia), ഇസ്ട്രിയ (Istria), സ്ലവോനിയ (Slavonia), സഗോർജ് (Zagorje) എന്നിവ അതിൽചിലതാണ്. സംഗീതം, സാഹിത്യം, കല എന്നിവയിലൊക്കെ അതിസമ്പന്നമായ പാരമ്പര്യമാണ് ക്രൊയേഷ്യക്കുള്ളത്.

തലസ്ഥാനം	സാഗ്രേബ് (Zagreb)
ഔദ്യോഗികഭാഷ	ക്രൊയേഷ്യൻ
വംശീയത	89.5 ശതമാനം ക്രോട്ട്സ്,
	4.5 ശതമാനം സെർബ്സ്
	6 ശതമാനം മറ്റുള്ളവർ
ഗവൺമെന്റ്	പാർലമെന്ററി റിപ്പബ്ലിക്ക്
പ്രസിഡന്റ്	ഐവോ ജോസിപ്പാവി (Ivo Josipovi)
പ്രധാനമന്ത്രി	ജദ്രങ്ക കൊസോർ (Jadranka Kosor)

സൈപ്രസ്
(Cyprus)

മെഡിറ്ററേനിയൻ സമുദ്രത്തിന്റെ വടക്കുകിഴക്കുഭാഗത്തുള്ള ദ്വീപു രാഷ്ട്രം. വലിപ്പത്തിൽ മെഡിറ്ററേനിയൻ ദ്വീപുകളിൽ മൂന്നാം സ്ഥാ നമാണ് സൈപ്രസിനുള്ളത്. അക്ഷാംശം 34^0 33^1 നും 35^0 41^1നും വടക്ക് രേഖാംശം 32^0 17^1 നും 34^0 35^1 നും കിഴക്കായി സ്ഥിതിചെയ്യുന്നു. വടക്ക് ടർക്കി, കിഴക്ക് സിറിയ, ലെബനൻ, തെക്ക് ഈജിപ്റ്റിലെ നൈൽ നദീ മുഖം എന്നിവ അയൽ രാജ്യങ്ങൾ. ഉയർന്ന വരുമാനവും ഉയർന്ന മനു ഷ്യവികസന സൂചികയുമുള്ള സൈപ്രസ് ലോകത്തെ ഒരു പ്രധാന വിനോദസഞ്ചാരകേന്ദ്രമാണ്. സൈപ്രസ് ദ്വീപിൽ രണ്ട് ഭരണപരമായ സ്ഥലങ്ങളുണ്ട്. ഗ്രീക്ക് ഭാഷ സംസാരിക്കുന്നവർക്ക് ഭൂരിപക്ഷവും ടർക്കിഷ് സംസാരിക്കുന്നവർക്ക് ന്യൂനപക്ഷവുമുള്ള റിപ്പബ്ലിക്ക് ഓഫ് സൈപ്രസും. 1974 ൽ ടർക്കിഷ് സൈന്യം പിടിച്ചടക്കിയ ദ്വീപിന്റെ വട ക്കുഭാഗങ്ങൾ ടർക്കിഷ് റിപ്പബ്ലിക്ക് ഓഫ് നോർത്തേൺ സൈപ്രസും. 1983 ൽ ഈ പ്രദേശം ഏകപക്ഷീയമായി സ്വാതന്ത്ര്യം പ്രഖ്യാപിച്ചെ ങ്കിലും അന്താരാഷ്ട്രസമൂഹം ഇത് അംഗീകരിച്ചിട്ടില്ല.

ചരിത്രം

നിയോലിത്തിക് കാലഘട്ടത്തിൽ തന്നെ സൈപ്രസിൽ മനുഷ്യവാ സമുണ്ടായിരുന്നതായി ചരിത്രകാരന്മാർ അവകാശപ്പെടുന്നു. ബി സി 10000 ൽ തന്നെ വേട്ടയാടി ജീവിച്ച ജനവിഭാഗം ഈ മേഖലയിൽ വസി ച്ചിരുന്നു. 8200 ആയപ്പോഴേക്കും ഗ്രാമങ്ങൾ നിലവിൽ വരികയും അത്ത രത്തിലുള്ള സാംസ്കാരികധാര ഉടലെടുക്കുകയുമുണ്ടായി. ബി സി 1600-1050 കാലഘട്ടത്തിൽ സൈപ്രസ് പ്രധാന കച്ചവടകേന്ദ്രമായി മാറി. മൈസീനിയൻ (Mycenaeans) വ്യാപാരികളും അച്ചിയാൻ(Achaeans)

കളും ഇവിടേക്ക് സന്ദർശക രായെത്തി സ്ഥിരതാമസ മാക്കി ഗ്രീക്ക് ഭാഷയും സം സ്കാരവും തദ്ദേശീയർക്ക് പരിചയപ്പെടുത്തി. ബി സി 800 ന്റെ ആരംഭത്തിൽ ഫി നീഷ്യക്കാർ (Phoenicians) സൈപ്രസിന്റെ തെക്കൻ തീരത്ത് കോളനി സ്ഥാപി ച്ചു തുടങ്ങി. ബി സി ഏഴാം നൂറ്റാണ്ടോടെ അസ്സീറിയ യുടെ കീഴിൽ 11 സൈപ്രി

സൈപ്രസിന്റെ ദേശീയപതാക

യോട്ട് രാജവംശങ്ങൾ ഇന്നത്തെ സൈപ്രസിൽ വൻ അഭിവൃദ്ധിയിൽ നിലനിന്നിരുന്നു. ബി സി 323 ൽ അലക്സാണ്ടർ ചക്രവർത്തിയുടെ മര ണത്തെതുടർന്ന് സൈപ്രസ് ഈജിപ്തിലെ ടോളമീസി(Ptolemies)ന് കൈമാറി. ബി സി 58 ൽ സൈപ്രസ് റോമാസാമ്രാജ്യത്തിന്റെ ഭാഗമാ യി. എ ഡി 45ൽ ക്രിസ്തുമതം ദ്വീപിലെത്തി. ജറുസലേമിൽ നിന്നുള്ള ജൂതഅഭയാർത്ഥികൾ ഒന്നാം നൂറ്റാണ്ടിന്റെ അന്ത്യത്തോടെ സൈപ്രസി ലെത്തി.

395 ൽ റോമാസാമ്രാജ്യം കിഴക്കും പടിഞ്ഞാറുമായി വിഭജിക്കപ്പെ ട്ടപ്പോൾ സൈപ്രസ് കിഴക്കിന്റെ അഥവാ ബൈസന്റൈൻ സാമ്രാജ്യ ത്തിന്റെ ഭാഗമായി. ഏഴാം നൂറ്റാണ്ടിൽ അറബ് മുസ്ലീങ്ങളുടെ ആക്ര മണം ദ്വീപിലുണ്ടായി. തുടർന്ന് 300 വർഷക്കാലം സൈപ്രസ് ബൈസ ന്റൈൻ സാമ്രാജ്യത്തിന്റെയും ഖലീഫയുടെയും സംയുക്തനിയന്ത്രണ ത്തിൻ കീഴിലായി. ഇംഗ്ലണ്ടിലെ റിച്ചാർഡ് ഒന്നാമൻ 1191 ൽ സൈപ്ര സിനെ കീഴടക്കി റിച്ചാർഡ് ഒന്നാമൻ സൈപ്രസിനെ ജറുസലേമിൽ നിന്നും പുറത്താക്കപ്പെട്ട ഗൈ ഡെ ലുസിഗ്നൻ കൈമാറി. മധ്യകാലഘ ട്ടത്തിലുടനീളം ലുസിഗ്നൻ രാജാക്കന്മാരുടെ ഭരണം തുടർന്നു. ജനോവ, വെനീസ് എന്നിവിടങ്ങളിൽ നിന്നുള്ള കച്ചവടക്കാർ സൈപ്രസിന്റെ നിയ ന്ത്രണമേറ്റെടുത്തതോടെ പതിനഞ്ചാം നൂറ്റാണ്ടുവരെ ഇവിടം വെനീസ് സാമ്രാജ്യത്തിന്റെ ഭാഗമായി മാറി.

1570 ൽ സൈപ്രസ് ഒട്ടോമൻ ഭരണത്തിൻ കീഴിലായി. അവർ ഭൂപ്ര ഭുത്വസമ്പ്രദായം നിർത്തലാക്കി. അമുസ്ലീങ്ങളായ ജനങ്ങളെ അവരുടെ ഭരണാധികാരികൾ തന്നെ ഭരിക്കുന്ന രീതി നടപ്പിലാക്കി. ഗ്രീക്ക് സൈപ്രി യോട്ട് ജനതയുടെ ചർച്ച് മേലധ്യക്ഷൻ ക്രിസ്ത്യൻ ഗ്രീക്ക് സൈപ്രിയോ ട്ട്സിന്റെയും ഒട്ടോമൻ അധികാരികളുടെയുമിടയിലെ മധ്യവർത്തികളായി പ്രവർത്തിക്കുന്ന സംവിധാനവും അവർ കൊണ്ടുവന്നു. സുൽത്താൻമാ രുടെയും തദ്ദേശീയരായ ഉദ്യോഗസ്ഥന്മാരുടെയും ഭരണം രാജ്യതാൽപ്പ

രൃങ്ങൾക്കെതിരായിരുന്നു. തന്മൂലം സൈപ്രസ് സാമ്പത്തികമായും രാഷ്ട്രീയമായും തകർന്നു. ഇത് ജനങ്ങളിൽ കടുത്ത അതൃപ്തിയ്ക്ക് കാരണമായി. 18-ാം നൂറ്റാണ്ടിൽ തുടങ്ങിയ ജനമുന്നേറ്റം 19-ാം നൂറ്റാണ്ടിലും തുടർന്നു. 1878 ൽ ടർക്കി സുൽത്താനുമായുണ്ടാക്കിയ കരാർ പ്രകാരം ബ്രിട്ടീഷുകാർ സൈപ്രസിന്റെ നിയന്ത്രണമേറ്റെടുത്തു. ഒന്നാം ലോകമഹായുദ്ധത്തോടെ ബ്രിട്ടീഷുകാർ സൈപ്രസിന്റെ പൂർണ നിയ ന്ത്രണമേറ്റെടുത്തു. തുടർന്ന് 1915 ൽ സൈപ്രസിനെ ഗ്രീസിന് കൈമാറി. 1925 ൽ സൈപ്രസ് ബ്രിട്ടീഷ് കോളനിയായി മാറി.

രണ്ടാംലോകമഹായുദ്ധാനന്തരം സൈപ്രസിനെ ഗ്രീസുമായി ചേർ ക്കാനുള്ള ഗ്രീക്ക് സൈപ്രിയോട്ട് പ്രസ്ഥാനം ശക്തിയാർജ്ജിച്ചു. ടർക്കിഷ് ന്യൂനപക്ഷം പ്രത്യേകരാജ്യത്തിനായുള്ള ആവശ്യവുമായി മുന്നോട്ടുവ ന്നു. ഗ്രീക്കുകാർക്ക് ഭൂരിപക്ഷമുള്ള ഒരു ഐക്യഗവൺമെന്റിന് 1959 ൽ ധാരണയായി. 1960 ൽ സൈപ്രസ് സ്വതന്ത്രറിപ്പബ്ലിക്കായി. 1974 ൽ സൈപ്രസ് നാഷണൽഗാർഡ് ഭരണത്തെ അട്ടിമറിക്കാൻ ശ്രമം നടത്തി. ടർക്കിഷ് സൈന്യം സൈപ്രസിൽ അധിനിവേശം നടത്തി. തുടർന്നു ന ടന്ന വെടിനിർത്തൽ കരാർ പ്രകാരം രാജ്യത്തിന്റെ വടക്കുഭാഗങ്ങളുടെ നിയന്ത്രണം ടർക്കിക്ക് ലഭിച്ചു. അവർ അവിടെ ടർക്കിഷ് റിപ്പബ്ലിക്ക് ഓഫ് നോർത്തേൺ സൈപ്രസ് എന്നപേരിൽ പരമാധികാരം സ്ഥാപിച്ചു. 1974 ൽ നടന്ന ഈ സൈനികഅധിനിവേശം സൈപ്രസ് രാഷ്ട്രീയത്തിലെയും ഗ്രീക്ക് ടർക്കിഷ് ബന്ധങ്ങളിലെയും പ്രധാനവിഷയമാണ്. ഗ്രീക്ക് നിയ ന്ത്രണത്തിലുള്ള സൈപ്രസിനെയും യു എൻ ബഫർ സോണിനെയും വേർതിരിച്ചിരുന്ന മതിൽ 2008 മാർച്ചിൽ പൊളിച്ചുമാറ്റി. രാജ്യത്തെ വിഭ ജനത്തിന്റെ ഏറ്റവും വലിയ പ്രതീകമായി 32 വർഷമായി നിലനിന്നി രുന്ന മതിലാണ് ഇപ്രകാരം പൊളിച്ചുമാറ്റപ്പെട്ടത്.

ഭരണക്രമം

പ്രസിഡൻഷ്യൽ റിപ്പബ്ലിക്കൻ ഭരണക്രമമാണ് സൈപ്രസിൽ. രാജ്യ ത്തലവനായ പ്രസിഡന്റിനെ ജനങ്ങൾ അഞ്ചുവർഷത്തേക്ക് തെരഞ്ഞെ ടുക്കുന്നു. എക്സിക്യൂട്ടീവ് അധികാരങ്ങൾ പ്രിസിഡന്റിലും നിയമ നിർമാണ അധികാരങ്ങൾ ഹൗസ് ഓഫ് റെപ്രസന്റേറ്റീവുകളിലും നിക്ഷി പ്തമാണ്. 1960ലെ ഭരണഘടനപ്രകാരം ടർക്കിഷ് സൈപ്രസ് ജനങ്ങ ളുടെ താൽപ്പര്യസംരക്ഷണാർഥം ഇരുജനവിഭാഗത്തിനും ഭരണത്തിൽ പങ്കാളിത്തം ലഭിക്കുന്നതിന് ചില കരാറുകൾ വിഭാവനചെയ്തിരുന്നു. എക്സിക്യൂട്ടീവ് അധികാരങ്ങൾ അഞ്ചുവർഷക്കാലത്തേക്ക് അതതു ജന വിഭാഗങ്ങൾ തങ്ങളുടെ ഇടയിൽനിന്നും തെരഞ്ഞെടുക്കുന്ന ഗ്രീക്കുസൈ പ്രിയോട്ടിന് പ്രസിഡന്റ് സ്ഥാനവും ടർക്കിഷ് സൈപ്രിയോട്ടുകൾക്ക് വൈസ് പ്രസിഡന്റ് സ്ഥാനവും നൽകുന്നു.

ഭൂപ്രകൃതി

തെക്കുനിന്നും വടക്കോട്ട് സൈപ്രസിനെ നാല് സുപ്രധാന ഭൗമ ശാസ്ത്ര മേഖലകളായി വിഭജിക്കാം. വടക്കൻ തീരപ്രദേശം മുതൽ കാർപ്പാസ് (Karpas) ഉപദ്വീപ് വരെ നീണ്ടുകിടക്കുന്ന കൈറേനിയ (Kyrenia) പർവതമേഖല, ഒളിമ്പസ് പർവതമുൾപ്പെടുന്ന തെക്കുപടിഞ്ഞാ റൻ ട്രോഡോസ് മാസ്സിഫ് (Troodos Massif) മേഖല, രാജ്യത്തെ ഏറ്റവും ഫലഭൂയിഷ്ഠപ്രദേശമായ മെസോറിയൻ (Mesaorian) സമതലം, തെക്കു കിഴക്കുള്ള ഉയർന്ന പീഠഭൂമി എന്നിവയാണ് നാല് മേഖലകൾ. മെഡിറ്റ റേനിയൻ കാലാവസ്ഥയനുഭവപ്പെടുന്ന സൈപ്രസിൽ ശരാശരി വാർ ഷിക മഴയുടെ അളവ് 20 ഇഞ്ച് മാത്രമാണ്. രാജ്യത്തിന്റെ ആറിൽ ഒന്നു ഭാഗം മാത്രമാണ് കൃഷിക്കനുയോജ്യം. മഴതീരെ കുറവായതിനാൽ കാർ ഷികോൽപ്പാദനത്തിന്റെ തോത് വളരെ കുറവാണ്. യൂറോപ്യൻ യൂണി യന്റെ മെഡിറ്ററേനിയൻ ഭാഗത്ത് ചൂടുള്ള കാലാവസ്ഥ അനുഭവപ്പെടു ന്നു. സൈപ്രസിന്റെ ഉൾപ്രദേശങ്ങളിൽ ശൈത്യകാലം തണുപ്പേറിയതും വേനൽ താരതമ്യേന ചൂടു കൂടുതലുമാണ്. എന്നാൽ തീരപ്രദേശങ്ങ ളിൽ വേനലും ശൈത്യവും മിതമായ തോതിൽ മാത്രമാണ് അനുഭ വപ്പെടുന്നത്.

സമ്പദ്ഘടന

വികസിതമായ സമ്പദ്വ്യവസ്ഥയാണ് സൈപ്രസിനുള്ളത്. യൂറോ പ്യൻ യൂണിയനിലെ രാജ്യങ്ങളുടെ ശരാശരി ആളോഹരി വരുമാനത്തേ ക്കാൾ കൂടുതലാണ് സൈപ്രസിന്റേതെന്ന് അന്താരാഷ്ട്ര നാണ്യ നിധിയുടെ കണക്കുകൾ സൂചിപ്പിക്കുന്നു. 2008 ജനുവരി ഒന്നുമുതൽ യൂറോ ദേശീയ നാണ്യമായി സൈപ്രസ് അംഗീകരിച്ചിരിക്കുന്നു. അടി സ്ഥാന സൗകര്യങ്ങളുടെ കാര്യത്തിൽ സൈപ്രസ് മറ്റ് യൂറോപ്യൻ രാജ്യ ങ്ങളെ അപേക്ഷിച്ച് മുന്നിലാണ്. സ്വതന്ത്ര കമ്പോളവ്യവസ്ഥയാണെ ങ്കിലും സ്വകാര്യ നിക്ഷേപത്തിന്റെ അഭാവവും ഉയർന്ന വേതനനിരക്കും വിദഗ്ധതൊഴിലാളികളുടെ കുറവും സാമ്പത്തികവളർച്ചയെ പിന്നാക്കം വലിക്കുന്ന ഘടകങ്ങളാണ്. വിനോദസഞ്ചാരം സൈപ്രസിന് വൻതോതിൽ വിദേശനാണ്യം നേടിക്കൊടുക്കുന്നു.

ജനങ്ങളും സംസ്കാരവും

സ്വാതന്ത്ര്യലബ്ധിക്കുശേഷം 1960 ൽ നടത്തിയ കാനേഷുമാരിപ്ര കാരം സൈപ്രസിലെ ജനസംഖ്യയിൽ 77 ശതമാനം ഗ്രീക്കുവംശജരും 18 ശതമാനം തുർക്കികളും മറ്റുള്ളവർ അഞ്ചുശതമാനവുമുണ്ട്. യൂറോ പ്യൻ യൂണിയനിൽ ഏറ്റവുമധികം മതവിശ്വാസം പുലർത്തുന്ന ജനങ്ങ ളുള്ള രാജ്യമാണ് സൈപ്രസ്. ഗ്രീക്സൈപ്രിയോട്ടുകളെല്ലാംതന്നെ ഗ്രീക്ക് ഓർത്തഡോക്സ് വിശ്വാസികളാണ്. തുർക്കിഷ് സൈപ്രിയോട്ടു

കളാകട്ടെ സുന്നി മുസ്ലിം മതവിശ്വാസികളും. ഗ്രീക്കും ടർക്കിഷുമാണ് പ്രധാന ഭാഷകൾ. ഇംഗ്ലീഷ്, ഫ്രെഞ്ച്, ജർമൻ എന്നീ ഭാഷകളും പ്രചാര ത്തിലുണ്ട്.

തലസ്ഥാനം	നിക്കോഷ്യ(Nicosia)
ഭാഷ	ഗ്രീക്ക്, ടർക്കിഷ്
വംശീയത	ഗ്രീക്ക്(75 ശതമാനം), ടർക്കിഷ്(18 ശതമാനം)
ഗവൺമെന്റ്	പ്രസിഡൻഷ്യൽ റിപ്പബ്ലിക്ക്
പ്രസിഡന്റ്	ഡിമിത്രിസ് ക്രിസ്റ്റോഫിയാസ്
വിസ്തീർണ്ണം	9248 ചതുരശ്ര കിലോമീറ്റർ
ജനസംഖ്യ	(2010) 803147
ഐ എസ് ഡി	357/90 (392)

ചെക്ക് റിപ്പബ്ലിക്
(Czech Republic)

മധ്യയൂറോപ്യൻ രാജ്യം. ചരിത്രപരമായി ചെക്ക് നാടുകളെന്നറി യപ്പെട്ടിരുന്ന ബൊഹീമിയ, മറോവിയ, സിലെസിയയുടെ തെക്കുപടി ഞ്ഞാറ് ഭാഗങ്ങൾ എന്നിവ ചേർന്ന സ്ഥലമാണ് ഇന്നത്തെ ചെക്ക് റിപ്പ ബ്ലിക്. 1918 ൽ ചെക്കൊസ്ലൊവാക്യ രൂപീകൃതമായത് ബൊഹീമിയ, മൊറോവിയ, സ്ലൊവാക്യ എന്നീ രാജ്യങ്ങൾ ചേർന്നായിരുന്നു. സ്ലൊവാ ക്യൻ ഫെഡറേഷൻ വേർപിരിഞ്ഞ് പ്രത്യകം രാജ്യങ്ങളായി മാറിയതിനെ തുടർന്ന് 1993 ജനുവരി ഒന്നിന് ചെക്ക് റിപ്പബ്ലിക് നിലവിൽവന്നു. തല സ്ഥാനം പ്രാഗ്.   വടക്കുകിഴക്ക് പോളണ്ട്, പടിഞ്ഞാറും വടക്കുപടി ഞ്ഞാറും ജർമനി, തെക്ക് ഓസ്ട്രിയ, കിഴക്ക് സ്ലൊവാക്യ എന്നിങ്ങനെ അയൽ രാജ്യങ്ങൾ. വികസിത രാജ്യങ്ങളുടെ പട്ടികയിലുള്ള ചെക്ക് റിപ്പ ബ്ലിക് സമീപകാലത്തെ ലോകസാമ്പത്തികമാന്ദ്യത്തെ അതിജീവിച്ച യൂറോപ്യൻ രാജ്യമാണ്. ലോകബാങ്കിന്റെ മനുഷ്യവികസന സൂചിക പ്രകാരം വളരെ ഉയർന്ന മനുഷ്യവികസനമുള്ള രാജ്യമാണിത്.

ചരിത്രം

നിയോലിതിക് കാലഘട്ടത്തിലെ മനുഷ്യവാസത്തിന്റെ തെളിവുകൾ ഇന്നത്തെ ചെക്ക് റിപ്പബ്ലിക്കൻ പ്രദേശങ്ങളിൽ ചരിത്രഗവേഷകർ കണ്ടെ ത്തിയിട്ടുണ്ട്. ഈ പ്രദേശങ്ങളിലെ ആദ്യകാല ജനങ്ങൾ ബൊയി (Boii) വംശജരായിരുന്നു. ഇവരുടെ പേരിൽനിന്നാണ് ബൊഹീമിയ എന്നവാ ക്കുണ്ടായത്. സ്ലൊവാക്യൻ ഫെഡറേഷൻ രൂപംകൊള്ളുന്നതുവരെ ചെക്ക് റിപ്പബ്ലിക്കൻ പ്രദേശങ്ങളുടെ ചരിത്രം ബൊഹീമിയയുടെ ചരി ത്രമാണ്. ക്രിസ്തുവർഷാരംഭത്തോടെ ജർമാനിക്(Germanic) വംശജർ മാർക്കോമന്നി(Marcomanni)യിൽ നിന്നും ഇവിടെയെത്തി. അഞ്ചും ഏഴും

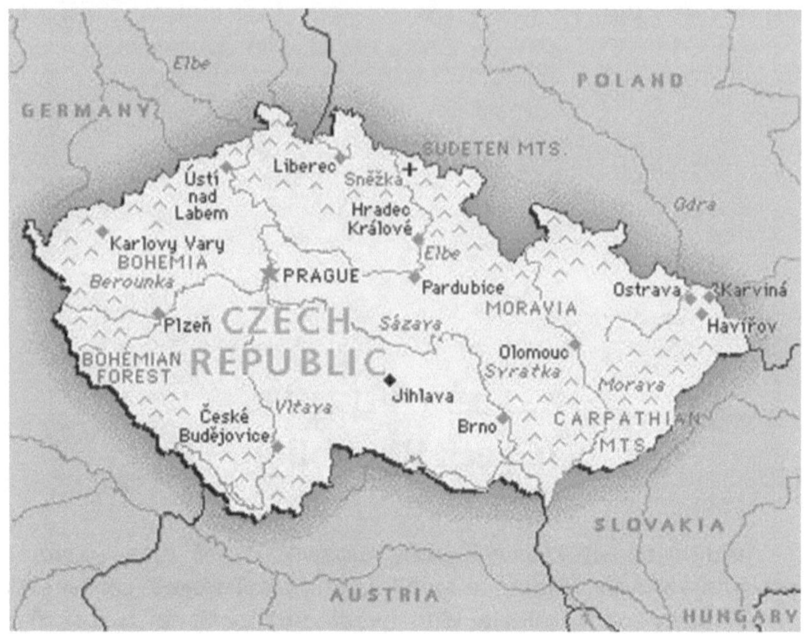

നൂറ്റാണ്ടിനിടയ്ക്ക് കരിങ്കടൽ കാർപ്പാത്തിയൻ പ്രദേശങ്ങളിൽനിന്നും സ്ലാവ് ജനത വ്യാപകമായി ഈ മേഖലയിലേക്ക് കുടിയേറി. ഏഴാം നൂറ്റാ ണ്ടിൽ ഫ്രാങ്കിഷ് വ്യാപാരി സമാവോ(Samo) സ്ലാവ് ജനതയുടെ പിന്തു ണയോടെ ഈ പ്രദേശത്ത് മധ്യ യൂറോപ്പിലെ ആദ്യ സ്ലാവ് ഭരണത്തിന് തുടക്കമിട്ടു. മൊറാവ ദീതീരത്ത് കുടിയേറിയ സ്ലാവ് ജനത മൊറേവി യൻ എന്ന പേർ സ്വീകരിച്ചു. ദീർഘകാലത്തെ തർക്കങ്ങൾക്കുശേഷം മൊറേവിയ ബൊഹീമിയയോട് ചേർന്നു.

പ്രാഗിലെ പ്രിമൈസ്ലിഡ് (Pryemyslid dynasty) ഭരണാധികാരിക ളുടെ കീഴിൽ രൂപംകൊണ്ട ബൊഹീമിയൻ സാമ്രാജ്യം 895 മുതൽ 1306 വരെ നിലനിന്നു. മധ്യകാലഘട്ടത്തിൽ യൂറോപ്പിലെ ഒരു പ്രബലശക്തി യായിരുന്നു ബൊഹീമിയൻ സാമ്രാജ്യം. ഇത് വിശുദ്ധ റോമാസാമ്രാജ്യ ത്തിന്റെ ഭാഗമായിരുന്നു. 13 ാം നൂറ്റാണ്ടിൽ ബൊഹീമിയയിലേക്ക് വൻതോതിൽ ജർമൻ കുടിയേറ്റമുണ്ടായി. അവർ ബൊഹീമിയയിലെ പ്രധാനപ്പെട്ട സ്ഥലങ്ങളിലെല്ലാം കോളനി സ്ഥാപിച്ച് ചിലസ്ഥലങ്ങളിലെ ജനസംഖ്യയിൽ നിർണായക ശക്തിയായി മാറി. 14 ാം നൂറ്റാണ്ട് ചെക്ക് ചരിത്രത്തിലെ സുവർണകാലഘട്ടമെന്നാണറിയപ്പെട്ടിരുന്നത്. പ്രത്യേ കിച്ചും ചാൾസ് നാലാമന്റെ കാലം (1342-1378). അക്കാലത്താണ് പ്രാഗിലെ ചാൾസ് യൂണിവേഴ്സിറ്റി സ്ഥാപിമാകുന്നത്. ചെക്ക് വൈദി കനായിരുന്ന ജാൻ ഹസ് (Jan Hus) ചെക്ക്പ്രദേശങ്ങളിൽ മതപരിഷ്കാ

രത്തിൻ തുടക്കമിട്ടു. ചെക്ക് ഭാഷ സംസാരിക്കുന്ന ജനങ്ങളോട് ജർമൻ സംസാരിക്കുന്ന റോമൻ കത്തോലിക്കരെ ഒറ്റപ്പെടുത്തുന്നതിന് അദ്ദേഹം ആഹ്വാനം ചെയ്തു. ഇത് ദേശീയതയുടെ മാനം കൈവരിച്ചതോടെ ജാൻ ഹസിന്റെ പിൻഗാമികൾ ബൊഹീമിയൻ സാമ്രാജ്യത്തിനുള്ളിൽ തന്നെ മത രാഷ്ട്രീയ അവകാശങ്ങൾക്കായി ഒരു നൂറ്റാണ്ടോളം പോരാടി. അടുത്ത രണ്ട് നൂറ്റാണ്ട് കാലത്തിനുള്ളിൽ ചെക്ക്പ്രദേശത്തെ 90 ശത മാനം ജനങ്ങളേയും ഹസ്സിറ്റ് പ്രൊട്ടസ്റ്റന്റിസത്തിലേക്ക് മതപരിവർത്തനം നടത്താൻ ജാൻ ഹസ്സിന്റെ പിൻഗാമികൾക്കായി. 1526 ന് ശേഷം ബൊഹീ മിയ ഹബ്സ്ബർഗ് (Habsburg)ന്റെ നിയന്ത്രണത്തിലായി. 1618 ൽ ഹാസ്ബർഗിനെതിരായ കലാപം തുടങ്ങി. ഇത് വളരെ വേഗം യൂറോപ്പി ലെങ്ങും വ്യാപിച്ചു. 1620 ൽ കലാപത്തെ അടിച്ചമർത്തി ബൊഹീമിയയും ഹാബ്സ്ബർഗ്സും തമ്മിലുള്ള ബന്ധം കൂടുതൽ ദൃഢമായി.തദ്ദേ ശവാസികൾ കത്തോലിക്കാമതം സ്വീകരിക്കുവാൻ നിർബന്ധിതരായി അല്ലാത്തവർക്ക് രാജ്യം വിട്ടുപോകേണ്ടതായും വന്നു. 1620 മുതൽ പതി നെട്ടാം നൂറ്റാണ്ടിന്റെ അന്ത്യംവരെ ചെക്കുകളെ സംബന്ധിച്ചിടത്തോളം ഇരുണ്ട കാലഘട്ടമായിരുന്നു. ചെക്ക് ജനസംഖ്യ യുദ്ധവും രോഗങ്ങളും ദാരിദ്ര്യവും മൂലം മൂന്നിലൊന്നായി ചുരുങ്ങി. കത്തോലിക്കാമതമെമ്പികെ മറ്റെല്ലാമതങ്ങളേയും ഹാബ്സ്ബർഗ്സ് നിരോധിച്ചു. 1742 ൽ ബൊഹീ മിയൻ അധീനതയിലുണ്ടായിരുന്ന സിലെസിയ പ്രദേശങ്ങൾ പ്രഷ്യയിലെ ഫെഡറിക്ക് രണ്ടാമൻ രാജാവ് പിടിച്ചടക്കി. 1770 ൽ ഉണ്ടായ കടുത്ത ക്ഷാമത്തിൽ ചെക്ക് ജനസംഖ്യയുടെ പത്തിലൊന്ന് കൊല്ലപ്പെട്ടു. നാട്ടി ലുടനീളം പുരോഗമനചിന്താഗതി പ്രബലമാവുകയും കർഷകമുന്നേറ്റ ങ്ങൾക്ക് അത് വഴിവയ്ക്കുകയും ചെയ്തു. റോമാസാമ്രാജ്യത്തിന്റെ പത നത്തെ തുടർന്ന് ബൊഹീമിയ ആദ്യം ആസ്ട്രിയൻ സാമ്രാജ്യത്തിന്റെയും പിന്നീട് ആസ്ട്രിയ-ഹംഗറിയുടേയും ഭാഗവുമായി മാറി.

ഒന്നാം ലോകമഹായുദ്ധത്തെ തുടർന്ന് ആസ്ട്രോ-ഹംഗേറിയൻ സാമ്രാജ്യത്തിന് തകർച്ചനേരിട്ടു. 1918 ൽ സ്വതന്ത്ര റിപ്പബ്ലിക്കായി ചെക്കോസ്ലൊവാക്യ രൂപീകരിച്ചപ്പോൾ ബൊഹീമിയ, മൊറോവിയ, സിലെസിയ, സ്ലൊവാക്യ, കാർപ്പാത്തിയൻ റുതേനിയ എന്നീ പ്രദേശ ങ്ങൾ അതിൽ ചേർന്നു. ചെക്കോസ്ലൊവാക്യ വിവിധ റിപ്പബ്ലിക്കുകളുടെ സംഘമായിരുന്നെങ്കിലും യൂണിയനിലെ ന്യൂനപക്ഷങ്ങൾക്ക് രാഷ്ട്രീ യമായോ പ്രാദേശികമായോ സ്വയംഭരണാവകാശങ്ങൾ നൽകിയിരുന്നി ല്ല. ഇത് ന്യൂനപക്ഷങ്ങൾക്കിടയിൽ കടുത്ത അസംതൃപ്തിക്ക് കാരണ മാവുകയും യൂണിയനിൽനിന്നും വിട്ടുപോകണമെന്ന ആവശ്യത്തിന് കൂടു തൽ ശക്തിപകരുകയും ചെയ്തു. ഹിറ്റ്ലർ ഈ അവസരം മുതലെടു ത്തുകൊണ്ട് 1938 ലെ മ്യൂനിച്ച് കരാറിലൂടെ ജർമൻഭാഷ സംസാരിക്കുന്ന സുഡറ്റൻലാന്റ് (Sudetenland) ജർമനിയുടെ നിയന്ത്രണത്തിലാക്കി. സവോൾസി (Zaolzie) പ്രദേശം പോളണ്ടിനോട് കൂട്ടിച്ചേർത്തു 1938 നവം ബറിലെ ആദ്യവിയന്ന കരാർപ്രകാരം സ്ലൊവേനിയയുടേയും സബ്

കാർപ്പാത്തിയൻ റസി (Subcarpathian Rus) ന്റെയും അവകാശം ഹംഗ റിക്ക് ലഭിച്ചു. അവശേഷിച്ച സ്ലൊവാക്കിയയും സബ്കാർപ്പാത്തിയൻ റസും ചേർന്ന് ചെക്കോസ്ലൊവാക്യ എന്ന സ്വതന്ത്രറിപ്പബ്ലിക്ക് രൂപീകൃ തമായി. 1939 ൽ സ്ലൊവാക്യ ചെക്കോസ്ലൊവാക്യയിൽനിന്നും വേർപെട്ട് ജർമനിയോട് ചേർന്നു. ചെക്ക്പ്രദേശങ്ങളിൽ അവശേഷിച്ചഭാഗങ്ങൾ ജർമനി പിടിച്ചെടുത്തു. നാസി അധീനതയ്ക്കെതിരെ രാജ്യത്തിനകത്തും പുറത്തും നിന്ന് പ്രതിഷേധമുയർന്നു. 1945 മെയ് ഒമ്പതിന് സോവിയറ്റ് യൂണിയന്റെയും അമേരിക്കയുടെയും സൈനികഇടപെടലിനെ തുടർന്നും പ്രാഗ് മുന്നേറ്റത്തെതുടർന്നും ചെക്കോസ്ലൊവാക്യ വിമോചിതമായി. 1946 ൽ സോവിയറ്റ്യൂണിയൻ നടത്തിയ ഹിതപരിശോധനയെ തുടർന്ന് സബ്കാർപ്പാത്തിയൻ റസ് ചെക്കോസ്ലൊവാക്യയിലേക്ക് മടങ്ങാൻ വിസ മ്മതിച്ചു. അവർ ഉക്രേനിയൻ സോവിയറ്റ് സോഷ്യലിസ്റ്റ് റിപ്പബ്ലിക്കിന്റെ ഭാഗമായി.

1946 ൽ നടന്ന തെരഞ്ഞെടുപ്പിൽ ചെക്കോസ്ലൊവാക്യൻ കമ്യൂണിസ്റ്റ് പാർട്ടി 38ശതമാനം വോട്ടുനേടി ഏറ്റവും വലിയ കക്ഷിയായി മാറി. അവർ മറ്റ് പാർട്ടികളുമായി ചേർന്ന് നാഷണൽ ഫ്രണ്ട് രൂപീകരിച്ച് അധികാരം നിലനിർത്തി. 1948 ൽ നടന്ന കമ്യൂണിസ്റ്റ് വിപ്ലവത്തെതുടർന്ന് കമ്യൂണിസ്റ്റ് ഭരണം പൂർണമായും ചെക്കോസ്ലൊവാക്യയിൽ നടപ്പിലാക്കി. തുടർന്ന് 41 വർഷക്കാലം ചെക്കോസ്ലൊവാക്യ കമ്യൂണിസ്റ്റ് രാജ്യമായി തുടർന്നു. കമ്യൂണിസ്റ്റ് സർക്കാർ രാജ്യത്തെ ഉൽപ്പാദനഉപാധികളെല്ലാം ദേശ സാൽക്കരിച്ചു. സമ്പദ്ഘടന പൂർണമായും പാർട്ടി നിയന്ത്രണത്തിലാ ക്കി. ആയിരത്തിതൊള്ളായിരത്തി അമ്പതുകളിലും അറുപതുകളിലും

അലക്സാണ്ടർ ഡ്യൂബ്ചെക്ക്

സമ്പദ്ഘടനയിൽ നല്ല വളർച്ച കാണ പ്പെട്ടു. എന്നാൽ എഴുപതുകളിലും എൺപതുകളിലും സാമ്പത്തികവളർച്ച വേണ്ട തോതിലുണ്ടായില്ല. രാഷ്ട്രീയ ബഹുസ്വരതയുൾപ്പടെ മാനുഷികമുഖ മുള്ള സോഷ്യലിസം 1968 ലെ പ്രാഗ് വസന്തത്തിൽ അലക്സാണ്ടർ ഡ്യൂബെ ക്കി (Alexander Dubek) ന്റെ നേതൃത്വ ത്തിൽ നടപ്പിലാക്കി. എന്നാൽ ഈ പരി ഷ്കാരങ്ങൾ 1968 ആഗസ്റ്റ് 21 നടന്ന വാഴ്സാ ഉടമ്പടിയെ തുടർന്ന് അവസാ നിച്ചു.

1989 നവംബറിൽ നടന്ന സമാധാ നപരമായ വെൽവെറ്റ് വിപ്ലവത്തെതു ടർന്ന് ചെക്കോസ്ലൊവാക്യ ഉദാരവൽക്കൃത ജനാധിപത്യസമ്പ്രദായത്തി ലേക്ക് മാറി. 1993 ജനുവരി ഒന്നിന് ചെക്കോസ്ലൊവാക്യ ചെക്ക് റിപ്പബ്ലി ക്കെന്നും സ്ലൊവാക്യ എന്നും രണ്ട് രാജ്യങ്ങളായി വേർപിരിഞ്ഞു. ഇരു

രാജ്യങ്ങളും സ്വകാര്യവൽക്കരണമുൾപ്പടെയുള്ള സാമ്പത്തിക പരിഷ്കാ രങ്ങളിലൂടെ മുതലാളിത്ത സമ്പദ്ഘടനയിലേക്ക് വഴിമാറി.

ഭരണക്രമം

ചെക്ക് റിപ്പബ്ലിക്ക് പ്രാതിനിധ്യ പാർലമെന്ററി ജനാധിപത്യത്തില ധിഷ്ഠിതമായ ബഹുകക്ഷി സമ്പ്രദായം നിലനിൽക്കുന്ന രാജ്യമാണ്. 1992 ൽ രൂപംനൽകിയ ഭരണഘടനപ്രകാരം പാർലമെന്റിന് 200 അംഗങ്ങളുള്ള ചേംബർ ഓഫ് ഡെപ്യൂട്ടീസും 81 അംഗ സെനറ്റ് എന്നിങ്ങനെ ഇരുസഭ കളുണ്ട്. പ്രധാനമന്ത്രിയാണ് ഗവൺമെന്റിന്റെ തലവൻ. പ്രസിഡന്റ് ആല ങ്കാരിക പദവിയാണെങ്കിലും രാജ്യത്തലവനാണ്. പാർലമെന്റിന്റെ സംയു ക്തസമ്മേളനം അഞ്ചുവർഷത്തേക്ക് പ്രസിഡന്റിനെ തെരഞ്ഞെടുക്കുന്നു. തുടർച്ചയായി രണ്ടുപ്രാവശ്യത്തിലധികം ഒരാൾക്ക് പ്രസിഡന്റായി നിയ മിതനാകാൻ കഴിയില്ല. പ്രധാനമന്ത്രിയേയും മറ്റ് മന്ത്രിമാരേയും പ്രസി ഡന്റ് പ്രധാനമന്ത്രിയുടെ ഉപദേശപ്രകാരം നിയമിക്കുന്നു. ചേംബർ ഓഫ് ഡെപ്യൂട്ടീസിന്റെ കാലാവധി നാലു വർഷമാണ്. അവരേയും ഭൂരിപക്ഷ സമ്മതിദാനക്രമമനുസരിച്ച് തെരഞ്ഞെടുക്കുന്നു. സെനറ്റംഗങ്ങളുടെ കാലാവധി ആറ് വർഷമാണ്. അവരിൽ മൂന്നിലൊന്ന് അംഗങ്ങളെ ഒന്നി ടവിട്ട വർഷങ്ങളിൽ തെരഞ്ഞെടുക്കുന്നു.

ഭൂപ്രകൃതി

ചെക്ക് റിപ്പബ്ലിക്ക് വൈവിധ്യമാർന്ന ഭൂപ്രകൃതിയുള്ള പ്രദേശമാണ്. കുന്നിൻ പ്രദേശങ്ങൾ സമതലം നദീതടം എന്നിങ്ങനെ ഏതാണ്ടെല്ലാ ഭൂപ്രകൃതിയും ഉൾക്കൊള്ളുന്ന രാജ്യം. മിതശീതോഷ്ണ കാലാവസ്ഥ യനുഭവപ്പെടുന്ന രാജ്യത്ത് ചൂടുകൂടിയ വേനൽക്കാലവും തണുപ്പേറിയ മേഘാവൃതമായ ശൈത്യകാലവും അനുഭവപ്പെടുന്നു. ഇത്തരത്തിൽ കാലാവസ്ഥയിൽ വൻവ്യതിയാനങ്ങൾ അനുഭവപ്പെടുന്നത് സമുദ്രസാ മീപ്യമില്ലായ്മയും ഭൂസമതലത്തിലെ ഉയർച്ചതാഴ്ചകളും മൂലമാണ്. പർ വതപ്രദേശങ്ങളിൽ താഴ്ന്ന താപനിലയും മഴയും കാണപ്പെടുന്നു. ഡിസംബർ മുതൽ ഫെബ്രുവരി വരെയാണ് തണുപ്പുകാലം. മാർച്ച് ഏപ്രിൽ മെയ് ചൂടുകാലവും. മലകളിൽ മഞ്ഞുരുകുമ്പോൾ നദികളിൽ വെള്ളം ഉയരുകയും ചിലയവസരങ്ങളിൽ അത് വെള്ളപ്പൊക്കത്തിനും കാരണമാകാറുണ്ട്.

സമ്പദ്ഘടന

യൂറോപ്യൻ യൂണിയൻ ശരാശരിയുടെ 85 ശതമാനം ജി ഡി പി യുള്ള രാജ്യമാണ് ചെക്ക് റിപ്പബ്ലിക്ക്. യൂറോപ്പിലെ കമ്യൂണിസ്റ്റാനന്തര ഭരണകൂടങ്ങളിൽ ഏറ്റവും വളർച്ചാനിരക്ക് രേഖപ്പെടുത്തുന്ന രാജ്യമാണ് ഇത്. യൂറോപ്യൻ യൂണിയൻ രാജ്യങ്ങളിലേക്ക് പ്രത്യേകിച്ച് ജർമനിയി ലേക്ക് നടന്നുവരുന്ന കയറ്റുമതിയാണ് സമീപകാലത്തെസാമ്പത്തിക

ഉന്നതിക്ക് പ്രധാനകാരണം. സാമ്പത്തികരംഗം ഏതാണ്ടെല്ലാം സ്വകാ
ര്യവൽക്കരിച്ചുകഴിഞ്ഞു. ബാങ്കുകളും വാർത്താവിനിമയരംഗങ്ങളും
ഊർജമേഖലയുമെല്ലാം സ്വകാര്യവൽക്കരണത്തിന്റെ പാതയിലാണ്.
അതിർത്തികൾ വാണിജ്യാവശ്യങ്ങൾക്കായി തുറന്നുകൊടുത്തതോടെ
ജർമനി ഓസ്ട്രിയ, പോളണ്ട്, സ്ലൊവാക്യ എന്നീ അയൽരാജ്യങ്ങളുമാ
യുള്ള വാണിജ്യം സുഗമമായി. ചെക്ക് റിപ്പബ്ലിക്ക് ലോകവ്യാപാര സം
ഘടനയിൽ അംഗമാണ്.

വിനോദസഞ്ചാരം രാജ്യത്തിന് വൻതോതിൽ വിദേശനാണ്യം നേടി
ത്തരുന്നു. ജനസംഖ്യയുടെ ഒരുശതമാനം വിനോദസഞ്ചാരമേഖലയിൽ
ജോലിചെയ്യുന്നു.

ജനങ്ങളും സംസ്കാരവും

2001 ലെ കാനേഷുമാരി പ്രകാരം ചെക്ക് റിപ്പബ്ലിക്കിലെ 94.24 ശത
മാനം ജനങ്ങളും ചെക്ക് ജനങ്ങൾ തന്നെയാണ്. സ്ലൊവാക്യ, പോളണ്ട്,
ജർമൻ, ഉക്രേനിയൻ, വിയറ്റ്നാം, ഹംഗറി, റഷ്യ, റൊമാനിയ, ബൾഗേ
റിയ, ഗ്രീക്ക് എന്നീ രാജ്യങ്ങളിൽ നിന്നുള്ള ജനങ്ങളും ന്യൂനപക്ഷങ്ങ
ളായുണ്ട്. ജനങ്ങളിൽ നല്ലൊരുശതമാനവും മതവിശ്വാസമില്ലാത്തവരാ
ണ്. 1991 ലെ കാനേഷുമാരി കണക്കുകൾ പ്രകാരം രാജ്യത്ത് മതവിശ്വാ
സമില്ലാത്തവരുടെ കണക്ക് 39.9 ശതമാനമായിരുന്നെങ്കിൽ 2001 ൽ അത്
59 ശതമാനമായി ഉയർന്നു. ജനസംഖ്യയിൽ 26.8 ശതമാനം റോമൻ
കത്തോലിക്കരാണ്. ഒരുശതമാനത്തോളം ഇവാഞ്ചലിക്കൽ ചർച്ച് ഓഫ്
ചെക്ക് ബ്രദ്രൺ വിശ്വാസികളുമുണ്ട്.

ചെക്ക് റിപ്പബ്ലിക്ക്

തലസ്ഥാനം	:	പ്രാഗ്
ഭാഷ	:	ബൾഗേരിയൻ, ക്രൊയേഷ്യൻ, ജർമൻ, ഗ്രീക്ക്, ഹംഗേരിയൻ, പോളിഷ്, റൊമാനി, റഷ്യൻ, റുസിൻ, സെർബിയൻ, സ്ലൊവാക്, യുക്രേനിയൻ
ഗവൺമെന്റ്	:	പാർലമെന്ററി ഡെമോക്രസി
കറൻസി	:	ചെക്ക് കൊരുന
ഐ എസ് ഡി	:	+420